VĂN HỌC MỚI

TẠP CHÍ VĂN HỌC NGHỆ THUẬT

PHÁT HÀNH MỖI 2 THÁNG / SỐ (1 NĂM 6 SỐ) Năm thứ VII

Điều hành: HÀ NGUYÊN DU

Phụ tá điều hành 1: NT LỆ THU

2: Vương Thư Sinh (VHT)

TTK : NT Lệ Thu & Ngã Phương Huyền

Thư ký & Bản thảo : Bạch Xuân Phẻ

Kỹ thuật NXB Phạm Hồng Thái

Thư từ, bài vở, ngân phiếu xin gởi về:
(**Văn Học Mới** - New Literature Magazine)

To: HA NGUYEN
10291 Arundel Ave.
Westminster, CA 92683 - 5821

*

vanhocmoi4@gmail.com
ntlthu1016@gmail.com
hanguyendu@gmail.com

https://tapchivanhocmoi.com

ĐẠI DIỆN PHÁT HÀNH

Toronto:**NguyễnVyKhanh**<nguyenvykhanh@yahoo.com>
Vancouver BC:**Nguyễn Đức Tùng**<bachnguyen@shaw.ca>
Phan Ni Tấn <phannitan@yahoo.ca>
USA:Georgia: **Đức Phổ**<dducpho@gmail.com>
Massachusetts: **Lâm Chương** <lamchuong495@gmail.com>
Louisiana: **NgT Hồng Hải**<nhattannguyen575@yahoo.com>
Dallas: **Nguyễn Lương Ba**< bal@nguyen.us>
Houston: **Nguyễn Minh Triết**<lntt_2000@yahoo.com>
San Jose: **Phạm Hồng Thái**<thaihpham@gmail.com>
Paris:**Trang Thanh Truc<trangthanhtrucparis@yahoo.fr>**
VN: NT Lệ Thu<ntlethu1016@gmail.com>
Germany **Trần Văn Tích**

Số ghi danh Quốc Hội Hoa kỳ: ISSN 2690 - 4276

mục lục

VĂN HOC MỚI SỐ 33

LỜI TÒA SOẠN

Thật ra khi chúng tôi loan báo trong *VHM số 33 tưởng niệm nhạc sĩ Đỗ Lễ,* số kế tiếp sẽ là *số đặc biệt vinh danh nhà thơ Hoàng Xuân Sơn,* ông đã thẳng thắn từ chối; xin tòa soạn rút lại chủ đề. Theo ý riêng, ông tự nhận chỉ là một người làm thơ, sinh hoạt thi ca bình thường, không có tài năng công trạng gì với văn học nghệ thuật đáng để được vinh danh. Điều này cũng không lấy làm lạ, chỉ là phù hợp với cá tính hằng có của ông: giản dị, chân thành, khiêm tốn và trung thực qua hành trạng văn chương và sinh hoạt chữ nghĩa hàng chục năm trời trên các diễn đàn VHNT và trên mạng xã hội gần đây.

Nhưng chúng tôi vẫn xin tiếp tục phần hành của mình là giới thiệu đến bạn đọc một con người với tài năng và nhân cách đặc biệt, nếu không muốn gọi là vinh danh.

Kính thưa quý độc giả thân mến,

Văn Học Mới xin chào đón quý vị đến với số báo thứ 33 của bổn báo phát hành trong mùa đông năm nay với chủ đề **"Vinh Danh Nhà Thơ Hoàng Xuân Sơn"**.

Chúng tôi hân hạnh giới thiệu đến quý vị một ngòi bút tài hoa, sâu sắc và sáng tạo, người đã để lại dấu ấn đậm nét trong lòng bạn đọc qua nguồn sáng tác thi ca phong phú trong nhiều thể loại, đặc biệt là những tác phẩm lục bát với nỗ lực cách tân độc đáo, từ hình tượng đến ý và lời.

Hoàng Xuân Sơn không chỉ là một nhà thơ, ông còn là một nghệ sĩ đích thực, người đã sáng tạo ra những dòng thơ lục bát mang tính cách tân vượt bậc, độc lạ và đầy mê hoặc. Qua từng câu thơ, từng vần điệu, ông đã mang đến cho người đọc những cảm xúc chân thật và sâu lắng, khám phá những tầng sâu trong hồn người, cuộc nhân sinh và vẻ đẹp thiên nhiên.

Với sự khéo léo và tinh tế trong việc sử dụng ngôn từ, Hoàng Xuân Sơn đã làm mới thể loại lục bát, biến dạng nhưng vẫn giữ tố chất truyền thống khiến thần và xác thơ sáu tám trở nên phong phú và đa dạng hơn. Những sáng tác của ông không chỉ đơn thuần là những bài thơ, mà còn là những tác phẩm nghệ thuật tinh tế, mang đậm dấu ấn cá nhân và tư duy sáng tạo.

Trong số báo này, chúng tôi xin trân trọng giới thiệu một loạt các bài viết, bài phân tích, và những tác phẩm tiêu biểu của nhà thơ Hoàng Xuân Sơn. Những đóng góp của ông không chỉ là niềm tự hào của tạp chí Văn Học Mới, mà còn là tài sản quý báu của văn học Việt Nam hiện đại.

Chúng tôi hy vọng rằng, qua số báo này, quý độc giả sẽ cảm nhận và tiếp cận được trọn vẹn nỗ lực khai phóng, tài năng và tâm hồn nhạy bén của nhà thơ Hoàng Xuân Sơn, người đã và đang tiếp tục góp phần làm giàu thêm ngôn ngữ Việt.

Trân trọng cảm ơn sự quan tâm và ủng hộ của quý độc giả. Kính chúc quý vị một mùa đông ấm áp và nhiều niềm vui.

Tạp chí Văn Học Mới,
Hà Nguyên Du

NHÀ THƠ
HOÀNG XUÂN SƠN

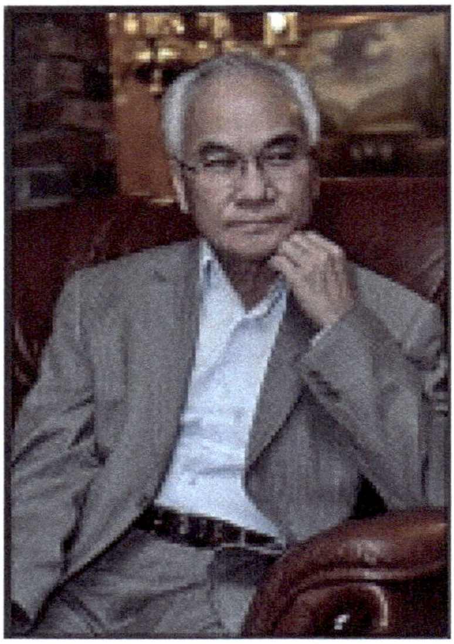

ĐÔI DÒNG TIỂU SỬ

Hoàng Xuân Sơn : tên thật, bút hiệu
Bút hiệu khác : Hoàng Hà Tĩnh , Sử Mặc . . .
Nguyên quán : Nhân Thọ – Đức Thọ – Hà Tĩnh
Sinh quán : Vỹ Dạ – Phú Vang - Thừa Thiên (Nhâm Ngọ)
Cử Nhân Giáo Khoa Triết Học Tây Phương - Đại Học Văn Khoa Saigon
Cao Học Chính Trị Kinh Doanh
Trước 1975 : Làm công chức, dạy học
Khởi viết từ năm 1963 . Thơ xuất hiện trên Văn, Chính Văn, Nghiên Cứu Văn Học, Khởi Hành, Thời Tập, Nhà Văn ...
Định cư tại Gia Nã Đại (Montreal) từ tháng 11/1981
Cộng tác với đa số các tạp chí văn học ở hải ngoại và trên liên mạng
Góp mặt trong nhiều tuyển tập văn chương

Đã xuất bản :

- Viễn Phố (Thi tập - Việt Chiến, 1988) - tuyệt bản
- Huế Buồn Chi (Thi tập – Tự ấn hành, 1993)
- Lục Bát Hoàng Xuân Sơn (Thơ – Thư Ấn Quán, 2004)
- Cũng Cần Có Nhau, viết về sinh hoạt thanh niên, sinh viên giai đoạn 1965-1975 và sinh hoạt Quán Văn tại SàiGòn (Phóng bút -Nhân Ảnh,2013).
- Thơ Quỳnh (ebook – thi tập do T.Vấn & Bạn Hữu cùng tác giả phát hành, 2017)

* Thơ Quỳnh đã được Văn Học Mới (Hà Nguyên Du chủ trương) xuất bàn và phát hành trên Amazon.com
* Tìm Dấu Thu An Trên Cung Khải Nguyên, thi tuyển Nguyên Xuân (San Phi - Hoàng Xuân Sơn)

Dự tính trong tương lai, in ấn và phát hành:

- CD Quỳnh Hương trình bày ca khúc của mười nhạc sĩ tiêu biểu .
- Ở Dạng Bản Thảo (Liên khúc thơ)
- Thơ Phiêu - Sử Mặc
- Lục bát HXS toàn tập
- Đóa Hồng Buồn Trên NgọnTháp Khô - Thơ tuyển liên mạng
- Thù Tạc (với bằng hữu)
- Tuyển tập Nhạc Ngoại Quốc Lời Việt, HXS phóng chuyển
- Lục Bát Nguyên Xuân (San Phi - Hoàng Xuân Sơn)
- Viễn Phố - Thơ tuyển HXS, tái bản

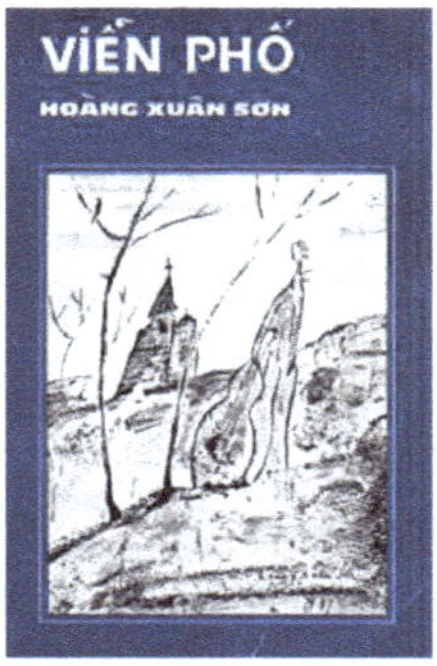
VIẾN PHỐ
HOÀNG XUÂN SƠN

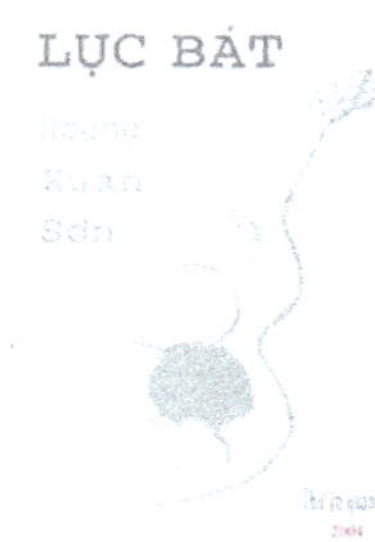
LỤC BÁT

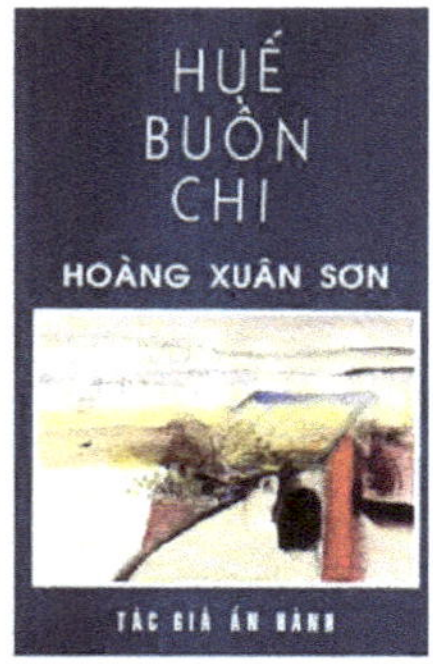
HUẾ
BUỒN
CHI
HOÀNG XUÂN SƠN
TÁC GIẢ ẤN HÀNH

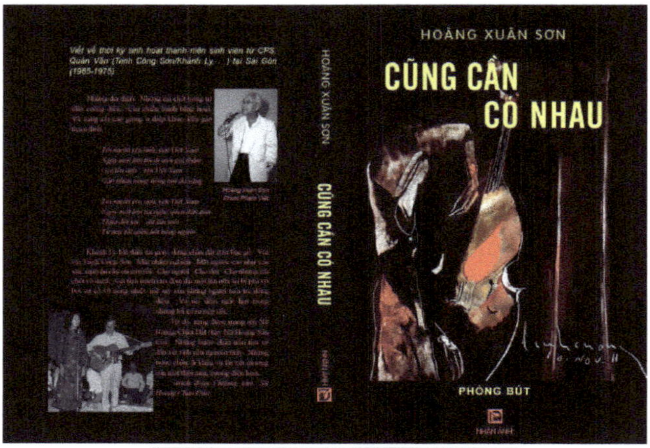
HOÀNG XUÂN SƠN
CŨNG CẦN
CÓ NHAU
PHÓNG BÚT
HOÀNG XUÂN SƠN
CŨNG CẦN CÓ NHAU

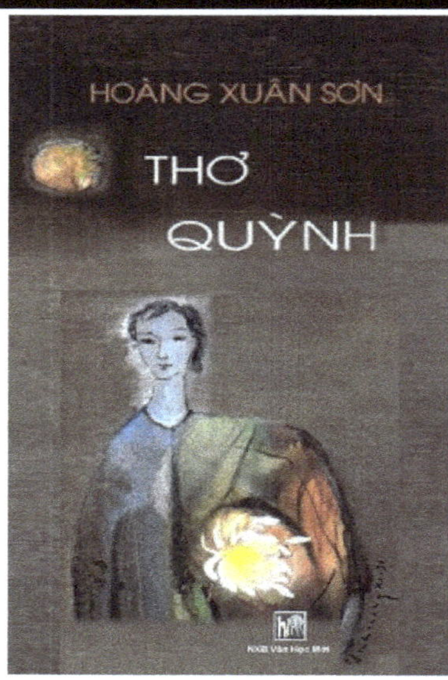
HOÀNG XUÂN SƠN
THƠ
QUỲNH

MỘT CHÒM THƠ X A,
THẬT G Ầ N

[thay lời cám ơn bằng hữu]

*

{t h ù t ạ c}

bạn nói tôi nghe
bạn viết tôi đọc
tôi chẳng có gì
ngoài chữ nghĩa cực nhọc
,
những dấu tay đã mòn
theo cung đường năm tháng
vết xăm mờ trong tim
từ nguồn đời khô hạn
những con chữ lao sinh
níu buồn vui gần lại
sẽ không ai một mình
giữa chập chùng sinh thái
,
một bóng tối trong đời
một cánh mây ngoài trời
giot sương trên đọt lá
ướt rượt giọt mắt người
,
hãy mở tung cánh cửa
kéo rộng những màn che
dập tắt từng nguồn lửa
cháy đêm hoang cận kề
,
cứ hồn nhiên thù tạc
cứ áo thụng vái nhau

chẳng lạc thành nào mẻ
khối đan thanh nhiệm mầu
,
bạn nói tôi vẫn nghe
ấm nhau lời tử tế

{ b ụ i t h ơ }

nhiều khi lăn lóc ngoài trời
viết câu thơ bụi cho đời lấm lem

{ b à i t h í p h á t }

cạo đầu
            [cho tóc bay đi]
còn nghe chỏm gió
vi vu lạc từng
con chim gõ kiến ngoài rừng
u oa tiếng mộc
                        lùng bùng tiếng cây
lửa nào cháy trụi thơ ngây
nhớ cười như thể nhớ
tay chân
còn
thí phát
            [thí phát]
                                    cô hồn
mẩu tóc huyết nhục
đất chôn nghìn trùng

{ t ự d o }

hãy lượn như
một cánh diều
hãy thinh lặng
kín màu mây

{m ộ t b à i k ệ}

Cái đầu treo lơ lửng
Trong dạ quang buổi chiều
Nắng quái rót xuống. rót
Chưa đầy nỗi hoang liêu

Sao đời ta cô quạnh
Một hung hiểm chưa hề
Yêu người. yêu tất cả
Trong cõi trần mê m

Mơ một vòng tay rộng
Ôm hết cả thân tình
Mà đời không dung thứ
Giữa lòng người chông chênh

Vẫn muôn nghìn gai nhọn
Mai phục kín từ trường
Cái ác là lực hút
Cả hai đầu yêu. thương

Bạn chỉ xin một chút
Lặng lẽ với miên hằng
Cho đến khi nằm xuống
Yên hàng một ánh trăng

Sóng dữ vẫn tới tấp
Như giảo hoạt lòng người
Một chút còn tử tế
Vẫn âm thầm rụng rơi

{ x ư ớ c }

kẻ phá đám
lục niêu nồi
vẫn còn lọ nghẹ
mấy thổi nhân văn
ngỡ-đã-yên-cuộc-nhì-nhằng
xước. đâu đó
chút lăn tăn vết cào

{ t ụ n g }

khi ta cần nghi thức tụng niệm
hãy lặng yên không nói gì
nhìn vào kính chiếu hậu xem đường đi chiếc hủ lô
và vận tốc nguỵ tạo

{ k h ô n g l à g ì]

nghe ra: mình chẳng có gì
và chữ
và nghĩa
tùng bi li tùng
chỉ là trống đánh rỗng thùng
ngũ liên. độc bộ nện chung một tràng
thử. đứng thẳng. chào. nghiêm trang
nghe thấy thì vào dóng hàng
một
hai
ba bốn nào chợt khoan thai
thì ta vẫn đứng kèo nài
xuống
lên
giữa cơn dồn dập miếu đền

xúi đồng nhập tạng. sướng
rên
một mình

{ t h ư ờ n g n i ệ m]

dâng hương dâng hoa cuộc đời*
thì em ơi đến bên tôi mình cùng
mĩm cười với niệm vô chung
có, không cũng chỉ là đồng sinh, từ
trắng. sạch bong. gương tâm tư
lòng vui rạng rỡ ao tù nhân thân
đời đã cho ta dự phần

)(
h o à n g x u â n s ơ n
[cuối tháng bảy, năm 2024]

* ý : Lê Uyên Phương

Danh ngôn

"Thơ là tiếng nói của con tim." - ***William Wordsworth***

"Văn học là ánh sáng tinh thần của nhân loại." -
Maxim Gorky

"Ngôn từ là nguồn cội của sự hiểu biết, là cội rễ của sự sáng tạo." - ***Jorge Luis Borges***

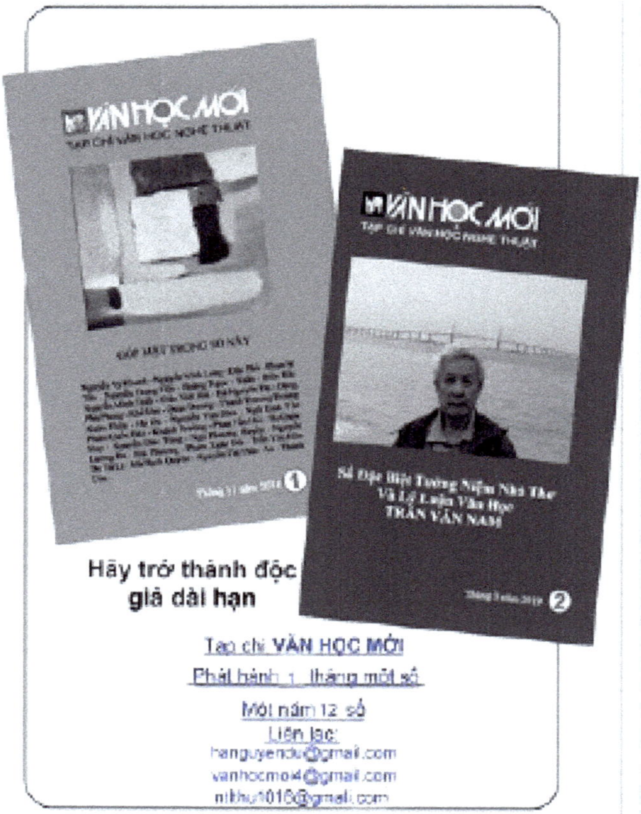
VĂN HỌC MỚI
VĂN HỌC MỚI
Số Đặc Biệt Tưởng Niệm Nhà Thơ
Và Lý Luận Văn Học
TRẦN VĂN NAM
Hãy trở thành độc
giả dài hạn
Tạp chí VĂN HỌC MỚI
Phát hành 1 tháng một số
Mỗi năm 12 số
Liên lạc:
hanguyendu@gmail.com
vanhocmoi4@gmail.com

SONG THAO

HOÀNG XUÂN SƠN, rất HUẾ

Chàng Hoàng Xuân Sơn không biết có phải tuổi con khỉ không mà hay leo trèo. Một năm có 365 ngày, anh trèo lên tới đỉnh cao nhất của năm để chui ra ánh sáng mặt trời làm người Huế. Vậy nên anh rất Huế. Anh thi sĩ này dành rất nhiều thơ cho Huế. Huế mình. "Mình" trong số anh em viết lách ở Montreal này có Trang Châu và Hồ Đình Nghiêm. Cũng phải thêm tôi, có dính với Huế. Tưởng Huế mình phải dính với Huế mình nhưng không phải, ngược lại với tôi, anh lại dính với một o Bắc Kỳ. Mần răng như rứa? Nỏ biết!

Anh Huế này rất Huế. Huế đến mần cả một cuốn thơ cho Huế. Cuốn "Huế Buồn Chi".

Huế buồn chi Huế không vui
Huế o ở lại Huế tui đoạn đành
O đau sương khói một mình
Tui đi ray rứt Nội thành tái tê
Huế buồn chi tội rứa thê
Tình xưa nghĩa cũ ngó về tựa nương
Huế ơi mộng tới đường trường
Kim Luông Vỹ Dạ dòng Hương có còn
Trèo tình lên núi mà thương
Cỏ hoa chất ngất phố phường ở mô
Huế chừ cách mấy triệu o
Mưa qua cửa Thượng chiều co bến Thừa.

Thổ âm Huế là thứ tôi thấy Huế nhất. Nặng mà không trì kéo. Trong cái âm tưởng kéo xuống tới mặt đất là cái là là như muốn ngoi lên trời. Người ta cứ tưởng thêm dấu nặng vào một âm là ra thổ âm Huế. Trong bài viết ngắn: "Huế Mần Như Ri", chàng trai Huế họ Hoàng này đã thanh minh thanh nga cho tiếng Huế: "Con hổ. Chấm. Chấm xuống hàng. Nhiều người đọc trại ra thành : con hổ chậm chậm xuống hang để nhại tiếng Huế. Tôi cho đó là một câu giễu dở nhất trần đời về phương ngữ và âm ngữ Huế. Cũng thêm một giai thoại (chế, từ kẻ có đầu óc lệch lạc?!) : Sĩ quan Quân Lực VNCH, người Huế, bắt được cán binh CS đang bị thương, ra lệnh cho thuộc cấp đem tù binh này đi "băng bó" vì lòng nhân đạo (luôn luôn sẵn có trong lương tâm người lính miền Nam VN). Có người lại giễu (một cách ngu xuẩn) rằng thuộc cấp này nghe không ra giọng Huế, hiểu lầm, thay vì đem tù binh kia đi "băng bó", lại đem đi "bắn bỏ". Nhắc lại, chuyện vui cười này (phải nói lại) thiệt là ngu xuẩn, trước hết là hoàn toàn sai về cách phát âm của người Huế".

Giọng Huế không "nặng" như rứa. Nặng nhưng vẫn lâng lâng. Trong cái nặng có cái nhẹ. Lướt lên. Tôi không phải là dân Huế nên biết thân, rút về phía sau, để ông Huế thiệt Huế lên tiếng: "Sai hoàn toàn vì có rất nhiều người cứ lầm tưởng là cứ chêm đại dấu nặng (.) thay vào dấu sắc(') thì thành ra giọng Huế. Ví dụ như nói "người Huệ" thì kẻ khác sẽ nghe ra là "người Huế". Trật lất! sắc là sắc; mà nặng là nặng. Hồi nẵm còn cắp sách đi học, tui có nhiều bạn gốc gác đủ xứ đủ miền: Bắc kỳ có, Nam kỳ có, Quảng nôm Đè nẽng thì ê hề. Nhiều bạn nghe giọng Huế dị hợm mà ""bui bui" (vui vui) muốn bắt chước để xổ với mấy o Huế lấy điểm. Tui noái: khó thấy ông bà ông vải nghe mấy cụ (cụ đây là cụ mi chớ nỏ phải kính trọng chi hết). Trự mô phát âm được hai chữ " MÍT CHÍN" (dấu sắc đàng hoàng à nha) thì ngậm miệng mà ăn tiền. Tui nghe lao xao liếng xiếng liền tù tì : Mịt Chịn, thậm chí còn phát âm theo điệu Nam cờ Mịch Chịnh. Nói tiếng Huế kiểu ni e rằng trẹo bảng họng luôn! Đầu tấu mãn tang chỉ có (người) kẻ chợ Ngô Vương Toại là nói được tiếng Huế ngon ơ. Có chi lạ mô! Hắn là nòi tình học cách tán gái Huế từ hồi còn bận "xà loỏng dây thun doãn".

Giọng Huế là một thứ giọng không dễ bắt chước khi nói. Giọng Huế nặng trình trịch, những người không phải Huế thường tưởng như vậy. Vậy thì giọng Huế ra răng, chỉ có người Huế mới có thẩm quyền phát ngôn. Đây là phát ngôn của ông Huế rất Huế này. "Giọng Huế không du dương thánh thót như giọng Bắc, không có cái chất mè nheo ỉ ôi (chết người) như Nam bộ. Nhưng giọng Huế líu lo như chim, rỉ rả róc rách như suối chảy (có người chỉ nghe một lần thỏ thẻ là đã lìm lịm cơn mê rồi). Như rứa, giọng Huế cũng có thể là giọng bình thanh như vị thế địa lý đặc biệt ở giữa của đất thần kinh trên đất Việt. Không phách tấu, không làm đày, rứa thôi, Huế mền xin được mần như ri nè :

huế sắc huê nặng
dạ thưa tui người xứ huế
nỏ phải thần dân nước huệ
bây giờ huệ ở chỗ mô
huế. nỏ phải huệ. dặn dò o tui
huệ. là mắt nhắm tối thui
huế ơi sắc nét đẹp ngời áo khăn
huệ huế huế huệ rì rằng
đừng nghe khuy bấm nhập nhằng khuy đơm
mùi ai thỏ thẻ rương hòm

Không phải con dân của sông Hương núi Ngự thì đừng bày đặt nói giọng Huế kẻo ông Hoàng Xuân Sơn giận. Tiếng Huế là thứ tiếng cổ kính. Có từ thời Chúa chịu nạn lựng. Tuy không phải là dân Phú Cam, nhưng chắc ai cũng một lần nhìn thấy cây thập giá, trong hoặc ngoài nhà thờ. Trên thập giá là hình tượng Chúa ốm o, giơ xương sườn ra, đầu gục xuống chịu nạn. Trên chót thập giá có hàng chữ: INRI. Tiếng Huế đó! Chúa nhắn nhủ với dân sông Hương núi Ngự: in ri! Vậy nên dân Huế giơ xương nghèo đói. Mùa đông thiếu áo, hè thời thiếu ăn! Khổ nhưng được giống Chúa. Vui chán!

Người ta nói Huế là đất để nhớ chứ không phải để sống. Dân Huế xa Huế thì rạt rào tình quê nhưng sống ở Huế với những cơn mưa thối đất dài bất tận, những cơn bão trời hành mỗi năm, với cái nghèo bám da diết không phủi đi được, thì Huế làm chi.

Sinh ra ở Huế
Sinh ra
Sinh ra
Sinh ra làm gì ở Huế

Những cơn mưa

Nhưng Huế có những o áo tím làm lịm những tên học trò. Chuyện nì thì mấy anh học trò xứ Quảng là nạn nhân xuyên thời gian, xuyên thế kỷ.

Trời đương nắng răng mà run dữ rứa
nì, tên chi em nói đại cho rồi
không cho biết cứ theo hoài theo mãi
theo răng chừ cho biết được thì thôi.

Văn thơ của Hoàng Xuân Sơn đậm phương ngữ Huế. Đậm hơn hai ông đồng hương nay ngụ cùng thành phố Montreal này. Ông Hồ Đình Nghiêm cũng Huế đó nhưng văn ông cũng có chỗ Huế không len chân vô được. Ông Trang Châu ít Huế nhất. Đọc văn thơ Trang Châu ít bắt gặp những từ địa phương Huế. Có thể vì ông là thứ Huế lang bạt từ lâu nên chất Huế đã phôi pha đi nhiều.

Hoàng Xuân Sơn không chỉ có thơ. Anh đã lăn lộn với quán Văn ngày xưa với Trịnh Công Sơn, Khánh Ly và nhiều người trẻ khác. Sơn có giọng hát rất tới, khỏe và trầm. Tới chừ, ở tuổi…đá buồn, anh vẫn còn là cây đinh bự cho những buổi văn nghệ ở Montreal. Sơn đã từng là tài tử xi-la-ma. Sơn còn vẽ nữa. Còn nhớ trong lần xuất bản tập truyện đầu tay của tôi, cuốn "Bỏ Chốn Mù Sương", Sơn đã cho một bức tranh phụ bản. Cầm kỳ thi họa, Sơn chỉ thiếu mỗi môn đánh cờ. Nhưng có thể anh rành món này mà chúng ta không biết. Có một thứ không ghi trong cung bậc tài hoa trên nhưng anh chàng Huế tên Sơn rất rành. Đó là rượu. Thú rượu bầu lưng túi này tuy vậy cũng là một thứ phong lưu của người xưa. Và người nay. Trang Châu là người rành về chất cay nhất trong số anh em viết lách chúng tôi. Hoàng Xuân Sơn cũng không thua. Môi anh mềm màu hổ phách. Có một thời anh đã làm được công việc hợp với khả năng của anh: bán hàng nơi cửa hàng duty free ở phi trường. Một lần tôi tới cửa hàng anh làm việc, anh giới thiệu rượu rành rọt như giới thiệu con cháu trong nhà. Một lần khác, đi chơi đảo Saint Martin cùng anh, anh là người chăm chỉ mặc quần tắm nhất. Lúc nào cũng phong phanh chiếc quần trên thân hình trắng bóc, ai cũng tưởng anh xuống biển. Không, đâu cứ mặc quần tắm là phải xuống biển. Đó là chuyện thường tình, ai cũng làm thế. Nhà thơ phải khác. Anh lội nước trong piscine. Không phải tắm nhé. Anh mò ra ngồi đồng trên chiếc ghế đá chìm lơ lửng dưới nước của cái bar giữa piscine, cứ tì tì bia Heineken uống free. Đảo Saint Martin chia đôi sơn hà, một bên thuộc Pháp, một bên thuộc Hòa Lan. Chúng tôi ở phía bên Hòa Lan nên uống bia Heineken thả dàn. Hoàng Xuân Sơn chịu khó uống đến nỗi mấy người bán bar đều biết mặt hết.

mờ mắt rượu nhớ ai nào . phiên tửu
rót đậm thêm chiều đã bến sông ngồi
em hồng nguyệt trăng lưỡi liềm quay quắt
xa mất rồi. đêm ấu phụ, người ơi . . .

Ăn nhậu với bạn bè, Sơn rất tận tình. Rượu chi cũng chơi. Uống như một người chỉ cần nuốt chất cay nhưng "kiến thức" về chất lỏng có cồn cũng sung mãn lắm. Kiến thức là chuyện… lý thuyết, thực tế là cứ chai chi rẻ là ta chơi. Rượu với bạn thì bạn quan trọng hơn rượu. Có tí cay cho lâng lâng những giờ phút bên nhau là vui. Vui là chính!

vui với bạn để nghe lòng bộc tuệch
chẳng phải vinh danh hào kiệt trên đời
chơi tới bến đừng thằng nào tếch trước
thắm hết tình này cũng đỏ mặt ngươi
trăng đã loạn quơ quào dăm khẩu khí
nghiệm ra mình còn động đậy đâu nơi
mặt xáp mặt cho giang hồ thêm phỉ
rót đậm đêm này lụi hết đêm mai

Còn chi viết về anh Huế rất Huế này? Còn chuyện giầy dép. Sơn rất khoái giầy. Tủ giầy của anh bộn bề. Đó là tiết lộ của o Bắc kỳ chung giường chiếu với anh trai Huế. Nếu không nhờ chút vui miệng của o Sơn, tôi không cách chi biết được chuyện này. Điều tôi biết là Sơn chỉ có hai chân, cố lắm thì cũng chỉ thêm được một chân nữa, cần chi nhiều giầy. Vậy mà cứ lấm lét vác thêm giầy về chất trong nhà. Kể cũng lạ.

Nếu tôi đặt chân được vào giầy của ông bạn Huế họ Hoàng, chắc sẽ biết thêm nhiều điều hơn nữa. Nhưng biết mần chi. Nhiêu đủ rồi!

SONG THAO

12/2017

THÊM VÀO GIỜ CHÓT:
Nhà thơ Hoàng Xuân Sơn gửi bài thơ cám ơn:

Cám ơn ôn đã khươi thơ
Cây gai lễ huyết rịn cờ âm dương
Quẻ hào có một đường mương
Càn khôn lập địa liên khường phụ gia
Thêm mắm thêm muối cũng là
Vịt gà của họ
Dưa cà của tui
(Chừ mạ lui cui dưới bếp
Chừ chị lui cui sau vườn
Chừ em lui cui ngoài lộ
Chừ tui lui cui hết đường)
1.1.18
Thơ lui cui tặng ngày một tháng một
Cảm tạ bằng hữu

HXS

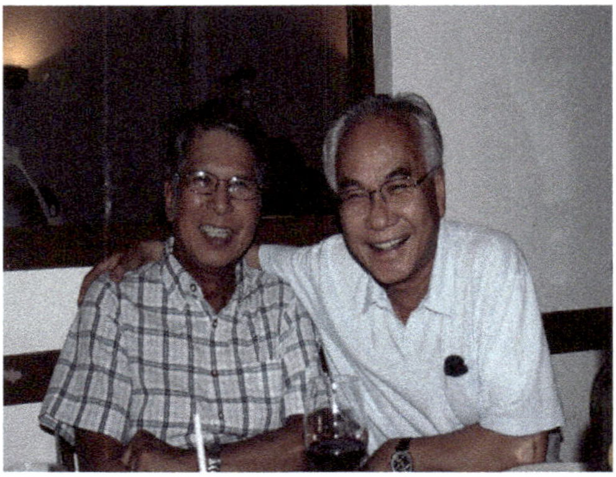

DU TỬ LÊ
Hoàng Xuân Sơn, từ lục bát, tới những đổi mới về hình thức. *(Kỳ 01)*

13 Tháng Năm 20171:05 CH(Xem: 4591)

Nhà thơ Hoàng Xuân Sơn (hình báo Hợp Lưu)
"Ngỏ

"Ừ ! xem

sáu

tám

ngược đời

"chữ ngất ngư

chữ

câu đòi đoạn

câu

"gọi rằng

lục bát nằm lâu

"ể mình đứng dậy

thành

câu thơ

rời."

"Dựa cột

"Một lần

dựa cột nằm nghe

"chim trời

cá nước

gọi về hư không
"trăng sao
tưởng để trong lòng
"ai ngờ
vãn lục phai hồng thế kia
"buộc vào
một nhánh sương khuya
"chờ mai nắng lửa
tan lìa
nguyện hư.

"Áo xuân xưa

"Vịn hờ
vai áo em
xưa
ngỡ chòm mây trắng bay qua
vực hồng
"có đôi chim vợ chim chồng
"hót tràn khe lãnh
rừng thông
nắng trào
"ửng mùa xuân
tới non cao
"du hồn tiểu lụy
hoá vào đại ân
"chín rồi
quả mộng trầm luân
"áo em trắng giữa muôn phần
cỏ
cây."
1990
"Gọi bầy

"Sáng nghe chim nhạn kêu bầy
"mới hay biển động mùa cây lá tàn

"không chừng mây bão lần sang
"níu chân người ở lang thang dặm về
"mỗi chiều thắp một tầng mê
tiền thân huyễn mộng kéo lê thê dài
"đêm ơi thoát dậy hình hài
"cho mùa nhẹ trở trên vai mộng nhàu.

"Chương sông

(Áo trắng dài như biển
như sông lồng lộng nước hờ. chau)

"đi đi
mây phất tang. đâu
"còn chi mong, ngó
sầu âu một mình
"rớt xuống ngôi đời chùng chình
"mưa mưa
chiều. xó - làm thinh bữa, rời
"áo biển nom như trăng. ngời
"như gương lược. kín
như trời, ngực thơm
"thà đừng gặp. thà hơn
"xanh rêu dại ủ vết mòn thai hương
"cổ kính đời xưa cũng dường
"áo sông ra biển chớp nguồn
thôi
giăng."

juin 03

Trên đây là 5 bài lục bát của nhà thơ Hoàng Xuân Sơn (tên thật, được dùng như bút hiệu).

Ông bước vào nghiệp văn chương rất trẻ, khi còn đi học thời trung học ở Việt Nam, trước tháng 4-1975. Sức viết của ông càng mạnh mẽ, nhiều nét khắc, khác nhau hơn, khi vượt biên, chọn thành phố thành phố Montreal, Canada, để định cư.

Mở đầu tuyển tập thơ Lục Bát do Thư Quán Bản Thảo ấn hành, như một quà tặng đặc biệt cho họ Hoàng, người mà không chỉ anh chị em ở TQBT yêu mến mà, hầu như bất cứ văn nghệ sĩ nào, từng tiếp xúc với ông, cũng đều đem lòng quý mến ông vì nhân cách chân thật, êm đềm và, tài năng luôn mở rộng để đón nhận những đổi mới, chí ít cũng là phương diện hình thức. Mở vào Lục Bát Hoàng Xuân Sơn, nhà văn Trần Hoài Thư, đại diện anh chị em điều hành tạp chí này viết:

" 'Lục Bát Hoàng Xuân Sơn' được ra đời như là tấm lòng của Thư Quán Bản Thảo và anh em chủ trương đối với một nhà thơ đã dành cho TQBT những ân tình văn chương đặc biệt trong suốt hơn hai năm qua. Trong 14 số, hầu như không có số TQBT nào lại không có thơ anh.

"Có thể nói sự hình thành của tập thơ này là kết quả của một công trình chung mà chúng tôi gọi là 'project HXS'. Mỗi người trong nhóm đều có phần hành riêng. Phạm văn Nhàn lo layout trang ruột. Cao Vị Khanh lo phần giới thiệu. Trần Hoài Thư lo phần in ấn, design bìa, tìm loại giấy in thơ đặc biệt, và điều hành tổng quát. Riêng Trần Bang Thạch thì ở vai trò trừ bị. Trần Quí Thoại cung cấp phụ bản.

"Và cuối cùng, là niềm vui. Với anh, thêm một đứa con tinh thần được ra đời. Và với chúng tôi, ít ra, từng trang giấy lóng lánh giọt mồ hôi, và tình bạn hữu, cuối cùng biến thành màu rượu đỏ. Pha thêm ngọt ngào cho Lục Bát HXS của anh."

"Thay mặt TQBT và Thư Ấn Quán
Trần Hoài Thư."

Nếu để ý, bạn đọc sẽ thấy ở bốn bài lục bát đầu tiên, trong tuyển tập thơ Lục Bát Hoàng Xuân Sơn, không có một dấu vết đột phá nào, ngoài sự ngắt câu xuống hàng, giống như để cho lục bát một "diện mạo" khác - - Từ lâu, vốn đã được nhiều nhà thơ Việt Nam khai thác - - như một trò chơi chữ, nghĩa tùy hứng. Nó chỉ mang ý nghĩa một cuộc "trình diễn" và, không thay đổi, ảnh hưởng gì tới nhịp chảy thực sự những dòng Lục Bát đó. Đó là những sáng tác được tác giả viết trước thời điểm đầu thập niên 2000, (có thể từ những thập niên 1990, hoặc trước nữa?)

Nhưng, những ai theo dõi đường bay thi ca của Hoàng Xuân Sơn, thì sẽ dễ nhận ra rằng, bước vào thời điểm đầu kỷ nguyên 2000, chính xác là năm 2003 , qua bài thơ "Chương Sông", ta thấy, ngay khi bước vào dòng thơ thứ nhất của bài lục bát thứ năm này của họ Hoàng, đã thấy xuất hiện nhiều những dấu chấm, phết… tưởng như… "bất thường" của tác giả tên tuổi này.

(Tôi viết "…tưởng như "bất thường" của tác giả tên tuổi này" - - Bởi vì ông không hề vô tình, ngẫu nhiên, "để rơi" những dấu chấm, phết ấy trong thơ của ông mà, nó là sự cố tình mang lại cho nhịp chảy của thơ ông, cách ngắt nhịp ("repunctuation) khác. Chúng giống như những nhịp chỏi (syncope, đảo phách) trong âm nhạc vậy.

Trở lại với "Chương Sông" của Hoàng Xuân Sơn, cụ thể với hai câu lục bát mở đầu, họ Hoàng viết:

"đi đi
mây phất tang. đâu
còn chi mong, ngó
"sầu âu một mình"

Ở câu 6, sau chữ thứ 5, tác giả đã dùng một dấu chấm không chỉ như một cách ngắt nhịp mới, mà, dấu chấm ở đây, còn cho thấy câu thơ đã có thêm cho nó một mệnh đề độc lập (bắt qua câu 8):

"Đâu còn chi mong (phết) ngó sầu âu một mình".

Khi dùng dấu phết giữa hai chữ "mong, ngó" một loại từ kép (hay từ ghép) rất thường có trong ngôn ngữ Việt, ngoài việc chẻ chữ cho nghĩa thêm rõ, nó còn làm bật lên sự hiện hữu của chữ thứ hai trong từ kép này - - Khi ta bị bắt buộc phải ngưng thở trong vài giây

(Tưởng cũng nên nhấn mạnh, theo lối viết của văn phạm cũ, thì các tác giả xưa, nếu có dùng dấu phết cho một câu thơ 6 hay 8 chữ của mình, hầu hết đều hạ dấu phết ở những chữ chẵn (2, 4, 6…) chứ không ai đánh xuống nơi thứ tự của những chữ lẻ (5, 3) như hai câu thơ của họ Hoàng mà tôi đã trình bày ở trên.

(Còn tiếp một kỳ)

TrướcSau

(Tiếp theo và hết)

Không như một số nhà thơ, do mặc cảm hay thiếu tự tin, không những từ chối xu hướng đổi mới hình thức bằng cách sử dụng dấu chấm, phết mà còn bài bác sự đổi mới này. Mặc dù, sau một thời gian biếm nhẽ, họ đã lặng lẽ đi theo nỗ lực ngắt nhịp, cho thơ, văn của họ những nhịp chảy khác. Có người còn "đi xa" hơn khi sau mỗi chữ lại hạ một dấu chấm - Mà không cần biết đó là từ đơn hay từ kép, khiến cho sự ngắt nhịp ấy, trở thành vô nghĩa, nếu không muốn nói là khôi hài, lố bịch!'

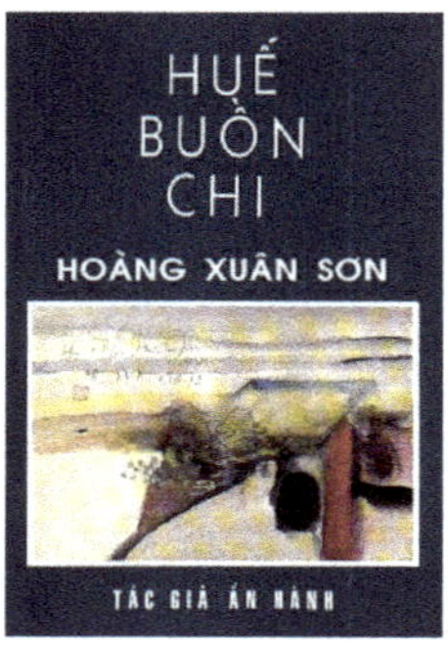

Nhà thơ Hoàng Xuân Sơn chẳng những thoải mái bước vào cuộc chơi đổi mới hình thức, để nắng, gió trong thơ ông, đã là một nắng, gió khác, thiên nhiên trong thơ ông, cũng là một thứ thiên nhiên được ông mặc khoác cho nó, một chiếc áo mới... Ngay cả những câu thơ tình (ít thôi) của ông, khi được ông viết trong tinh thần tạo dựng một cảm thức mới, cũng là những câu thơ thoát khỏi dòng chảy cũ.

Trả lời một câu hỏi của nhà báo Lê Quỳnh Mai về những dấu chấm, phẩy, gạch ngang trong một bài thơ của mình, có phải dụng ý họ Hoàng là tạo hình? Thì, Hoàng Xuân Sơn cho biết:

"… Tất cả những lối sử dụng dấu chấm(.); phẩy(,); gạch ngang(-); gạch chéo(/) v.v… đều có dụng ý thay đổi tiết tấu, hình tượng, nghĩa ngữ của câu thơ, tạo cho người đọc một cảm giác khác, hay nói như Du Tử Lê : khiến bạn đọc trở thành đồng tác giả. Tôi cũng có nhiều bài thơ xài dấu chấm (như lối làm thơ của Nguyễn Xuân Thiệp, Nguyễn Thanh Châu, và mới nhất của Đài Sử trên mạng Gió-O v.v...) . Ví dụ :

" 'Ở đây. môi nhón tâm từ nấc trong tiếng nhẹ thừa dư huyệt đời cái nống chiều. nắp đậy hơi thoát. bung một nỗi rụng rời vô vi cởi trao nhau áo vàng quỳ ngón tay thiếu nhẫn làm chi đang tình bây giờ tôi ở cô minh đỉnh phong. tiếng hú. và rình rập em' "

(trích Buồn Ở Động tào - HXS) (Nguồn Wikipedia-Mở)

"Theo tôi, việc sử dụng bất cứ hình thức nào mang tính sáng tạo cho thi ca cũng đều đáng xiển dương cho dù là thơ tạo hình, thơ cụ thể, chụp chép v.v... Sự đánh giá là từ phía người thưởng ngoạn. và do thời gian gạn lọc..." (Bđd)

Trả lời một câu hỏi khác, của Lê Quỳnh Mai về lý do Hoàng Xuân Sơn không (hay rất ít) có thể về tình yêu trai, gái đúng nghĩa, họ Hoàng giải thích:

"... Thơ tình? Thì thi nhân tập sự nào chẳng bắt đầu bằng dăm ba bài tình thơ! (không phải là Tình Thư Của Lính đâu nhé!). Cái 'thuở ban đầu lưu luyến ấy' tôi cũng có mày mò nặn óc mần những bài thơ thuộc loại tình cảm ướt át, nhưng thấy không xong (không có năng khiếu, hoặc giả không trải qua những cuộc tình 'vật vã khôn nguôi') nên đành thôi. Nhận định như Võ Phiến: văn học miền nam Việt Nam thiếu những sáng tác về tình yêu nam/nữ đích thực. Nhận định này khá trung thực: nhìn lại chặng đường sáng tác của những tác giả miền nam VN, cho dù có viết về tình yêu, cũng lồng trong khung cảnh thời chiến, thấp thoáng bóng dáng của chiến tranh; của niềm sinh ly tử biệt. Hoặc thơ văn viết về thân phận con người, về triết lý nhân sinh, hoặc viết theo trào lưu hiện sinh v.v... Văn-thi nhân viết về tình yêu thơ mộng nam/nữ đích thực rất hiếm hoi, có thể đếm trên đầu ngón tay : Bên thơ có Hoàng Anh Tuấn, Nguyên Sa, Hoàng Trúc Ly, Phạm Thiên Thư, Du Tử Lê, Nguyễn Tất Nhiên, Mường Mán, Hoàng Lộc (chung tình cho tới giờ phút này), Trần Mộng Tú (cả văn lẫn thơ). . . Bên văn cũng thế, ngoài một Hoàng Ngọc Tuấn viết thuần chất về tình yêu, ta còn có Nguyễn Thanh Trịnh, Nguyễn Đức Nam, Dung Sàigòn & Võ Hà Anh(?), Nguyễn Thị Minh Ngọc, Từ Kế Tường (thỉnh thoảng)…; hoặc viết về tình yêu pha lẫn mùi vị triết lý nhân sinh, hiện sinh như Trùng Dương, Nguyễn Đình Toàn, Nguyễn Thị Hoàng, Trần Thị NgH.; v.v… Đâu có nhiều phải không chị? Lan man thêm một chút về cái sự vụ 'vì đâu HXS không làm thơ tình?' Chẳng qua là bị, là tại, là vì Cái Sự Cô Đơn Ngút Ngàn của đời hắn . Bởi lẽ thế mà hắn được bạn bè gắn cho nhiều danh hiệu khác nhau:

"Võ Đình : '... nếu tôi phải gán cho thơ Hoàng một chữ thì tôi sẽ nói đó là một tiếng thơ Cùng Cực Cô Đơn. . .' [trích lời bạt, tập Viễn Phố]. (Và) Vĩnh Hảo: 'Thơ ông buồn vời vợi. Buồn từ trong buồn ra. Buồn từ ngoài buồn vào. Ở đâu cũng thấy buồn. Thảng hoặc có vài nơi ông đùa bỡn một chút, cũng vẫn thấy buồn thấm thía thế nào ấy. Đùa cho người ta buồn rơi nước mắt...' (trích mạng VinhHao.com, phần Đọc Thơ)'. Hoặc như Nguyễn Vy Khanh: 'Vì cô đơn nên nguồn thơ HXS luôn luôn đi tìm sự đồng cảm của người khác'. Và Lương Thư Trung: 'Lục Bát HXS là một chỗ về của bạn bè... tưởng chừng như thiếu nguồn cảm hứng từ bạn bè, ông không còn làm thơ nổi.' Một thân hữu khác: nguồn thơ cô tịch của ông giống như một người làm thơ cùng tên - Nguyễn Đức Sơn, người nuôi lửa tịch mịch v.v…

"Nguyên ủy vì đâu có sự chọn lựa Cô Đơn? Trong thao tác văn chương, mỗi người đều muốn đi tìm một phong cách viết riêng cho mình, khởi đầu, như một cây gậy dò đường. Lâu dần, sự chọn lựa được bồi đắp, trở thành chất liệu đặc thù, một loại dấu ấn tự phong. Dấu ấn của hắn, HXS, chính là sự cô đơn cùng tận! Đã cô đơn thì khó nói chuyện Tình Yêu Nam Nữ. Họa chăng, chỉ có sự luyến thương một chiều, đơn phương như ông ca sĩ Tuấn Vũ ông ổng hát ngày nào: '... đời tôi cô đơn nên yêu ai cũng cô đơn.' " (Nđd)

Tuy nhiên, nói về cõi-giới thơ Hoàng Xuân Sơn mà không nói về chủ tâm mang vào trong thơ những danh từ địa phương, qua thi phẩm "Huế buồn chi" của ông, tôi cho là một thiếu sót đáng trách.

Nhận định về "Huế buồn chi" của họ Hoàng, một số tác giả đã ghi nhận như sau:

"Huế Buồn Chi (HBC), thi tập thứ nhì của HXS ấn hành năm 1993, là một tập thơ về xứ Huế, dành riêng cho Huế; nơi mà tác giả đã trải qua những năm tháng ấu thời cho đến lúc trưởng thành. Viết về Huế là viết về một vùng trời kỷ niệm, có hạnh phúc, mộng mơ,có yêu thương, khổ đau và hoan lạc trộn lẩn. Nói như nhà văn Trần Doãn Nho (Huế): đọc HBC có thể đọc riêng đơn vị từng bài; hay đọc toàn tập như một tổng thế cũng không ra ngoài sợi chỉ xuyên suốt: Tâm - Thức - Đặc - Thù - Huế. Bởi vậy thưa chị Quỳnh Mai, nói HBC để lại nhiều ấn tượng cho độc giả, e rằng chỉ có tầng lớp độc giả đồng hương với người viết (điều này chứng thực khi ra mắt HBC tại Montreal, hết 90% khán thính giả là người Huế lặn lội tuyết giá đi ủng hộ phe ta, 'phe mền') . HBC được hình thành trong vòng 3 tháng sau Một-Cơn-Nhớ-Quê-Bổng-Bột, lúc kẻ này đang đi khuấy hồ dán sách trong một hãng xưởng lao động. Hình tượng, ý và lời trong HBC cũng không thoát ra ngoài phương ngữ Huế mà ngờ rằng chỉ có người địa phương mới thâm hiểu được? Cho dù các bạn văn đã ưu ái nhận xét: 'Trong HBC, HXS sử dụng phương ngữ Huế một cách tài tình, khiến cho những độc giả dù không sinh trưởng ở Huế cũng lấy làm tâm đắc.'(Phạm Xuân Đài). Hoặc như Hồ Đình Nghiêm (cũng Huế) viết trong phần bạt của HBC: '... Nhà thơ họ Hoàng là người nặng lòng với Huế... tôi mong HBC sẽ không chỉ loanh quanh ở sông Hương núi Ngự mà nó còn bước chân qua đèo Hải Vân để xuôi Nam hay sang cầu Hiền Lương mà ngược Bắc. Nó không là 'văn chương miền trung' mà nó phải là một cái gì hơn thế". Anh Võ Đình (Huế rặc) thì cứ ngâm nga bài thơ Huế Buồn Chi trong tập HBC bất cứ khi nào có dịp. Và nhà văn Túy Hồng (rất Huế): " Theo tôi, HBC là một trong những tập thơ hay nhất ở hải ngoại!"... Đó, chị thấy chưa: Toàn "Huế" phe mền không hà (ngoại trừ anh Phạm Xuân Đài- Quảng Nam Đà Nẵng, láng giềng me mé)…" (Nđd)

Tuy chỉ mới xuất bản 3 thi phẩm, nhưng bằng vào tâm thái của một thi sĩ, người không ngừng thao thức di tì chữ, nghĩa tốt nhất, cho thơ của mình, Hoàng Xuân Sơn đã in đậm dấu ấn thơ ông trong sinh hoạt thi ca Việt Nam, trong trên dưới nửa thế kỷ qua.

(Calif. May 2017)

CAO VỊ KHANH
Hơi thở rướn của lục bát
tặng bậu, mỏng dánh

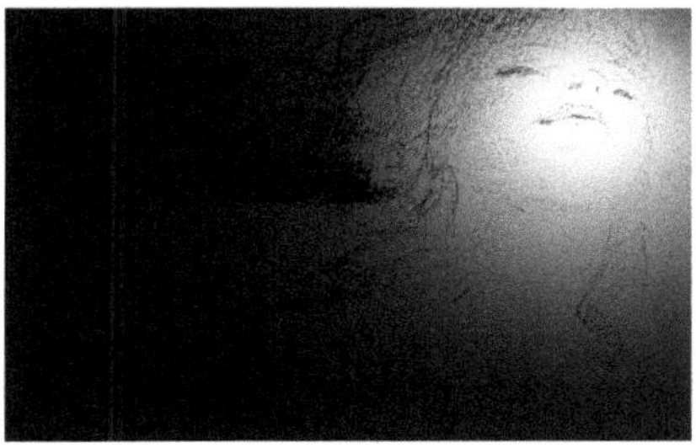

Bắt đầu...

... bắt đầu là một lời tán thán (hay tán tỉnh cũng vậy thôi) như vầy " em hai ơi sao em nhẹ hều (đẹp dàn trời) như cái bông hường (mới nở) vậy mà tôi thì (uổng quá!) đã là một con bướm hết thời (quờ quạng). Nói cho văn vẻ hơn một chút thì là em-nhẹ-quá-như-bông-hường-mà-tôi-cánh-bướm-tà-dương-chập-chờn.

Như vậy tại-sao lại ra nông nổi này khi viết lại thành lục bát

em nhẹ quá (khi khổng khi không xuống hàng bất tử)
như bông hường
mà tôi cánh bướm tà dương (lại bất tử xuống hàng)
chập chờn
Tại-sao-không-là
Em nhẹ quá như bông hường
Mà tôi cánh bướm tà dương chập chờn
(như từ hồi nẳm vậy đó, coi phải cái điệu thì thầm thủ thỉ

dụ dỗ vo ve ong bướm ... hơn không)

Nhưng mà tại sao lại hỏi tại-sao. (có khi nào ngồi lơ mơ, đầu óc thả lang vơ vẩn, rồi bất chợt ngó chăm bẳm vào bất kỳ một chữ nào đó-chẳng hạn như chữ tại-sao, sẽ thấy cái chữ tại-sao này nó kỳ cục như chính cái ý nghĩa tại sao kỳ cục của nó vậy). Không tin thử coi. Không tin nữa, cứ thử lên giọng hỏi coi, tại-sao? Coi có câu trả lời nào không. Hay chỉ là một sự im lặng dị thường.

Thiên hà ngôn tai!

ngày khuỵu xuống trên thân . thồ
kiếp xưa chim hạc
ốm o gầy mòn
hát ru trầm
điệu vai thon
gối đầu lên nỗi mất, còn
thịt xương
em nhẹ quá
như bông hường
mà tôi cánh bướm tà dương
chập chờn
chẻ hai lời
vệt môi hôn
mớm câu hoa mị nhiếp hồn tân toan
ừ !
kiếp vui cũng họa hoằn
thì đường quang quẽ đừng băn khoăn
chờ
tôi-nơi-em-khất-đời-thơ
có nhau vụng dại
dăm tờ
bối thơm

Xuống hàng là xuống hàng. Chấm và hết. Không có hỏi han lôi thôi. Mà cũng không có phân trần lếch thếch. (thơ chớ bộ nhân tình nhân ngãi gì sao mà ỉ ôi...)

Xuống hàng là xuống hàng. Giống y cái ngã ba đường đời vậy đó. Tới đó là phải tan-hàng-cố-gắng. Tới đó là phải anh-đường-anh-tôi-đường-tôi. Tới đó là người-lên-ngựa-kẻ-chia-bào. Có níu có kéo có trì thì cũng có cưỡng lại được đâu. Thì còn hỏi tại sao làm chi cho thêm ngớ ngẩn. Mà có hỏi thì cũng có ai trả lời đâu. Thiên hà ngôn tai !

Tới đó thì xuống hàng vậy đó. Mà điều có thấy không. Tự dưng nghe như thảm thiết hơn khi lời thơ bị bứt rời ra, đứt lìa. Và hình ảnh không còn là một bức tranh tĩnh (chết) nữa mà trở thành một hoạt cảnh (sống, động) hẳn hoi. Mà tôi cánh bướm tà dương chập chờn. Thơ đi một hơi một mạch nghĩa là vẫn còn đó, sức sống. Sự liền lạc của chữ nghĩa mang trong nó hình ảnh của gắn bó, của tồn tại... nghĩa là của hy vọng (dù le lói)? Như vậy là câu thơ không chuyển được hết cái ý nghĩa của thôi-đành, của đành-vậy, của cũng-đành, của đầu-hàng, của chịu-trận, của hết-thuốc-chữa... nghĩa là của tuyệt vọng.

mà tôi cánh bướm tà dương
chập chờn

(hai chữ "chập chờn" rớt xuống hàng dưới in hình như đôi cánh mỏi đã rụng xuống chiều nào, thấy không)

Câu thơ động đậy làm hình ảnh cánh bướm xao xác, chấp chới, như rụng, như rơi. Ý thơ được phụ diễn thêm bằng hình thơ. Tuyệt cú! Chẳng phải phương pháp audio-visuel vẫn được coi là cách thức truyền đạt hiệu quả nhất sao. Nhất ông, ông hoàng...

Đã biểu xuống hàng thì phải xuống hàng, vậy thôi.

Thì
ừ !
kiếp vui cũng họa hoằn
thì đường quang quẽ đừng băn khoăn
chờ

ờ vậy đó mà lạ lắm. Cái chữ "chờ" bỏ hàng nhảy xuống đứng trơ trọi một mình, băn khoăn thấy rõ. Thấy không, cái tình cảnh một-mình-đứng-giữa-khoảng-chơ-vơ, cái chữ "chờ" lơ láo đó. Dặn đừng chờ mà thật ra biết rằng không cần dặn. Nên dặn mà rất ngại ngùng. Bởi có gì hứa hẹn đâu, sự chênh lệch đó, mà chờ mà dặn mà không ngại ngùng khi dặn đừng chờ. Thành ra giữa chữ "chờ" (lẽ ra) ở trên với chữ "chờ" bỏ xuống câu dưới là một khoảng cách có thật không đo được của bao nhiêu ray rứt của bấy nhiêu do dự của chừng ấy phân vân của rất mực tần ngần, của một thú nhận về sự thất bại tự thân nằm trong mối hạnh ngộ bất thường. Và... thấp thoáng trong đó, không chừng còn nguyên... một nỗi tiếc thương.

Vì vậy thơ làm sao êm xuôi cho được khi cuộc tình đã đòi đoạn như chính cái hạnh-phúc-thiên-tai vốn đã là yếu tính của cuộc tình trái cựa. Thơ phải trắc trở trặc trẹo cho đúng kiểu tréo ngoe của tình yêu trễ nãi đó thôi. Cho nên có phải chính cái ngắt chữ bất ngờ như hơi thở đứt quảng, cái nhảy câu bất tử như cơn thở dốc đứt hơi, cái hình thức vặn vẹo như cơn mê sảng đồng thiếp mới nói được hết mức cái lạng quạng cái băng hăng bó hó cái nhăn nhó chần chừ cái nửa đời nửa đoạn cái dở dang tức tưởi của những toan tính muộn màng. (có nghe chăng, cái hơi thở hắt, cam đành!)

Thấy chưa, thấy cái xuống hàng lạ lắm đó chưa.

Đêm
chườm
củi, khói
ngây ngây
nhà ai sưởi muộn
cuối ngày đông miên
bước chân đi giữa vạn miền
về nghe một chút bình yên
phập phồng
đã quen đời
gánh
mênh mông
vết thương vết nhớ
mặn nồng
vết đâm...

giả sử làm ngang viết (đọc, coi, ngó...) vầy được không

bước chân đi giữa vạn miền
về nghe một chút bình yên phập phồng
đã quen đời gánh mênh mông
vết thương vết nhớ mặn nồng vết đâm

có thấy gì khác lạ không. Người nghe chắc không thấy lạ. Nghe xuôi tai. Nghe thuận thảo. Nghe êm ái như có ngón tay nghê thường nào sờ soạng lên vết cắt còn rịn máu. Nghe như có hơi thở trầm hương nào rà sát lên lớp da non mới vừa bắt miệng. Thơ đó. Có gì lạ đâu. Thơ y như hồi nào tới giờ. Y như cái hồi cô Kiều chảy giọt nước mắt thất thân theo kiểu sáu-tám-ôi-kim-lang-hỡi-kim-lang-thôi-thôi-thiếp-đã-phụ-chàng-từ-đây. Hơn nữa muốn cho đúng điệu nhất thì phải đọc và viết rõ ràng như vầy : (hai chấm, xuống hàng)

(thụt vô một hàng) Ôi Kim lang,hỡi Kim lang (xuống hàng)

(ló ra một hàng) Thôi thôi thiếp đã phụ chàng từ đây

Lục bát là phải vậy. Luật chơi đã rành rành ra thế. Dẫu có chịu chơi cách mấy (phá thể, biến thể... gì gì đi nữa) thì cũng phải trên dưới rõ ràng. Sáu trên tám dưới. Sáu trên tám dưới. Sáu trên tám dưới. Cứ như vậy đó mà bốn-câu-ba-vần hay trường-thiên lưu liên sao sao cũng được. (Ngoại trừ một ít bài ca dao có 8,10,12,14 chữ mỗi câu cũng chỉ phá lệ cho vui mà số lượng rất ít, không đáng kể)

Còn về nhịp thơ (tiết tấu, ngắt câu ngắt chữ) thì phải là nhịp chẳng (2/2/2/2 hay 2/2/4 hoặc 4/4) như để phù hợp với cách thở hít của người ta, nhẹ nhàng, đều đặn, hòa hoãn .Vậy sao (lại tại-sao) mà ngang ngược trồi sụt cho đến đỗi thắc thẻo thất thường như vậy.

đã quen đời
gánh
mênh mông
vết thương vết nhớ

mặn nồng
vết đâm

mà không thắc thẻo sao được vì có phải vết nào cũng giống vết nào đâu. Cái làm nên thương nên nhớ đâu phải cái hời hợt cạn sớt phủi rớt ngoài da. Cái làm nên thương nên nhớ phải là cái hun hút thăm thẳm, cái trong trỏng tuyệt mù, cái người-Huế-nhớ-nhau-trọn-đời, hết kiếp. Như vậy nếu không xuống-hàng, nếu cứ viết ngang bằng thì làm sao khỏi lấn cấn. Thử coi. Vết thương vết nhớ mặn nồng vết đâm. Vết nào như vết nấy. Ai mà chịu. Cái vết quan trọng nhất, đầu mối của mọi thứ dấu vết trên đời này phải có cái chỗ riêng của nó, một mình, để thấy được cái chỗ đương hai hóa thành một, để thấy được bỗng chốc đầu cổ tay chân gì cũng mất tiêu ráo trọi mà chỉ còn gom lại có một chỗ duy nhất, để gọi nhau nấn níu, tượng hình mà cũng tượng tình nhất, cái chỗ để gọi nhau "mình ơi". Vết đâm.

vết thương vết nhớ
mặn nồng
vết đâm
(có nghe không hơi thở rướn rờn rợn vết mặn nồng !)

Tại vậy đó mà thơ cứ phải dẫy nẩy, vùng vẳn, vụt chạc vì có quá nhiều điều lấn cấn, tức tưởi, không yên. Muốn nói cho hết, cho đủ, cho vừa thì chỉ còn cách bứt tung ra khỏi cái vòng khuôn chặt chịa êm xuôi quen thuộc đó.

Có điều gì khó nói hay nói mà không thể nói hết. Có điều gì phải giấu lại dù vốn muốn phơi trần. Ấm a ấm ức. Lỡ dở. Nửa chừng. Có điều gì muốn la hét mà môi cứ ngậm câm. Hay miệng há hốc mà tiếng cứ ứ nghẹn.

ngồi bên cửa
lọt ưu phiền
dễ chừng năm tháng
đã quên
lòng người

một vòng dang rộng xa khơi
một ôm hụt hẫng
phiên trời thâm căn
ngồi nghe thương thế lịm dần
với mốc meo nắng
với tần ngần
mưa
            với mưa
                        với mưa
                                    với mưa
với môi bằn bặt âm thừa khổ sai

Mắt nhắm nghe thơ hẳn cũng nói không trật rằng thì là lục bát. Mà mở mắt ngó trừng trừng thì lại ngờ ngợ không chắc. Cái hình ảnh và nhịp điệu quen thuộc sáu tám đâu còn nữa. Ma lực của vần điệu và cú pháp đã phù phép hồn người ra khỏi cái mặt phẳng ba chiều tĩnh lặng để hóa thân vào cái cõi lừng lững bốn chiều. Ở đó thơ đục đá đẽo tượng. Ở đó thơ điêu khắc trầm luân. Có lúc nào thấy được chăng cái hình người gãy gập, ngồi bó gối, gục đầu chịu trận dưới cơn mưa xối xả của định mạng, hồn thương phế, miệng ngậm câm đến nỗi mỗi tiếng hét bất lực chưa kịp thoát ra đã vỗ ngược vào lồng ngực từng tràng sấm sét. Đọc thơ, nhìn thơ mà như mường tượng sờ được từng mảng-thơ bôi tô đắp trét. Thấy không, nỗi phiền muộn như một thứ chất lỏng dẻo nhẹo ẩm rít chảy-ngấm-thấm-lọt vào lòng người vốn dĩ như cái miệng phễu nên hứng không sót một giọt nào, lệ cường toan. Thấy không cái hụt hẫng có thật, có thật đến quơ tay còn ôm được cái trống không, thật như đuôi-mắt-chân-chim đã mỏi, thật như đường-môi-cắn-chỉ đã tưa, thật như sợi-tóc-ráng-chiều đã tối. Thấy không, mùa nắng đã qua, em đã xa và mùa mưa đang tới. Những giọt mưa mang hơi ẩm phủ mốc meo lên tấm lòng cổ độ. Và tình chúng ta, tình chúng ta còn lại gì ngoài một nắm di hài.

ngồi bên lệ cổ di hài
dễ chừng năm tháng

đã dài
thiên thu
ngồi vàng vọt
bóng trăng
lu
với riêng ngồi lại
ao tù
thiết thân

Thử chép lại bài thơ theo cái khuôn khổ ngay ngắn, nghiêm chỉnh, cân xứng như vốn dĩ đã ngàn năm coi còn có cái tác dụng huyễn hoặc đó chăng ?

Câu thơ lục bát tự thân rất xuôi chèo mát mái, vần điệu thảo ngay, dịu dàng, dễ chịu. Vừa có yêu vận vừa có cước vận làm bài thơ có quá hai câu trở lên nối nhau khít rim, chặt chịa, liền lạc như một tràng chuỗi hột hiền lành mà vị trí và vai trò của từng hột chuỗi được phân bổ đồng đều tạo nên một thế quân bình hoàn chỉnh. Nhìn như vậy, lục bát chính là thể thơ biểu hiện rõ nhất cho cái thế thăng bằng tuyệt diệu trong lòng người Việt, bài học khôn ngoan nhất của cuộc trường chinh cam go dành đất sống với hai thế lực đối nghịch thường xuyên, thiên nhiên và ngoại xâm. Sự hòa điệu giữa người và người cũng như giữa người và thiên nhiên đã phản ảnh trong cái nhịp hài hòa, thuận thảo, êm ái, tự tại... của những câu lục bát ngay từ thời còn là ca dao bay lượn trên sông nước ruộng đồng. Vì vậy, nếu có tìm đọc lại ngàn bài lục bát cũng vẫn y cái giọng điệu và nhịp tiết đều đặn, hiền lành, ngọt ngào... như ru như dỗ. Dỗ người vì chính lòng mình đã được dỗ yên.

Ngay cả đến thời gần đây, lục bát vẫn còn nguyên cái thế thăng bằng dễ thương đó. Nhìn một bài thơ lục bát của Nguyễn Bính được chép tay bằng mực tím y như ngó một cô con gái nhà lành, thùy mị, phía trước phía sau tề chỉnh, cái gì cũng vừa vừa phải phải, như chính cái đòi hỏi chừng mực của một thời kỳ mực thước.

Nhưng mà có còn nữa đâu, cái thời vừa-vừa-phải-phải đó.

Những khám phá mới của khoa học và triết học giữa hai thời hũy diệt lớn đã làm thay đổi hẳn lối sống và nếp suy nghĩ của con người. Đã có người kêu lên thượng đế đã chết. Không biết ông ta có chết thật không chớ con người thì quả tình ngất ngư đến mất thở. Khoa học tăng hiệu năng tàn phá theo cấp số nhân, triết lý cứu rỗi con người theo cấp số cộng, chiến tranh làm mọc lên những thành phố lở lói nhanh hơn cây xanh, máy móc tăng vọt tốc độ của đời sống lẹ hơn suy nghĩ và đô thị vây khốn con người trong những giấc mộng cụt đầu cụt đuôi. Chung cư khoá trái cửa kín mít, ngã tư ngã năm ngã sáu ngã bảy, đèn xanh đỏ chớp tắt chớp tắt, chiếc đinh ốc của Charlot, con chó điều-kiện-hoá của Pavlov, miệng đại vực mở toác hoác ngay giữa con phố triệu người, miệng đại vực mở tanh banh ngay giữa lồng ngực ám khói, mặt trời rồ dại, mặt trăng thất tiết... Và con người, con người thành kẻ thất lạc chính mình.

mỗi lần đi
một hỏi đường
tôi chậm lụt giữa nộ cuồng thế gian
giữa trăm khốc liệt giăng hàng
tìm đâu
tôi ?
ở ngổn ngang sự tình

Không phải tự nhiên mà lục bát đèo bồng làm mặt lạ. Tại đã tới lúc người ta lạ mặt với chính mình và với cả thế giới chung quanh. Thiên nhiên không còn là cõi trú ẩn bao dung và tha nhân thì trở thành địa ngục. Con người tới và đi như khách lạ ngang qua cuộc đời tựa quán trọ buồn hiu. Cõi nhân gian rốt lại chỉ là một cõi giả hình và cuộc sống nếu có thật chỉ gom lại trong từng khoảnh khắc. Chân lý thay đổi như trò mạo hóa. Mọi đối cực của cuộc đời là trò chơi của chữ nghĩa và sự chọn lựa về một phía nhất định chỉ là thái độ ngụy tín nhất của con người. Đầu-đuôi, trên-dưới, ngược-xuôi, trong-ngoài, tốt-xấu rồi ra cũng chỉ là những khái niệm hết sức tương đối, hình học không gian đã phá vỡ định đề Euclide, ở bên ngoài trái đất trên tuốt mấy tầng mây mọi thứ đã lộn nhào, và sau cuộc đổi đời năm ấy, những nấc thang giá trị cũng lộn tùng phèo trong lòng ta. Còn lại gì không, có còn lại gì không trong lòng ta, thế quân bình huyền thoại.

mỏng manh
là sợi tơ tằm
hoang mang là tiếng thơ
thầm gọi tên
là trăm con chữ tật nguyền

là trăm con chữ tật nguyền ? ở chữ nghĩa đã tật nguyền nên chỉ đưa đến ngộ nhận và bế tắc.

Đến một lúc tất cả trở nên nhòe nhoẹt, lờ mờ, nhập nhằng, lợn cợn... đường ranh biện biệt đã mỏng hơn sợi tơ tằm thì còn chỗ nào để phân biệt phải-trái, đúng-sai, vui-buồn, mê-tỉnh... Đã không rõ ràng thì chỗ nào là chỗ phải dừng. Mà dừng lại có chắc đã đúng chưa khi hạnh phúc chỉ là mặt này của đau khổ mặt kia, khi tiếng cười có khi chỉ là ngụy trang của tiếng khóc, khi yêu đương chỉ là mầm móng của tan vỡ, và mộng mị chính là khởi đầu cho một cuộc tự sát dịu dàng. Vậy thì có cần phải đi ngay về thẳng, đường đi có còn chỗ tới khi chỗ về đã bít đường lui. Sao không lung lăng khi chính lòng ta khệnh khạng, bối rối, mù mờ trước những đối cực bất phân. Sao không xiên xẹo khi chính lòng ta còn không ngay ngắn, nữa là.

chao ơi
thiệt tội đêm dài
nghiến sâu thân thế
lạc loài thể thân
chừ
trùm cái bóng phân vân
về mô cũng đụng chút gần
thịt xương
....

ta về
nhang khói lắt lay
thôi âm hồn nọ
vẫn ngày dương gian
....
ta về
như gợn gió âm
ở lâu vết buốt
ngực trầm tích kia
giọt mưa giọt lệ đầm đìa
thất phu
nhoè buổi ta về
trắng
không

nghe không em, thơ như cái hơi thở rướn từ một vết thương chí tử, vói, níu, bắt tràm qua cuộc sống, như cái hơi thở hắt từ một trái tim đã mỏi nấn nuối qua bờ cõi tử sinh. Những câu những chữ rơi, rụng bất ngờ như chính những bày-đặt-rất-tình-cờ của định mạng. Đọc lại trên môi, đọc lại trong mắt để thấy rõ ràng cái chúng ta không thấy được, bộ mặt thật của cõi người, phân vân, lay lắt, lộn xộn, lu bu, rối bù... Thơ như một cố gắng vớt vát để định hình cái không có hình dáng nhất định, cuộc đời, tình yêu, hạnh phúc, đau khổ, niềm vui, tiếng khóc, câu cười... đã không còn là cái như ta đã tưởng, đã thay đổi rồi khi chính lòng ta đã lụy, từ khi...

Bởi vậy, đâu phải khi không lục bát bỏ hàng rẽ lối, chệnh choạng, khấp khểnh. Bởi chính lòng người đã thương tật nên vóc hình cũng khấp khểnh, chệnh choạng, bỏ lối rẽ hàng đó thôi.

Mà hổng chừng phải vậy lục bát mới tận tụy được cùng ta, cuộc trầm luân đó.

Từ khi Picasso chẻ hình người ra làm trăm mảnh vụn thì bộ mặt nhân gian cũng đâu còn lành lặn nữa. Hoặc chỉ lành lặn theo cái mỹ cảm mới. Mỹ cảm của chất nổ banh da xé thịt, của lò thiêu người, của ám sát chính trị, của họa diệt chủng... Lần này, với Hoàng Xuân Sơn cái trật tự lành lặn cũ cũng phải bị phá đổ đi để lập lại một trật tự mới, trật tự của cuộc điêu tàn mới. Lục bát bị xé ra từng mảnh rồi ráp lại theo cái nhìn vỡ vụn của con mắt điêu linh. Chỏng ngược đầu xuống đất, mọi sự có dị thường hơn khi đứng hai chân trên mặt trần gian này mà làm thơ ? Thơ lộn lạo như cõi hồng trần tất tả, thơ hổn hển khi con tim đập sái nhịp nhân gian, mệt đừ

tiễn cung . vút
một đuôi mày
hỡi ơi tình lụy
ngón tay
trễ tràng

Từ cái vị trí lỏng chỏng của cuộc sống bất an, của cái tâm bất định, của cái tình bất khả, thơ là đường bay lêu lỏng của con tim bất trắc trong một thế giới bất ổn. Như vậy có gì bất thường đâu khi lục bát vặn vẹo, co rúm hay luông tuồng suồng sã ... chẳng qua như cái hơi thở của mình, những khi... đời dở chứng.

... khi đó, con tim nhỏ xíu đập, chòi như đuôi cá mắc cạn
... khi đó, cổ thắt nghẽn như cái cần đàn bẻ quặp lại sợi trúc ti

lệ từ trích một nét ngang
nguyền thân đuối . lả
quy hàng my nương

Khi đó, lục bát là hơi thở rướn níu ta lại với cuộc đời.

CAO VỊ KHANH

SAN PHI
LỤC BÁT HOÀNG XUÂN SƠN

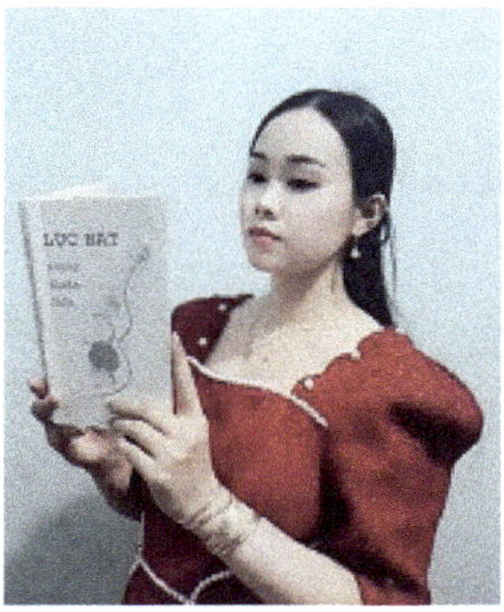

Nếu ai đó hỏi tôi ai viết thơ lục bát hay, thì tôi sẽ trả lời ngay mà không cần suy nghĩ, tôi yêu lục bát Hoàng Xuân Sơn. (phải chăng tôi đã yêu thơ anh từ cái nhìn đầu tiên?)

Vâng! Tôi bị "thôi miên". ngay lần đầu tiên đọc lục bát *Hoàng Xuân Sơn.*

Vào những ngày đầu xuân 2023, tôi nhớ có những đêm tôi thao thức giữa canh trường mông lung, thả mình lạc vào mênh mông vô tận, đôi cánh đêm mỏng manh như muốn nuốt chửng tâm hồn, như thèm quả trăng non rơi xuống tận cùng ngày. Trăn trở khuya, tôi đẫm mình trong sắt se khẽ tự tình đêm thâu.

Và bao điều kỳ diệu khởi lên trong tôi cũng từ lúc đó, tôi mơ hồ giang cánh tay đón một làn nắng dịu dàng. Tôi cảm được sự nồng nàn ấm áp của thi ca.

Chấp chới ngón tay
kỳ tình
tôi khều trăng giữa mùa
nghinh phong
đầy

giấu một phiên nồm hây hây
vết son chân vế
lên mây huyền hồ
nghe cầm diệu tấu vi lô
ngày thuyên đã giục tiếng hò sông xanh
thoáng là chim
ở nhược cành
làm sao tôi biết hoàng oanh gọi chiều
thôi. bình minh ơi
cô liêu
hạt trăng đã vỡ
dưới triều mưa bay
(Trích. Mưa Trăng)

Tôi cứ ngờ ngợ những con chữ vừa đập vào mắt là thơ sao?

Ừ! xem sáu tám ngược đời/ chữ ngất ngư chữ câu đòi đoạn câu/ gọi rằng lục bát nằm lâu/ ể mình đứng dậy thành câu thơ rời. (Bài Ngỏ, Lục Bát Hoàng Xuân Sơn, Thư Ấn Quán 2004)

Những giọt sương, những áng mây, những đóa sao trăng kia, hình như đang nhào lộn, rơi tự do và hình như đang nhún nhảy bay lượn từng hạt trăng vỡ dưới triều mưa bay. Từng giây phút thinh lặng, rồi thôi thúc lật tung bao điều ảo diệu đang len lỏi trong tâm trí. Những huyền cơ trong từng con chữ, dậy lên niềm khát khao một cuộc trốn tìm chân như giữa cõi mộng và thực…

không mưa nào
giống mưa nào
mưa trong cổ tích
dạt dào mưa xưa
mưa bây giờ
lạc loài mưa
kể chuyện đời cũ
mưa chưa phục hoàn

giọt bay xiên(g)
nhớ vai cho(qu)àng
giọt ướt hết cả hồn nhiên trú tình
mưa cổ tích
kể chuyện mình
ngày đó có một đôi
. hình nhân
run

Phóng tầm mắt xa hơn, tôi cảm tưởng như mình đứng trên đỉnh núi cao nhìn suốt tận cùng toàn cảnh mênh mông ảo diệu bên bờ siêu ấn tượng.

Có thể trận "Mưa Trong Cổ Tích". làm thay đổi hoàn toàn suy nghĩ về thể thơ lục bát trong tôi: Lục bát Hoàng Xuân Sơn mới lạ, mang tính sáng tạo trong những câu: sáu, tám, rơi mà không tự do, ngắt dòng mà vẫn mạch lạc từng ý tưởng, hình tượng trong một khí hậu thơ ca mới. Tất cả sự ngắt dòng, chấm, phẩy , ký hiệu [ ] v.v thật tân kỳ mà không gây mù rối!

Thơ lục bát HXS xuất hiện như một thôi thúc tiềm tàng nhiều bí ẩn phúng dụ sâu xa.. Bên cạnh đó, giữa thực và ảo, sự kết hợp hành trạng ý thức lẫn vô thức, trí tuệ và triết học. cùng thủ pháp ẩn dụ siêu thực„ kết hợp với thủ thuật thả chữ, nhả ý ... đã dàn dựng một mê trận cho người đọc, những bạn đọc mới lâu nay vẫn lân la với vần điệu khuôn sáo cũ. Điểm son là ý tưởng táo bạo mang đến cho người đọc cảm thức mới. Nhưng điểm yếu là cấu trúc thơ có lúc rối mù gây khó khăn cho người đọc đã có thói quen đồng thuận với từng hậu cảnh lãng mạn ướt át mượt mà theo phong cách cũ. Nhưng tôi tin nếu được tiếp cận, vấn đề sẽ được thời gian giải nén.

trăng rất xa
mây rất xa
tôi về tới chỗ la cà cùng em
trăng đá rêu
ngậm

huyên đường
hương mê thảo
ngọt nhẹ
dường bông tơ
ai níu được một trần thơ
con mắt nho bụi
đã hơ háp tình
đường trời
áo thả phù vân
cho miên man thổi lục cầm
uyên sơ
sóng dây
búng một cung hờ
trăng xuyên với lá ngân
tơ tưởng
mềm
phút cầm tay rộ hương duyên
rồi thì trang nhã với thuyền quyên xinh

(Trích. Từ bài thơ nào không nhớ)

Những bài thơ tình cũng tình ơi là tình! Như một đóa trăng xa giữa cõi thế, một đóa trăng hằng đêm anh muốn khoác một vỏ áo lung linh ảo huyền đẹp thật đẹp. Chỉ có nội công thâm hậu hay một quá trình sáng tác dàn dựng công phu hàm dưỡng mới có thể vực dậy sức sống mới cho cõi miền lục bát vốn êm tai xuôi dòng thuận thảo. "*trăng rất xa- mây rất xa -tôi về tới chỗ la cà cùng em*" nghe như một lời rủ rê nhẹ nhàng chầm chậm chạm nhẹ vào bóng trăng cùng bóng em thì quả là một hình tượng mới mẻ trong bản phối âm những con chữ : " *đường trời/áo thả phù vân/cho miên man thổi lục cầm/uyên sơ/sóng dây/búng một cung hờ/trăng xuyên với lá/ngân/tơ tưởng/mềm/phút cầm tay rộ hương duyên/rồi thì trang nhã với thuyền quyên xinh.* Thật đẹp. Và thơ mộng.

Đẹp tới sững sờ, rất tự nhiên, uyên sơ như những con chữ xuôi theo từng nhịp tim, tạo một cảm giác làm mê hoặc tha nhân dưới bóng liêu trai kỳ bí. Tôi tin Lục Bát Hoàng Xuân Sơn sẽ dần dà làm quen với ngày tháng mới, vượt qua nhiều phản bác vốn có từ thói quen hoài cựu để có thể mở hé một cánh cửa sinh từ cho sự tìm tòi đổi mới bút pháp trên đà tiếp cận với trào lưu sáng tác hiện đại.

Một năm trôi qua…

Những rung động trong thơ hxs vẫn cứ thôi thúc tôi từng giây phút, như hạt mầm ủ ấp, rồi từng ngày dậy lên mầm xanh, tỏa hương nồng nàn. Tôi có cảm tưởng mình như chiếc bóng khuya đang chuyển mình thao thức cùng dòng thơ biến thể. Những ý tưởng và hình tượng mới mở ra một cánh cửa nồng nàn cho sinh hoạt chữ nghĩa của riêng mình, dìu êm qua những phong thái kỳ thú, thi vị.

Cảm ơn anh, tác giả hxs đã có những chia sẻ gợi mở, như những tia nắng ấm áp đã dẫn dắt tôi vào con đường sáng tạo đúng đắn và cần thiết trong tương lai

Tôi đã bắt đầu tự tin hơn rất nhiều! Với một niềm vui giản dị chưa từng

Nâng niu từng tập tác phẩm được trao tặng: Lục bát Hoàng Xuân Sơn - Huế Buồn Chi -Viễn Phố... .

Tôi nghe như mình được ôm lấy cả bầu trời! Lật ngẫu nhiên vài trang của tập thơ Lục bát HXS, tôi đã bắt gặp :

*"Hẹn cùng một buổi mai/ lên dốc trời/ miên thẳm/ hát rền/ tiếng mây/ ồ /sương đã kín vai ngày/ mà vai em/ cũng buộc / gầy/ sương hoa ..."*Sáng tinh mơ khi bình minh vừa thức cũng là lúc sương mù giăng chiều dày đặc cõi miền rong chơi, một bầu khí thăm thẳm trong veo, không gian thoát tục, tôi cảm tưởng mình là một cánh thiên nga tự do bơi lượn bồng bềnh phiêu lãng, tưởng chừng như giang cánh tay ra là đã chạm được mây trời sóng nước. *"hẹn nhau/ về độ giang hà/ nghe hồn thủy mật/ phù sa tuổi đầy/ bãi đời/ cho cánh thuyền say/ hẹn cùng trăng nữa/ mai này tinh ân"*

(Trích. Hẹn Cùng)

Sài Gòn vốn xô bồ nhộn nhịp, trong tâm tưởng của tôi bỗng dấy lên một trường thi êm đềm ngọt dịu đến nao lòng.Tôi đã trải hồn theo bút pháp điêu luyện tinh tế trau chuốt từ một ngòi bút đầy kinh nghiệm với ngôn từ thẩm mỹ, nội công hàm dưỡng cao siêu.

Còn rất nhiều những áng thơ hay tôi rất muốn giới thiệu đến các bạn. Nhưng trong khuôn khổ hạn hẹp của bài viết, phần trích dẫn thơ xin được dừng ở đây!

Xin cảm ơn tác giả *Hoàng Xuân Sơn v*ới tập thơ Lục Bát rất thẩm mỹ từ hình thức đến nội dung. Xin ân cần và trang trọng giới thiệu đến quý thân hữu và bạn đọc!

Cảm ơn anh đã truyền cảm hứng, dòng lục bát mới đầy nội lực, đam mê; mang vẻ đẹp một nguồn viết tràn đầy sáng tạo, rất ấn tượng và thi vị.

)-:

SAN PHI
ngày 18.1.24.00.3

Danh ngôn về tình yêu:

"Tình yêu không phải là thứ bạn tìm thấy, mà là thứ tìm thấy bạn." – **Loretta Young**

"Yêu không phải là nhìn nhau, mà là cùng nhìn về một hướng." – **Antoine de Saint-Exupéry**

"Tình yêu đích thực là khi hạnh phúc của người kia quan trọng hơn hạnh phúc của bạn." – **H. Jackson Brown, Jr.**

"Yêu là trao đi tất cả mà không mong đợi điều gì đáp lại." – **Albert Camus**

"Tình yêu là thứ duy nhất mà chúng ta có thể trao đi mà không bao giờ mất." – **Elbert Hubbard**

VŨ HOÀNG THƯ & *PHƯỢNG*
MÙA XUÂN XANH NÚI LẠ

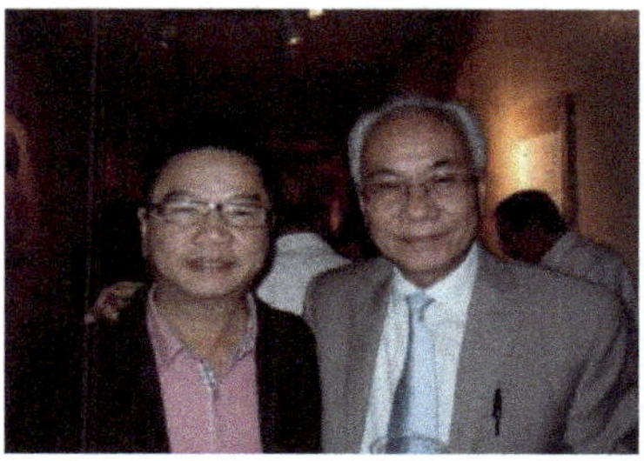

Hoàng Xuân Sơn và Vũ Hoàng Thư trong buổi ra mắt sách Cũng Cần Có Nhau.

ngọ về chân tiêu sái
lục bát ngát hương lai
mùa xuân xanh núi lạ
thơ vàng sững thiên nhai

Lần đầu đọc lục bát Sử Mặc-Hoàng Xuân Sơn trên Văn Học, tôi thấy có chút gì hơi khô. Có lẽ tâm thái bấy giờ vẫn còn day dưa với thứ lục bát máu me thập thành, gùn ghè lung linh sương bóng các thứ của Bùi Giáng. Thế rồi dần dà đọc thơ của anh, tôi bắt gặp mình leo trèo bậc thang của những câu 6 xuống hàng bất tử, tưởng mình muốn té nhào. Chưa hết, những câu 8 vặn vẹo đứt khoảng, đang không có dấu chấm hết câu ở giữa chừng hồng trần dập dìu ong bướm. Những bước sắp té, những lần hụt hơi theo lục bát của Hoàng, thấy phía trên quai nhai sừng sững, nhìn phía dưới địa vực hun hút, thâm trầm miêu cương mạc ngoại. Thế là người đọc phải hồi lại. Hồi lại và ngồi xuống vệ đường. Để làm chi? Để gay cấn với đa đoan và hồi lai trong tịch mịch, vì thơ của Hoàng đa số là thơ hàn lâm, chữ nghĩa trúc trắc, dày nội công hằng hằng chất vấn. Đọc thơ của chàng chẳng phải ngâm nga dễ dãi, phải biết "khươi" ra, nếu nói theo phương ngữ "Huế mềnh". Khươi nhiều điều ẩn giấu bên dưới vì theo anh "chữ nghĩa thần kỳ, đắc địa là do quá trình suy nghĩ, chiêm nghiệm của mình thôi . Dĩ nhiên cũng phải có công phu hàm dưỡng. Những con chữ ẩn tàng đâu đó trong vô thức . Được dịp là bung ra kịp thời kịp lúc. Cái đó có phải là trời đãi ?" (trích Gio-O Lê Thị Huệ phỏng vấn). Thật sự anh đã làm mới lục bát với chữ nghĩa bác học trong tình tự 6/8. Có lẽ vậy, không biết tự hồi nào tôi bắt đầu thích lục bát của Hoàng Xuân Sơn.

Cứ lấy thử một bài từ kho thơ đồ sộ của Hoàng, chẳng cần phải lựa chọn, sàng lọc, anh có vô số bài thơ hay,

Về
cưa đôi phố bưng biền
phố văn ở phía sơn tuyền nghe mưa
lay . bay
chừng hết cọng mùa
mà dư bóng tiệp
kẽ . lùa
khe âm
nhớ khuôn tượng. vắt. âm thầm
cạn kiệt với chút sanh cầm luyến lưu
giấc trời nhẹ lắm
tơ cừu
áo khinh cởi giữa cuồng lưu
thác ghềnh
mai về
phố hãy còn chênh
xin bàn tựa ghế
cho tình nhẹ nâng (*)

Đó, những dấu chấm giữa đàng, xuống hàng chết người.

lay. bay

Lay cho cơn động tình dài, và bay nhuyễn nhẻ thân cài thân trong?

mà dư bóng tiệp
Lùa thân nhập điệu lên đồng, hai mình trùng điệp tiệp hồng bóng ôm?
kẽ. lùa
khe âm
Kẽ dương mời gió trêu ngàn, về khe chen vực âm hàn còn ngân.
Thơ như rứa đó, câu nào câu nấy khơi mở một trời thơ.
Hãy cùng đọc tiếp mấy câu anh làm mới đây,

lần hồi
thơm một dấu tay
người quyn tơ giấy. để gầy vóc. lem
thơm run một cánh hoa mềm
trong nắng
trước gió
ngoài thềm trăng   lay (*)

Ở câu cuối, không đâu có một khoảng trống giữa "trăng" và "lay". Đang nhìn trăng bỗng nhiên thấy bao điều về trăng kéo về, chớp nhoáng như thiên hà đổi vị? Người ngưng sững. Không lời. Chỉ có vô ngôn lấp trống khoảng cách trăng lay. Cái gì đã bay qua trong vũ trụ ở thời khắc ấy? Cánh hoa mềm đọng lại lòng ta, vóc gầy thêm phần lem luốc cho run rẩy dậy hồn mùi thơm? Hay lem lẻm liến thoắng nói cười trong nắng trong gió? À, thi sĩ trong phút giây lâng lật, có nói cũng bằng thừa, thế nhưng phải kết thúc câu thơ bằng gì nhỉ? Lay. Lay lay lay đứng một mình. Lay tỉnh cơn mộng lay mình cuộc mơ. Trăng đứng yên mà ta lay. Thích thú là chỗ đó. Riêng một mình.

Hồi đó có lần thấy email của Hoàng Xuân Sơn trên Gio-O, tôi bèn gửi anh mấy câu ca ngợi, đại khái là "lục bát của anh bây giờ thật nhuyễn nhừ", anh cám ơn và hỏi tôi là con gái hay con trai (có lẽ tên VHT phảng phất đôi phần anh thư chút chút?). Dạ thưa nhà thơ, tôi đực rựa chăm phần chăm. Thế là quen anh từ đấy. Qua lại email nhưng chưa biết anh là người như thế nào, chỉ nghe anh tự tả,

tôi mắt sâu mày rậm
có người bảo: tướng dâm!
thiệt ra tôi sống rất lặng thầm
trong ảo tượng những cuộc tình
ba khía
cua kẹp đau điếng
[càng to càng bé]
nơi hang ổ đầm lầy vọc trăng
cái vạ đùng đùng
thân óp xọp (*)

À há, đúng gin của dân chịu chơi. Thế anh làm thơ như thế nào?

tôi làm thơ
thơ làm tôi
làm nên một cuộc núi đồi
mây
mưa
từ hoang sao mọc đến giờ
có nắng chấp chới
có mờ mờ sương
có du di
một con đường
đâm qua ngã bảy
tuồn về ngã ba
có tôi
say điệu ngà ngà
sương sương một ngụm
ta bà
trăng hoa (*)

Tôi gặp anh đôi lần ở Nam Cali, quả đúng là người lịch lãm giang hồ tự thời quán Văn thế kỷ trước, chịu chơi, lịch thiệp với bạn bè. Hơn thế nữa, tôi gặp một con người nhân hậu ở anh, mến ngay sau vài giây phút đầu gặp gỡ.

Cuối năm, Mai Trang Chủ cho biết cô nương sẽ làm tiệc đãi sinh nhật anh Hoàng Xuân Sơn trên Mai Hoa Trang, gấp gáp tôi chỉ có đôi lời gửi đến chúc mừng sinh nhật anh. Chúc anh nhiều sức khỏe thêm vài chục năm nữa đặng tiếp tục bù khú với Thơ và bằng hữu nhân gian…

ở xuân núi dựng truông ngàn
bình minh sớm niệm lang thang hồng
hoàng mơ hạt nắng kết bông
lục bát đeo đẳng thơm nồng cõi thơ

Chúc Mừng Sinh Nhật!
Vũ Hoàng Thư & Phượng
Dec. 28, 2017

(*) Thơ Hoàng Xuân Sơn

ĐOÀN MINH ĐẠO
QUI CỐ HƯƠNG QUA THƠ HOÀNG XUÂN SƠN.

Tóc trầm hương
Đường lá muối trượt cỏ thơm hoang lạnh
Cơn mưa đơn xướt cánh chim chao
Mịn màu áo em
Chiều men lam Huế
Hoa sứ bung mê vương phủ phong rêu (ĐMĐ.)
***

Vừa nhận được hai thi phẩm Thơ Quỳnh và Huế Buồn Chi của Thi sĩ Hoàng Xuân Sơn gửi tặng đến với niềm vui Nam Cali những ngày mưa hiếm hoi cùng lùa đưa cái ướt át như thơ tình thời thanh xuân sung mãn của nhà thơ họ Hoàng với Buồn Lô Dung khi chiều quải nắng qua từng đợt sóng Hương Giang Huế ;

Gối đầu lên mùa lũ
buồn Lô Dung đổ dài
vạt chiều quai nắng thắt
ngoi ngóp dặm triều phai
......
Miên miên đầu cổ tự
Để lở bồi. xa hương
ngạn đau rồi tả hữu
hồi âm dẫu một đường
Thôi mắt xanh đồng ấu
đêm ở tận sương hồng
Lô Dung buồn mai hậu
hò vẳng cuối bờ không (HXS.)

Hồn quê chỉ qua những hình ảnh thấm đậm nhân cách tài

hoa lãng mạn cả trong thi ca và âm nhạc của Hoàng, nỗi nhớ quê hương ấy trong xa cách trở thành đầy đặn như những dấu lặng trong âm nhạc, như những khoảng cách không gian âm vang. Ngôn ngữ thơ Hoàng tinh tế, giàu sang cho phép ta cùng Hoàng gặp gỡ Bắc Đảo để cảm nhận đồng điệu trong bài thơ Tân Niên 在倾听那最短促的停顿 Tại khuynh thính na tối đoản xúc đích đình đốn (Nghiêng lắng nghe khoảng lặng dừng ngắn ngủi) đó là thời gian. Khoảng lặng cần để "Chính ngòi bút nở hoa trong tuyệt vọng", Theo Bắc Đảo: "Thơ cải thiện đời" kết quả là gì? Văn thơ của thi sĩ giống như cánh diệc viết trên mặt nước, Giữa không gian mặt nước và thời gian vỗ cánh ! Nơi đây yếu tố không gian và thời gian của thơ và nhạc là điều kiện tất yếu. Hoàng mở ra một khoảng cách không gian, chân trời xa lạ cùng nỗi nhớ quê (nostalgia) và khoảng tĩnh thời gian trong thơ Hoàng "Những Bản Đàn Dấu Lặng":

Những chuyến tầu xuôi nam hú hồi giã biệt đêm-mưa-hư-linh
đêm nghe Linh Phương những bản đàn dấu lặng
chợt nhớ ra một buổi chiều xanh xưa sương khói
con chim nhỏ đứng trên vai cầu
ngó xuống giòng sông
lặng lẽ
Không nhìn ra nữa đâu là trăng đâu là tóc
năm xưa mắt biếc
hình như đã lâu lắm rồi
những sợi tơ trời không còn bay trên tóc người chớm hạ
vai áo rồi mong manh
trắng chìm cơn mưa hồi vọng
thuyền đi thuyền đi xa
vút hồng đôi cánh. (HXS.)

Thời gian lặng đẩy không gian ra xa, cách biệt, "Huế, từ phong vũ" Hoàng viết cho người bạn rất thân của anh, Ngô Vương Toại tâm sự về những hình bóng quê hương với Hoàng là Huế với Toại là tỉnh Nam!

Tôi nhớ em từ sông mắt trong
Từ dáng em trôi tóc mượt bồng
Xa nhau nước dỗi hai mùa lá
Em chờ bến cũ muộn màng rong
Tôi nhớ hơn là chim nhớ mây
Nhớ mùa thu nguyệt xuống heo may
Nhớ ơi xa quá ôi là nhớ
Mưa giọt vô tình trong đêm nay....(HXS.)

Heidegger từng minh giải yếu tính thơ qua đúc kết năm mệnh đề thơ Hölderlin, tạm thời ta nhấn mạnh vào hai đề cuối: “”Ngoài ra mọi di sản được tạo tác bởi các nhà thơ.” và “Thật chính đáng, song thơ mộng, khi con người lưu cư trên mặt đất này.”

“Thơ là nền tảng bền vững của lịch sử, và do đó không chỉ là một diện mạo của văn hóa, hơn hết không phải là “sự thể hiện” đơn thuần “linh hồn của một nền văn hóa.” Rốt cuộc, sự tồn tại của chúng ta là thơ mộng trong nền tảng của nó không thể có nghĩa là cuối cùng, nó thực sự chỉ là một trò chơi vô hại. Nhưng không phải chính Hölderlin , trong câu quan trọng đầu tiên mà chúng tôi đã trích dẫn, lại gọi thơ là “công việc ngây thơ nhất trong tất cả các nghiệp nghề”? (But does not Hölderlin himself, in the first key verse that we cited, call poetry “this most innocent of all occupations”?) Heidegger.

“Thôi mắt xanh đồng ấu
đêm ở tận sương hồng” (HXS).

Yếu tính thơ hình thành từ ngôn ngữ, thơ bằng thể điệu của mình gọi tên sự vật, ngôn ngữ thơ mời gọi sự sáng tạo, lập thành bản thể. Một thế giới qua thơ phơi mở với chúng ta. Và cách mở phơi ấy là cung cách của nhà thơ Hoàng Xuân Sơn mà tôi chợt cảm nhận mối tương giao khi đọc thơ Hölderlin; thơ là cánh chim báo bão với không gian rừng thiêng kêu gọi ngày mới, trong cuộc Qui Cố Hương, về nhà (Heimkunft):

Dennoch merket die Zeit der Gewittervogel, und zwischen

Bergen, hoch in der Luft weilt er, und rufet den Tag.
Dẫu sao chim báo bão ghi dấu thời gian và giữa
núi rừng bay lượn trong không trung kêu gọi ngày.

thời gian đi và đến không gian xa hay đặc quánh, phân sáp, cách biệt ; đọc thơ hôm nay "Ngủ, và các thức khác" của Hoàng Xuân Sơn cảm xúc tôi cao lớn sâu đậm hơn, có lẽ do tôi bặt gặp anh phần nào cùng với thời gian khi qua tuổi cứ thuận theo lòng mình không ra ngoài khuôn phép; "Tòng tâm sở dục"! :

Rồi đến rồi đi cũng như nhau
Chẳng biết thời gian lâu hay mau
Ngồi miết một chỗ ngồi đặc quánh
Mà nhớ bao la một tạng màu
Nhớ quá tranh xưa thời xanh xám
*Ai mới tô thêm một chút hồng **
Cánh áo mùa hè khăn thu lụa
Mát rượi vô vàn những bến sông
Núi đã xa. Và rừng thật xa
Thì người cứ ngủ giấc như là
Trăng treo trên đỉnh hồn non dại
Một bóng nhu cầm như bóng ma
)(
hoàng xuân sơn
30 tháng 10, 2022
*ý, hoàng xuân giang - Nhờ Em Giữ Lấy Tình Ta

Tóm tắt đọc thơ Hoàng Xuân Sơn như một cuộc Hành hương kỳ thú với tinh yếu ngôn ngữ, nhất là hậu kỳ thơ anh. Cũng như bất cứ nhà thơ lớn nào, thơ Hoàng Xuân Sơn là món quà, một tặng vật cho cuộc lưu cư của chúng ta trên trần gian,

* *

ĐOÀN MINH ĐẠO

ĐOÀN NHÃ VĂN - Bản mới

Vài Ý Nhỏ Về Những Dòng Lục-Bát-Gãy Của Hoàng Xuân Sơn

Đã lâu, tôi không đọc thơ lục bát nữa, trên các tạp chí cũng như trên các diễn đàn trên mạng. Bởi, trước tiên, tôi vẫn nghĩ, lục bát là thể loại dễ làm, nhưng rất khó hay. Rất hiếm thấy những bài lục bát sau này làm xao xuyến người đọc. Đọc hoài những bài lục bát không hay ấy, thật phí thời gian. Thứ đến, tôi nghĩ rằng nó đã qua thời kỳ đỉnh cao và không còn là thể thơ của hôm nay. Cho nên, tôi hiếm khi dừng lại ở những bài lục bát bắt gặp, đó đây.

Từ lâu, tôi vẫn nghĩ, lục bát được khởi đi thật đẹp từ Nguyễn Du. Lục bát được tiếp tục bởi Huy Cận, Bùi Giáng, Viên Linh, Cung Trầm Tưởng và những Nguyễn Trọng Tạo, Nguyễn Duy v.v. Đó là những người "ăn ở" thật lâu, với lục bát. Chính sự ăn ở lâu dài ấy, cùng với bản lãnh nghệ thuật của mỗi người, họ đã để cho đời nhiều bài lục bát hay, nhiều câu lục bát xôn xao lòng người.

Từ lâu, tôi vẫn nghĩ, lục bát của Nguyễn Du mang cái đẹp cổ độ. Lục bát Huy Cận với những mang mác buồn hiu. Lục bát của Bùi Giáng rong chơi theo tháng ngày. Lục bát của Viên Linh với những hình tượng ma lực. Lục bát của Cung Trầm Tưởng đầy mãnh liệtnhư thể xẻ đôi sông núi v.v. Ở họ, những câu lục bát xoáy vào trái tim nhân thế. Ở họ, lục bát như mở ra một vùng mênh mông, trời- bể. Ở họ, lục bát như tách đôi nhật nguyệt, ngày - đêm.

Xin được chép lại vài câu lục bát đẹp của một vài thi sĩ vừa nhắc bên trên.

Này là lục bát Viên Linh:

Ở đây sầu đã tan tành
Người đi chưa đủ về quanh chiếu ngồi.

Hoặc

Mưa đưa tôi lại Sài Gòn
Trán căng nhiệt đới hồn còn Đông Dương
Gặp em trở lại lầu chuông
Dang tay nện xuống hư không một chày.
Hoặc
Chiều nay mưa dưới âm ty
Ta nghe kiếp trước thầm thì hỏi han

Đây là Cung Trầm Tưởng, trước 1975:
bù em góp núi chung đồi
thiêu nương đốt lá cũng rồi hoang sơ.
bù em xuôi có ngàn thơ
vẫn nghe trắc trở bên bờ sông thương
quên thôi, bông sẽ phai hường
mà xưa tiếng gọi nghe dường thiên thu
Và lúc ông đi tù, sau 1975
Sớm đi đội gió đỉnh đầu
Tưởng như hồn chết giữa vầu nứa khô
Đường lên giang nứa nhấp nhô
Ngã nghiêng mây núi, lệch xô đất trời
Và ngay cả Thanh Tâm Tuyền, ngọn hải đăng của dòng thơ tự do, cũng có những câu lục bát hay:
Trót nghe não tiếng cười đùa
Xóm hoa mưa đổ hương xưa nghẹn ngào
Thuở buồn ai đẹp phương nao
Cuối đầu trinh khóc xôn xao trêu người.

Tôi vẫn nghĩ, ở thời điểm hôm nay, hiếm có một nhà thơ nào còn "dám" thủy chung với lục bát, khoan nói đến chuyện tạo nên những câu thơ thu hút hồn người. Cho đến khi tôi bắt gặp tập thơ "Lục bát Hoàng Xuân Sơn".

Phải công nhận ông là một người can đảm trong sự chọn lựa của mình. Can đảm, bởi hiện nay rất hiếm người còn đu mình vào thể loại này. Nó như một trang sách cũ, đầy ắp những kỷ niệm đẹp. Nhưng dù đẹp thế nào, sách cũng phải sang trang. Nhiều người đến với nó, một vài bài, năm bảy đoạn, rồi đi. Nó như một bến đỗ, chứ không phải nơi chốn định cư cuối cùng.

Vậy mà HXS đến, và ở lại với nó khá lâu dài. Ông chấp nhận cái bào mòn ghê gớm của thời gian, với thể loại này.

Với tựa để "Lục Bát Hoàng Xuân Sơn" nhưng thực ra, cõi lục bát này không còn là thể lục bát nguyên thủy, sáu-tám nữa. Lục bát xưa là thứ sáu trên, tám dưới, câu này mời gọi câu khác, như hai bờ sông chạy dài hun tút, như suối gọi suối tuôn đổ ra sông; sông gọi sông cùng nhau ra biển. Lục bát xưa, sáu-tám rành rành như sự phân chia của trời và đất. Lục bát xưa mang những âm điệu trầm buồn, mang mác mênh mông. Trong khi đó, lục bát của HXS, tôi tạm gọi là lục-bát-gãy. Câu sáu đã gãy ra, câu tám đã đổ xuống. Thứ gãy và đổ đó như thể tiêu biểu cho cuộc sống nhiều sóng gió, đầy gập ghềnh của những tâm hồn lữ khách, hôm nay.

Lục bát của HXS không có cái chất ma quái như ở Viên Linh, không chứa cáimãnh lựcở Cung Trầm Tưởng, cũng khác hẳn cái đẹp u sầu của Thanh Tâm Tuyền. Lục bát của HXS không là lục bát cổ điển. Lớp áo sáu, tám đã thay đổi hoàn toàn. Lục bát của HXS không còn là lục bát như hai bờ sông, bên sáu, bên tám, kéo dài hun hút. Lục bát của HXS là thứ lục bát gãy và đổ, theo cả nghĩa đen lẫn nghĩa bóng. *Sáu và tám gãy ra, đỗ xuống.*

"Theo mùa mận chín qua sông
miếng thơ miếng đạn
miếng tròng trành
hoa
(...)
Cõi riêng mùa hạn chắc giờ?
trái chua mận cắn
chia bờ
xót ____________________xa"
(Qua sông)

Câu thơ bị ngắt đi, mang nỗi đau xót, nghẹn ngào. Miếng thơ, miếng đạn, miếng tròng trành là những chữ mới. Mới và đẹp. Không còn là khổ thơ, hòn đạn; cũng không còn là cái tròng trành, chơi vơi. "Miếng" làm cho câu thơ lạ hơn, và đi xa hơn. Từ đó, dẫn đến đoạn cuối bài thơ một hình ảnh đẹp khác. "Xót" và "Xa" là hai bờ khổ lụy. Giữa chúng là một đường nối dài về cõi chân trời. Cái chia bờ, không còn là nỗi xót xa bình thường, nó đã trở thành cái đau xót, xốn xang, và miên viễn.

Hoặc là

"Một vòng dang rộng xa khơi
một ôm hụt hẫng
phiên trời thâm căn
ngồi nghe thương thế lịm dần
với mốc meo nắng
với tần ngần mưa
với mưa
với mưa
với mưa
với môi bần bặt âm thừa khổ sai..."

(Vẫn ngồi)

Mốc meo nắng, tần ngần mưa đã không còn là cái nắng, cái mưa bình thường. Đó là cái nắng của lịm dần thương thế. Đó là cái mưa của bần bặt của âm thừa khổ sai. Cái nắng đó đã vượt qua cái "nắng mưa là bệnh của trời" của Nguyễn Bính. Cái mưa đó cũng đã rời bỏ cái mưa man mác buồn của Huy Cận. Gãy và đổ trong câu thơ làm cho cơn mưa từng đợt, kéo đến, rồi đi, rồi lại đến. Và mưa như không dứt, giữa một dòng đời vốn đã nhiều meo mốc. Câu thơ đứt khúc nhưng tứ thơ lại kéo dài. Hơn thế nữa, rất nhiều chữ mới bắt gặp trong những vần lục bát của ông. Mới trong cách dùng, và mới trong chỗ đứng của nó.

Đó là bản lãnh nghệ thuật của thi sĩ.

Lục bát của HXS đã phá vỡ cái khung xưa cũ, sáu trên, tám dưới. Khi vũ trụ thay đổ, con người thay đổi, nhân tình thay đổi, xã hội thay đổi, y khoa thay đổi v.v., thì thể thơ cũng thay đổi. Đó là một quy luật bắt buộc để sống còn. Không chỉ xóa nhòa cái sáu, tám của xưa cũ, thơ lục bát của ông còn đi xa hơn, phá vỡ cái âm điệu du dương thường hằng. Mở đầu của câu sáu, không còn vần bằng như ngày xưa, đầy êm ái nữa, mà là những trúc "trắc", khó lường. Chữ tiếp theo cũng là vần trắc, như kéo dài cái trắc trơ, gập ghềnh ban đầu. Xin chép ra đây một vài ví dụ.

"Rớt xuống ngôi đời chùng chình
mưamưa

chiều. xó – làm thinh bữa rời
áo biển nom như trăng. ngời
như gương lược. kín
như trời, ngực thơm
(...)
cổ kính đời xưa cũng dường
áo sông ra biển chớp nguồn
thôi
giăng.
(Chương sông)
"Phóng bút
vào nơi thâm sâu
vầng trăng bỗng trở nên màu
mực tươi"
(Đọc Thảo An, Mùa chớm trăng)

"Ngủ. Chìm khuôn mặt trẻ thơ
cơn mộng thắm đau giữa mùa xanh non
đánh thức mắt môi
chín ròn
trái. Xui cắn ngập bờ son điệp trùng
diễmdiễm
ngày êm tơ nhung
hồng tươi bông nhũ
ngập ngừng. cánh. nâng..."
(Đọc Hồ Trường An, Thiên đường tìm lại)
Hoặc như
"Vạt nước hắt sương đi xa
trời mưa quyên đỗ
thâm tà áo
bâu"
(Cõi chia)

Lục bát HSX đã thay đổi cấu trúc 6/8, như một bứt phá khỏi cái dĩ vãng xuôi chiều của ca dao, vượt khỏi cái dìu dịu của tiếng ru em ê a, trầm buồn. Lục bát HXS như một sự thay áo mới. Tuy vậy, lục bát của ông, ở một số bài, vẫn còn phảng phất những hình ảnh cũ như: bóng tiệp, tà huy, phồn hoa, cỗ lụy, bạch nhật, thanh thiên v.v.... Những cái cũ đó, đặt trong cái gãy và đổ của lục bát hôm nay, như có điều gì không đặng lắm. Ở đó, nó không chuyên chở được trọn vẹn cái tâm, thế; Ở đó, nó chưa gói tròn cái thương, đau; Ở đó, nó không bẩy lên đủ cái chia, lìa; Ở đó, nó chưa lột trần cái thất, tán của hôm nay. Nói cách khác, ở những bài ấy, cái gãy đổ ở câu chữ chưa kéo được cái cảm của người đọc vào cái đổ vỡ của nhân tình.

Lục bát của HXS, nói cho cùng, là lục bát cố vẫy vùng ra khỏi vùng sông cũ. Đọc ông, để thấy rằng: trên đoạn đường tiếp nối của 6, 8, ông đã ngả mũ chào những người đi trước. Chào hết sức trân trọng. Và chào xong, đường ai nấy đi. Ông muốn tiếp nối con đường 6, 8 nhưng qua ngả rẽ của riêng mình. Trên con đường hun hút ấy, đó đây ma lực của những hồn thơ cũ còn ảnh hưởng, còn vấn vương phần nào đến cõi lục bát của ông.

Làm thơ, là thả những tờ giấy vào lòng cuộc đời. Mà lại là những tấm giấy trơn.

"Làm thơ ơi hỡi làm thơ
Cầm lên thả xuống một tờ giấy trơn".

Vâng, đôi khi một tờ giấy trơn thả giữa dòng đời vẫn có thể tạo ra những cảm giác lạ cho người có duyên, nhặt được nó. Thơ ca, nói cho cùng, không phải là thức ăn ngon cho tất cả mọi người. Vì thế, lục-bát-gãy của HXS càng kén chọn bạn đọc. Tuy nhiên, một khi cái duyên đã bén, cõi thơ này để lại ấn tượng mạnh, và mở ra những điều kỳ thú khác cho bạn đọc, khi chính họ chứ không phải tác giả, khám phá sự liên hệ của đời sống hôm này, với những dòng lục bát của HXS.

Ngắn gọn, lục-bát-gãy của Hoàng Xuân là mẫu lục bát bị cắt, chia, xô, đẩy, như cuộc đời đầy những ra đi,đổ vỡ, chia lìa, thất tán.

ĐOÀN NHÃ VĂN
10/2010

LƯƠNG THƯ TRUNG & LỤC BÁT HOÀNG XUÂN SƠN

{Trong lần chia sẻ bài viết của Đoàn Nhã Văn về thơ Lục Bát HXS, một bạn thơ có nhắc đến tác giả Lương Thư Trung cũng là một ngòi bút nhận định VHNT có giá trị. Xin cám ơn, và xin được giới thiệu một bài viết trong tập Người Và Việc [lần tới sẽ giới thiệu một cây bút khác, nhà văn Vũ Hoàng Thư của biên tập thường xuyên mạng Gió-O]}

"Lục Bát Hoàng Xuân Sơn"(1),

một chỗ cho bè bạn và cho mình.

Lương Thư Trung

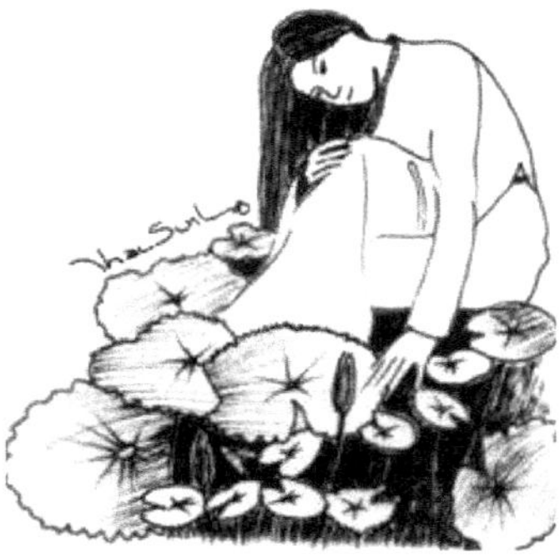

"Lục Bát Hoàng Xuân Sơn" là thi phẩm thứ ba của nhà thơ gốc cố đô Huế sau **Viễn Phố** và **Huế Buồn Chi**, với 143 trang sách gồm 93 bài thơ lục bát . Điều muốn ghi nhận ở đây, dù là lục bát nhưng theo cái cách ngắt nhịp, cắt câu, xuống dòng hoàn toàn rất riêng theo nhịp điệu cảm hứng riêng của tác giả, không theo bất cứ cách tân nào của trào lưu thơ ca mới bây giờ. Lối xuống dòng, ngắt nhịp như vậy được tác giả Cao Vị Khanh ngay trong lời bạt của thi phẩm này, ở phần cuối sách, gọi đó là "hơi thở rướn của lục bát".

Thơ là hồn. Văn là chất. Thơ văn nó chứa cái hồn cái chất của các bậc tao nhân mặc khách . Hoàng Xuân Sơn không ra khỏi cái khuôn mẫu cảm thức ấy. Cái hồn của Hoàng Xuân Sơn là gì nếu không muốn nói là muốn rong chơi, tìm kiếm cố nhân, tri kỷ , bằng hữu . Ông cứ để những suy tư cảm hứng của mình trôi theo con sông đời xuôi chảy đến khắp miền. Nay thì qua Cali, lúc lại về Huế, Boston, Montréal, Atlanta, Sài Gòn, Cần Thơ và nhiều bến bờ chốn cũ khác...Còn cái chất ở ông là những nòi tình rất chân thật , một thứ chân thật được sưởi ấm bằng trái tim nghệ sĩ và từ tâm cảm đó nó đã thăng hoa lên thành những câu thơ chở đầy thân ái . Người đọc bắt gặp trong những vần lục bát xuống hàng bất kỳ chỗ nào ấy như những gặp gỡ cố nhân bất chợt chốn nào. Không ưu ái một ai và cũng không lạt lẽo cùng ai . Mỗi mỗi bằng hữu là chút đời thêm tươi màu, chút hươngthêm ấm lòng, chút thơ rất thơ nơi tác giả. Nhiều lúc người đọc nhận ra một điều là nếu không có tình bạn, nếu không có các tác phẩm văn chương của bạn đối với Hoàng Xuân Sơn, có lẽ không còn gì hứng thú để viết thêm những bài thơ chở đầy tim óc..

Dẫn về điều này, nhiều lắm. **"Lục Bát Hoàng Xuân Sơn"** cái chỗ của bè bạn chiếm gần hết những trang thơ trên giấy quí . Ta thấy nào là "Đọc Thảo An, Mùa Chớm Trăng", "Collage Cao Vị Khanh", Đọc Hoàng Lộc, Ra Tù", "Đọc Hồ Trường An, Thiên đường tìm lại", "Đinh Cường, Những Trái Xu", "Vân Hà, Hồ Minh Dũng", "Chạm ngõ trăng ở một lúc nào đó, Đức Phổ", "Trên mây, tặng một người đi"(ý gởi Nguyễn Xuân Hoàng, tác giả Người Đi Trên Mây), "Tôi yêu tôi"(gởi Võ Đình, sau khi đọc), "Qua Sông"(tặng một cổ áo treillis, đọc Qua Sông Mùa Mận Chín của Trần Hoài Thư) , "Dặm Trường" (gởi Trần Doãn Nho) và còn nhiều lắm....

Với "Thảo-An, mùa chớm trăng" chẳng hạn, Hoàng Xuân Sơn viết :

Phóng bút
vào nơi thâm sâu
vầng trăng bỗng nở nên mầu
mực tươi
còn khăng khăng
dạ yêu đời
chuỗi thanh tân với gọi mời

sương
hoa
ô kìa!
liền lạc xương da
hồng ân vẽ một quê nhà nắng mưa
điểm tranh lên nụ cười
vừa
dấu khắc bỗng cạn
huyền xưa
nỗi niềm
bây giờ khép nụ thuyền quyên
ngàn năm
sóng vỗ
hương nguyền
mới như .
(LBHXS, trang 34)

Đọc qua những vần lục bát của Hoàng Xuân Sơn viết về "mùa chớm trăng" của Nguyễn Thị Thảo-An, chúng ta sẽ khó nhận ra ý thơ nếu chưa đọc tuyển tập truyện ngắn đầu tay "Bức Phù Điêu Khắc Cạn"(2). Bởi những câu thơ dưới đây :

ô kìa!
liền lạc xương da
hồng ân vẽ một quê nhà nắng mưa
điểm tranh lên nụ cười
vừa
dấu khắc bỗng cạn
huyền xưa
nỗi niềm...
bây giờ khép nụ thuyền quyên
ngàn năm
sóng vỗ
hương nguyền
mới như .

nó chứa đựng tất cả nội dung cùng nỗi niềm của Nguyễn Thị Thảo-An, trong truyện ngắn tiêu biểu nhất của tác giả Hoặc như khi tác giả viết về "Qua sông mùa mận chín" với những câu

thơ như Theo mùa mận chín qua sông
miếng thơ miếng đạn
miếng tròng trành
hoa
nhớ em ngọn nước la đà
nhớ chiều phố thị
mưa sa ngợp hồn
qua sông
hình đứng giữa cồn
dáng neo bãi quạnh
thân mòn hóc hang
giày bùn áo trận mênh mang
qua sông vội ánh sao tàn bến mơ
cõi riêng mùa hạn chắc giờ ?
trái chua mận cắn
chia bờ
xót ____________________ xa.
(LBHXS, trang 89)

Để cảm những ý lời trong các câu thơ vừa trích, người đọc có lẽ sẽ phải chịu khó ngồi bên tách trà bốc khói hồi tưởng về một khoảng thời gian lúc còn chiến chinh, người thương binh còn mang trong người vết đạn đang quyện chặt trong máu thịt mình mà thân phận của một người lính trẻ vẫn chưa có một bến bờ nào ghé lại , thì thôi đành "nhớ em ngọn nước la đà, nhớ chiều phố thị mưa sa ngợp hồn...." để an ủi chút lòng. Và chúng ta sẽ hiểu rõ ý hơn khi Hoàng Xuân Sơn viết :"Cõi riêng mùa hạn chắc giờ ? trái chua mận cắn chia bờ xót xa ." nếu chúng ta đọc được bài thơ "Qua sông mùa mận chín" của Trần Hoài Thư, thì những cảm nhận của mình sẽ dễ đồng cảm với người thơ hơn :

Qua sông mùa mận chín
Tháng nắng ngại đường xa
Em ra vườn sau nhà
Hái mời anh chùm mận

Bông mận rơi lấm tấm
Vỏ mận hồng như môi
Ơi em, mắt có đuôi
Má đồng tiền ửng đỏ
Gặp em, người em nhỏ
Nên quên cả đường về
Trái mận nào dậy thì
Anh giữ hoài không cắn.

(Trong thi tập "Qua sông mùa mận chín" của THT, trang 13)(3)

Hoặc bài "Dặm Trường"(4) (gởi Trần Doãn Nho), Hoàng *Xuân Sơn viết :*

Dặm trường
thân chín ủ ê
qua sông mới thấy
mệt mề
truân chuyên
Trầm Hương
từ độ bưng biền
đã tơi cánh áo
vạn miền khất du
con mắt đất
kẽ ngục tù
bàn tay sẻ nhón thiên thu
về trời
bây giờ hồn
đậm trăng khơi
nửa mùa thuyên
cuộc hời
nhân gian.

Bài thơ đi một mạch suốt từ đầu đến cuối như vậy dù cách ngắt câu có chủ đích nhưng nó gói gọn gần 600 trang sách viết về những mảnh đời đầy lao đao lận đận trong truyện dài Dặm Trường của Trần Doãn Nho, quả là một tài tình trong nghệ thuật và một khám phá trong cảm tác mà trong văn giới ngày nay tìm ra một lối đi riêng cho mình như vậy thật khó có ai khác ngoài Hoàng Xuân Sơn .

Cái nét riêng ở Hoàng Xuân Sơn ở đây là khi cảm về một tác phẩm, nhiều bạn đọc thường bày tỏ bằng một bài viết nhưng với Hoàng Xuân Sơn là diễn cảm bằng thơ mà lại là thơ "lục bát". Thơ lục bát như ai cũng nhận ra nó rặt Việt Nam và Hoàng Xuân Sơn muốn mang đến cho bạn, cho người đọc một cái hồn Việt Nam. Nói thế không có nghĩa thơ của Hoàng Xuân Sơn rất dễ dùng chữ và gieo vần . Hay nói một cách khác thơ ông đã đạt đến cái thang bậc rất văn chương mà gần, rất cao xa mà thân ái , rất chí tình mà không thiên vị . Dường như ở đâu người đọc cũng bắt gặp cái bí hiểm của chữ dùng, cái lắt léo của nhịp điệu, cái sâu thẳm của ý lời và cái tình giữa người với người luôn ẩn tàng dưới từng chữ rất "lục bát"của ông.

Thêm vào đó, tưởng cũng cần nhắc ở đây về một cái nhìn rất tinh tế của Hoàng Xuân Sơn về cuộc đời, một cái nhìn rất trầm tĩnh, đượm sắc màu đạo Phật về sự biến hóa đầy hư ảo của cõi nhân sinh :

Đêm qua
lòng nặng u hoài
sáng ra sông núi
chảy ngoài dặm khơi
buồn chơi vơi
hồn chơi vơi
sầu ai lên vút ngọn trời xanh xưa
tuổi tên
không nhớ nữa
từ
hoang đàng mất dấu
niềm cư ngụ này
chim chiều
muông cọng rác bay
hồn tan tác vỡ
cánh gầy

thu
đông
môi yên
chừ
sợi nắng hồng
về hoa trăm nụ
tàn không
cuối đời.
(Ý thường, LBHXS, trang 127)

Qua các vần thơ vừa trích, thi sĩ của chúng ta "tuổi tên không nhớ nữa" nhưng thật lòng là muốn tự vấn mình "ta là ai?", làm chúng tôi nhớ đến Ramara Maharishi (1879-1950), còn được dịch là Đại Thấu Thị (5), một vị đã nhìn thấu suốt vạn sự , một trong những bậc đại giác ngộ Ấn Độ đứng vào bậc nhất trong thế kỷ này . Phương pháp giảng dạy của Sư không đi vòng quanh, rườm rà mà chỉ thẳng vào tự tính thanh tịnh và hướng dẫn người tìm học bằng cách tự vấn rằng "Ta là ai ?"

Trong thơ văn Phật Giáo Việt Nam hiện đại, Thiền sư Thích Nhất Hạnh, sau một thời gian ngồi thiền khá lâu, Ngài có làm một bài thơ, trong đó có ba nhân vật, gồm một người con gái 20 tuổi, một tên cướp biển và tôi . Bài thơ có tên là "Please Call Me By True Names"(6) cũng cùng cái ý trở về cái chất thật của mình.

Dù "tuổi tên không nhớ nữa" hay "ta là ai?" hoặc "Please Call Me By True Names" đều có chung niềm khao khát là ta muốn trở về với cái căn nguyên rất gần, rất thật của mình, một ước vọng hơn mọi ước vọng. Nhiều lúc những cơn dông gió, những rong ruổi của dòng đời , những đam mê đắm đuối trong biển trần mà không sực nhớ tự hỏi lại mình có khi là một mất mát, một thiệt thòi vô cùng . Hỏi để biết dừng lại và hỏi để biết đâu là bến bờ của tĩnh thức ...

Trong thơ Hoàng Xuân Sơn bàng bạc nỗi lênh đênh dâu biển của cuộc đời nhiều lắm , nhưng ông không dừng lại ở những điều tưởng chừng tuyệt vọng ấy, tuyệt vọng trước số mệnh trời danh, tuyệt vọng giữa người với người trong cõi người , mà ông luôn luôn vượt lên, hướng về và tự tin là mình có thể mang lại hạnh phúc cho chính mình chứ không ai khác ngoài mình :

sá gì
một gợn bể dâu
đã se cùng tát
lượng sầunhân gian.

(Bài thơ dịu dàng, LBHXS, trang 96)

Ở một chỗ khác , người nghệ sĩ đa cảm ấy vẫn để lộ cách nhìn những điều bất như ý bằng một hơi thở sâu và quyết vượt lên mọi ghềnh dốc của cuộc đời với nguyên tâm thức lấy thơ làm niềm vui bất tận, khó có ai lay chuyển nổi một hồn thơ :

... chao ơi
lâu quá
diện tiền
e ba vạn quyển
nghìn thiên
một tờ
đầu đời ở vậy rất thơ
xế đời ở vậy
rất bờ bến
trông .

(Rừng Tre, LBHXS, trang 88)

Hoặc niềm tin tuyệt đối vào một kiếp khác ấy cũng là cái lẽ cuộc đời đáng
sống :

sáng nay ngắm
một nụ hương
mới hay si dại
là hương của trời
chiếc răng khểnh
chiếc răng cời
là duyên bất định
để đời cho nhau
ồ ! ngất ngất
lượng bể dâu
trói thêm
trói chặt vào mầu

tái sinh.
(Bất đồ, sống dậy", LBHXS, trang 100)

"Bất đồ" có nghĩa là ngẫu nhiên, tình cờ . Cho dù sự "tái sinh"có là "ngẫu nhiên" hay "tình cờ"đi chăng nữa , đó cũng là niềm tin ở một kiếp khác của đời này, tức là niềm hy vọng mới với lòng thủy chung "trói thêm, trói chặt" vào nhau bất dịch ...

Tựu trung, Lục Bát Hoàng Xuân Sơn là một chỗ cho bè bạn và cho mình, một chỗ cho đời này và cho đời khác vậy . Đẹp thay !

Lương Thư Trung
Boston, ngày lễ Tạ Ơn
25-11-2004

(1) Thi phẩm "Lục Bát Hoàng Xuân Sơn" ,Thư Ấn Quán in và Thư Quán Bản Thảo phát hành, 2004, New Jersey, Hoa Kỳ.

(2) Tuyển tập truyện ngắn "Bức Phù Điêu Khắc Cạn" của Nguyễn Thị Thảo An, Văn Mới xuất bản, Cali, 2001, Hoa Kỳ .

(3) Thi tập "Qua Sông Mùa Mận Chín của Trần Hoài Thư", Thư Quán ấn hành, 2000, Hoa Kỳ.

(4) Truyện dài "Dặm Trường" của Trần Doãn Nho, Văn Mới xuất bản, Cali, năm 2001, Hoa Kỳ.

(5) Theo Tự Điển Phật Học của Chân Nguyên và Nguyễn Tường Bách, nhà xuất bản Thuận Hóa, Huế 1999.

Hỏi : "Thưa Ngài, con là ai ? Làm sao con đạt giải thoát ?"

Maharishi : "Bằng cách tự nghiên cứu liên tục "Ta là ai ?", ông sẽ tự nhận ra chính mình và đạt giải thoát ."

Hỏi : "Con là ai ?"

Maharishi : "Cái Chân ngã hay Tự tính không phải là thân này, cũng chẳng phải năm giác quan thông thường hoặc cơ quan hoạt động. Thần thức hoặc chân khí không phải là nó , cũng như ngủ say không mộng, khi người ta không còn nhận thức được gì ."

Hỏi : "Nếu con không phải là tất cả những gì nêu trên, vậy con là gì ?"

Maharashi :"Nếu ông đã loại bỏ được tất cả chúng nó và có thể tự bảo rằng :"Chúng không phải là ta", thì cái duy nhất còn sót lại là

Chân ngã và đó là Thức .”

Hỏi : “Đặc tính của Thức này là gì ?”

Maharashi : “Nó là Sat-Cit-Ananda”(nghĩa là chân lý nhận thức tuyết đối A-nan-đà); trong đó , khái niệm tự ngã biệt tích , không còn một dấu vết . Nó được gọi là “Tịch tịnh” hoặc “Đại ngã” hay “Tự tính”. Nó là cái duy nhất có thật . Nếu bộ ba “Thế giới – Ngã – Thượng đế” còn được xem là ba thành phần cá biệt thì đó vẫn chỉ là Ảo ảnh .”

Hỏi : “Thưa Ngài, con là ai ? Làm sao con đạt giải thoát ?”

Maharishi : “Bằng cách tự nghiên cứu liên tục “Ta là ai ?”, ông sẽ tự nhận ra chính mình và đạt giải thoát .”

Hỏi : “Con là ai ?”

Maharishi : “Cái Chân ngã hay Tự tính không phải là thân này, cũng chẳng phải năm giác quan thông thường hoặc cơ quan hoạt động. Thần thức hoặc chân khí không phải là nó , cũng như ngủ say không mộng, khi người ta không còn nhận thức được gì .”

Hỏi : “Nếu con không phải là tất cả những gì nêu trên, vậy con là gì ?”

Maharashi :”Nếu ông đã loại bỏ được tất cả chúng nó và có thể tự bảo rằng :”Chúng không phải là ta”, thì cái duy nhất còn sót lại là Chân ngã và đó là Thức .”

Hỏi : “Đặc tính của Thức này là gì ?”

Maharashi : “Nó là Sat-Cit-Ananda”(nghĩa là chân lý nhận thức tuyết đối A-nan-đà); trong đó , khái niệm tự ngã biệt tích , không còn một dấu vết . Nó được gọi là “Tịch tịnh” hoặc “Đại ngã” hay “Tự tính”. Nó là cái duy nhất có thật . Nếu bộ ba “Thế giới – Ngã – Thượng đế” còn được xem là ba thành phần cá biệt thì đó vẫn chỉ là Ảo ảnh .”

(6) Theo quyển Being Peace của Thich Nhất Hạnh, trang 65, nhà xuất bản Parallax Press, Berkeley, California, 1987(Hoa Kỳ).

LƯƠNG THƯ TRUNG

PHAN NI TẤN
HOÀNG XUÂN SƠN, CŨNG CẦN CÓ NHAU

Nhà thơ Hoàng Xuân Sơn, từ khi tôi quen biết gần 40 năm qua, đến nay tên tuổi anh vẫn sáng chói trên vòm trời thi ca Việt Nam. Khởi viết từ trong nước trước 1975, một người mang danh thi sĩ như Hoàng Xuân Sơn đã sống hết lòng với sự chân thành, mê đắm, dâng hiến trọn vẹn đời minh cho thi ca. Sau ba thi tập Viễn Phố, Huế Buồn Chi và Lục Bát Hoàng Xuân Sơn, cũng như rất nhiều thơ phổ biến trên các diễn đàn Internet, người đọc nhận thấy thơ Hoàng Xuân Sơn là thơ của quê hương, đất nước, của tình yêu, thân phận và tình người. Chính vì thế mà người ta quen gọi Hoàng Xuân Sơn là nhà thơ, dù đứa con tinh thần thứ tư của anh vừa xuất bản mang tên Cũng Cần Có Nhau bằng văn xuôi trong đó k èm theo những trang thơ mà anh gọi là

"phóng bút."

Đọc từng trang Cũng Cần Có Nhau, tôi mới hiểu tập "phóng bút" này là kết hợp rất sinh động và thân tình của ký ức, sự kết hợp từng giọt kỷ niệm, từng giọt nhớ thương tha thiết của một người từ lúc vào đời cho đến ngày bạc tóc đã kết tụ thành dòng sông chữ nghĩa an nhiên chảy giữa

đời thường.

Ngược với thế giới thơ Hoàng Xuân Sơn, ngay trang Vào Tập của Cũng Cần Có Nhau, tác giả đã bộc bạch với bạn đọc là "đừng mong mỏi bắt gặp được gì hay ho văn vẻ ở đây." Thực vậy, riêng phần tản văn, người đọc khó tìm ra, dù một chút lấp lánh của viên ngọc bích, một chút hiền hòa của dòng nước mát hay một chút hơi thở thơm tho của một đóa cẩm tú cầu. Đọc thơ Hoàng Xuân Sơn tôi cảm nhận được sự mềm mại của bông hoa, dù có lúc hoa héo trước cảnh đời bất hạnh nào đó, hoặc nhận chân sự có mặt nên thơ của một con đường, một mái nhà, một con đò, một cái nhìn dịu dàng, e ấp sau mái tóc thề của sông Hương, núi Ngự… Còn văn của Hoàng Xuân Sơn đọc lên nghe như có bàn tay nhiệt tình nào đó tà tà hốt từng nắm sỏi đá rải chơi trên từng trang giấy. Nói rõ ra, bút pháp Cũng Cần Có Nhau tự nhiên như thể chữ nghĩa tuệch toạc tự nó ào ra. Có lúc người đọc có cảm giác anh cất giọng cà tửng như đùa cợt, chẳng cần câu cú hay ngữ pháp. Có lúc lại nghiêng xuống nỗi đau cùng người. Có thể nói Cũng Cần Có Nhau là một loại tản văn tả chân, bắt chữ nghĩa đứng dậy, hướng tới, xăm xăm đi thẳng vào lòng người. Cũng vì thế cái nhìn của nhà thơ là cái nhìn chân thật, không quanh co, xiêu vẹo. Sau khi gạt bỏ hết những mớ xà bần, những cái bạc bẽo đau đời, chữ nghĩa toát ra từ khí chất hiền lành, mộc mạc của một người miền Trung trở nên trong veo, cho người đọc nhìn thấy cái đẹp ngay cả trong một nét thô tháp, trần trụi hoặc cả những mớ lục cục lòn hòn như sỏi đá nói trên.

‘Tung tăng bơi lội trên dòng ký ức Cũng Cần Có Nhau, cảm hứng của Hoàng Xuân Sơn vì thế đã tạo ra nhiều sắc thái linh động về con người, về cuộc đời, về nơi chốn, về cái bi, cái hài qua văn chương nghệ thuật với biết bao vui buồn nhân thế. Từ những mảnh đời dọc ngang, lang bạt kỳ hồ mà hiền hòa, dễ mến, những bàn tay hiệp nghĩa, tự tin, tích cực, những tấm lòng bao dung, những chân dung tươi tắn, mỹ miều cho đến cái thực tại của học hành, thi cử, bạn bè, nghề nghiệp, tình yêu, chiến tranh, chạy loạn… nhất nhất đều được Hoàng Xuân Sơn “phóng bút” bằng những câu văn, kèm thêm những dòng thơ ngời sáng, giản dị, có lúc hiu hắt, có lúc trần trụi đến thân tình.

Và, trong cái mớ chằng chịt của cuộc làm người giữa thời buổi nhiễu nhương, Cũng Cần Có Nhau lại bàng bạc trải ra những trang hình ảnh kỷ niệm về bằng hữu chi giao và nơi chốn tác giả đã từng sống qua. Ai cũng biết mỗi con người chúng ta đều chất chứa trong tâm khảm một nỗi niềm đặc biệt. Đó là tình bạn lúc nào ta cũng trân trọng và cần đến. Với Hoàng Xuân Sơn, tình bằng hữu không những được ghi nhận qua thơ văn, mà ngoài đời, dù ở hoàn cảnh nào, lên hương hay thất thế, bằng hữu cũng chiếm cứ một phần quan trọng trong cuộc sống của anh.

Thật vậy, Cũng Cần Có Nhau là chân dung đa dạng của những giọt người chân thật, là chốn dung thân của tình huynh đệ và bằng hữu thắm thiết. Họ tìm đến nhau, sống và giúp đỡ cho nhau, chia sẻ những điều hay lẽ phải, trái tim của họ vì tha nhân mà rộng mở. Đó là một bức tranh nhân bản, là hình ảnh văn học đẹp một cách dung dị, bình thường nhưng thấm thía.

Vậy mà một cuộc sống tốt lành như thế lại rơi vào tình hình chiến sự ngày một leo thang. Xã hội bất an, thế sự thăng trầm, phong ba bão táp, biến cố Mậu Thân 68, nhất là đối mặt với chiến tranh Quốc - Cộng giữa sinh viên quốc gia và Việt Cộng nằm vùng, khiến bạn bè Hoàng Xuân Sơn lại đoàn kết bên nhau, quyết tâm thực hiện lý tưởng độc lập, tự do, quyết liệt bảo vệ cuộc sống và nhân cách con người. Còn nơi chốn mà tác giả nhắc tới cũng thật quen thuộc. Cái địa điểm thơ mộng và đầy ắp kỷ niệm long lanh: Quán Văn. Sau những ngày sinh hoạt văn hóa trại họp bạn, những lần công tác xã hội, cứu trợ nạn lụt, hỏa hoạn trở về, tác giả và bạn bè lại tiếp tục truyền thống vầy đoàn, quẩn quanh không đâu xa, cũng chỉ là Quán Văn, là sân trường Đại học Văn khoa Sài Gòn, là trụ sở CPS. Đó là nơi cưu mang, gắn bó, thành danh, làm nên tên tuổi mà cũng là nơi gián đoạn, gẫy đổ và chia lìa. Hãy nghe tác giả Cũng Cần Có Nhau tâm tình: Dù không biết gì về phong thủy nhưng qua chứng nghiệm thăng trầm của thời gian và những sự kiện xẩy ra, tôi nhận thấy rằng khu đất này là một khu đất tiềm ẩn hai lẽ: Phát và Triệt. Bạn bè Hoàng Xuân Sơn, dù còn "Phát" hay đã "Triệt" đều là những tên tuổi sáng chói trên vòm trời văn chương nghệ thuật; từ văn, thơ, nhạc, họa đến sân khấu, kịch nghệ: Hoàng Ngọc Tuấn, Nguyễn Xuân Thiệp, Trịnh Công Sơn, Đinh Cường, Trịnh Cung, Phạm Duy, Nguyễn Đức Quang, Hoàng Xuân Giang, Lê Uyên Phương, Nghiêu Đề, Ngô Kha,

Đỗ Quý Toàn, Ngô Vương Toại, Lê Đình Điểu, Trần Đại Lộc, Khánh Ly, Hồng Khắc Kim Mai v.v… Còn nhiều, nhiều lắm. Hầu như tất cả những tài năng còn tại thế hay đã giũ áo ra đi đều xuất hiện trong tập phóng bút này.

Xin được nhắc lại ở đây, rằng giữa thập niên 60, những ai đã từng tham dự những buổi sinh hoạt văn học nghệ thuật tại CPS đều không khỏi nghĩ tới cái từ CPS chắc là chữ viết tắt của một cơ quan từ thiện hay cơ sở thương mại, văn hoá, xã hội nào đó của người Mỹ. Nhưng sau này mọi người mới vỡ lẽ, thì ra CPS chỉ là dòng chữ Chương trình Phát triển Sinh hoạt Thanh niên Học đường mà thôi. Chữ nghĩa mấy ông xướng lên nghe sao mà oai ghê gớm, nó hầu như xóa khỏi ký ức mọi người về cái mảnh đất thiên đường CPS mà xưa kia, thời Tây, là nhà khám cũ, từng giam giữ và hành quyết tội đồ. Tôi cho rằng chữ nghĩa Cũng Cần Có Nhau vung vít, ồ ạt, sảng khoái bên cạnh cái bùi ngùi, hiu hắt, ảm đạm há chẳng phải là cái tâm tình của Hoàng Xuân Sơn đối với bằng hữu mà cũng là tự sự về chính mình đó sao. Hoàng Xuân Sơn viết văn, làm thơ chỉ để bày tỏ tấm lòng tha thiết yêu cuộc sống với biết bao hạnh phúc và khổ đau trên phần đất anh sinh ra, cũng như nơi anh đến với từng ngày buồn vui cùng bằng hữu như những tia nắng ấm, cho đến lúc thời thế đổi thay phải chia tay trong thương cảm, bùi ngùi. Cái hay và cái đẹp của tập phóng bút này là, ngoài những trang viết bằng văn xuôi về thế thái nhân tình, người đọc còn cảm nhận được nỗi niềm của Hoàng Xuân Sơn thương tiếc bằng hữu huynh đệ đã khuất bằng những vần thơ tưởng niệm ở "phần viết thêm" thật chân tình.

Viết về người em là nhạc sĩ Hoàng Xuân Giang (1946 – 1994), cái tâm tình của người anh thật u hoài:

rứa rồi em cũng về tới ngạn
lên xe ngồi anh hát đò đưa
sông nước mô chẳng buồn vô hạn
bến nào rồi cũng ngợp trời mưa

ba năm hẳn quay đầu về núi
mà lòng người vẫn quyết không dung
ai nằm giữa xuôi chèo mát mái
ai đang tay giữ một tấm lòng
(Sông Về Tới Bến – tr. 173)
Hoặc về Trịnh Công Sơn (1939 – 2001), được tác giả diễn tả qua một số tựa đề những tình khúc của Trịnh làm thành 8 dòng lục bát mượt mà:
nữa mai đăm đắm tình sầu
bỏ quên tình nhớ bên cầu thê lương
tình xa như một con đường
một người thương. gọi người thương một người
ướt mi hay ướt nụ cười
trời mưa cổ tháp lạnh đời xưa sau
lạy chiều nắng thủy tinh lâu
cho dài hạ trắng qua cầu thụy hôn
(Một Khúc Collage Trịnh – tr. 191)

Về họa sĩ Nghiêu Đề (1939 - 1996) sống với sơn cọ hay không còn sống với bạn bè đều trực diện với câu hỏi thân tình của bạn Hoàng Xuân Sơn. Mà có hỏi quanh co rốt cuộc vẫn khẳng định cũng vẫn là nghiêu đề:

chưa muốn về!? ừ. thôi ở lại
cái ngước nhìn của bạn. chao ôi
đía thêm vài chặp. đêm. khuya lắc
râm ran dưới đất chuyện trên trời
cũng vẫn là Nghiêu Đề dạo nọ
ngó con mắt thấy cười mỉm chi
vẫn tốt lành. cái thân cái vóc
tà tà theo. đời gấp gáp gì…
Cũng Vẫn Là Nghiêu Đề – tr. 233)

Ngoài ra Hoàng Xuân Sơn còn ai điếu bằng hữu huynh đệ cũ đã khuất như một lời ngậm ngùi chia tay Đỗ Ngọc Yến, Hoàng Ngọc Tuấn, Trần Đại Lộc, Lê Đình Điểu, Nguyễn Đức Quang.

Nhìn lại 45 năm sinh hoạt văn học nghệ thuật của thi sĩ

Hoàng Xuân Sơn, người ta không thể phủ nhận sự thành tựlu rực rỡ ở lãnh vực thi ca của anh.

Nhà thơ Hoàng Xuân Sơn sinh năm 1942 tại Vỹ Dạ, Huế. Cựu học sinh trường Quốc Học Huế, Đại học Văn khoa Sài Gòn. Tốt nghiệp Cử nhân Triết. Công chức ngành Bưu điện. Khởi viết từ năm 1970 với các bút hiệu Sử Mặc, Hoàng Hà Tĩnh, Vô Định. Định cư tại Montreal, Canada từ tháng 12 năm 1981 đến nay.

PHAN NI TẤN

Tác phẩm đã xuất bản:
– Viễn Phố (thi tập), Việt Chiến 1989
– Huế Buồn Chi (thi tập), tác giả tự xuất bản 1993
– Lục Bát Hoàng Xuân Sơn (thi tập), Thư Ấn Quán 2000

HỒ ĐÌNH NGHIÊM

ẠCH ĐỤI TRA LÃO

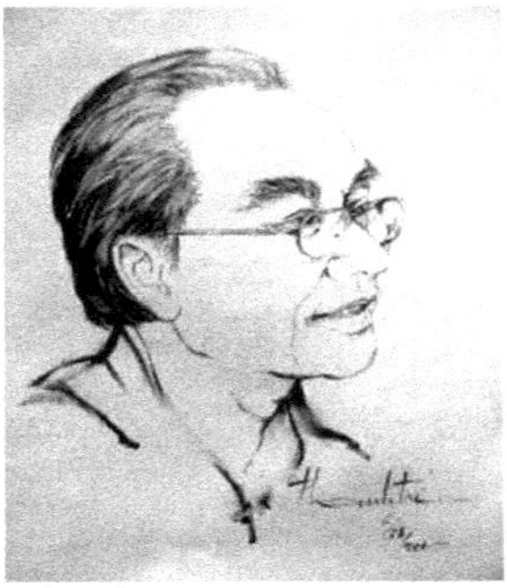

Nhà thơ Hoàng Xuân Sơn
Tranh của Thanh Trí

Montréal, thành phố tôi định cư, đã có ai đó thày lay phiên dịch, phụ đề Việt ngữ thành Mộng Lệ An. Thoạt nghe xướng tên, cứ ngỡ như đó là nhan truyện dài kỳ tình diễm lệ chan đầy nước mắt của nhà văn nữ Quỳnh Dao ở tận xứ lạ Taiwan. Nhiều đọc giả "khó tính" bảo: Quỳnh Dao là chưởng môn nhân môn phái Sến. Tôi chưa đọc văn bả nên chỉ biết mần thinh. Tôi nhớ có vị nào đó ở trong nước từng có thơ "mưa rơi không cần thông dịch" hoặc một thứ na ná tựa thế. Tôi lại nhớ một câu thoại "Cái gì của César thì nên trả lại cho César".

Tôi yêu Montréal, nhỏ bé, hiền hoà, dân tình cởi mở, Anh-Pháp để huề chẳng yes thì oui. Có khu cổ xuý việc trau dồi Pháp ngữ, lại thày lay mần thông ngôn, như sau: Tình xê la mua, tiền xê lạc răng, đời xê la vi. Ui, trẻ lên ba cũng tường những món gay cấn nọ.

Ở khu chăm nói tiếng mẹ đẻ, tôi thân thiết với hai nhà thơ: Luân Hoán, Hoàng Xuân Sơn. Hai nhà văn: Võ Kỳ Điền, Song Thao. Tôi gọi bốn vị bằng anh, vì tôi tri thiên mệnh trong khi họ thuộc dạng cổ lai hy. Họ chẳng thích nuôi râu, chứ nếu thả giàn để râu ria ra rậm rạp thì e "bác Hồ" phải nể mặt tủi hờn đỏ không lại kính nhi viễn chi. Quá khứ, Luân Hoán gốc Đà

Nẵng (Trung). Hoàng Xuân Sơn gốc Huế (Trung). Võ Kỳ Điền gốc Phú Quốc (Nam). Song Thao gốc Hà Nội (Bắc). Ba phương lưu lạc dặm ngàn đã tìm về chốn đất lành "chim" đậu này. Cớ sao cứ quen miệng đất lành chim đậu? Những giống loài khác muốn xớ rớ, lân la tới thì không đậu được sao? Giả dụ như ve sầu, như gà mái, như bướm vàng?

"Hoàn cảnh" nhà thơ Luân Hoán giống như tôi: Lấy vợ cùng quê, chung phường khóm. Riêng nhà thơ Hoàng Xuân Sơn và nhà văn Song Thao lại có sự khác biệt. Khác mà hoá ra chẳng khác, cái mới hay! Chị Hoàng Xuân Sơn gốc Hà Nội trong khi chị Song Thao là gốc Huế. Nói dễ mất lòng là thế này (cho dễ hiểu): Chị Hoàng Xuân Sơn mà trò chuyên với anh Song Thao thì nghe ra cung bậc lên bổng xuống trầm chuẩn mực hỏi ngã rất ư thanh lịch của Bắc kỳ 9 nút. Và anh Hoàng Xuân Sơn đối đáp cùng với chị Song Thao thì mỗi chữ tự động chêm vào dấu nặng (y như tôi vậy, Huệ mợ Huệ mộng. Có đáng ghét không?) Bực cả mình, chẳng mộng lệ an gì sất. Nhà thơ Hoàng Xuân Sơn từng lên giọng, thay tôi, đả phá cách giả giọng Huế của phường ngoại đạo, những hài kịch rẻ tiền, đầy bôi bác. Bác Sơn ta đó chính là Huế chay!

Tôi quan sát ngầm, ngay thời điểm này có bốn vị làm thơ cực kỳ sung mãn: Trần Vấn Lệ, Nguyễn Hàn Chung, Luân Hoán và Hoàng Xuân Sơn. Riêng nhà thơ Huế mềnh thì trải thơ, gửi bài đến hầu hết các diễn đàn văn học trên net. Hơi thơ cá biệt, ý tình đầy ắp. Gần đây, thơ gom chứa chút tự trào, một nụ cười kín đáo, thoạt bắt gặp không khỏi nghe ra lòng xao động. Bỡn cợt nhưng vẫn không bỏ quên chất thơ mộng lay rèm đằng sau con chữ vừa thoát ra. Nếu có ai hỏi tôi câu hóc búa: Thơ là gì? Tôi có ngay câu trả lời: Hãy đọc thơ Hoàng Xuân Sơn. Tôi xin đơn cử một trong muôn vàn bài tôi yêu thích. Bài "Nách". (Ăn phải món ngon liền ngôn: Ngon nhức nách! Và nách còn có nghĩa là ẵm, bồng, bế, tha: Con nách em đi cho mạ rảnh tay chút nờ!):

một lần. tôi xốc nách tôi
tự mình quên đứng nên ngồi thiệt lâu
nách tôi tới chỗ buồn rầu
trước sau vẫn có một câu chuyện tình

nách tôi ra chốn thình lình
nắng mưa mưa nắng dập dình trăng sao
nách tôi về lại xứ nào
cho tôi đứng dậy cúi chào nguyên tôi.
(11. 2018)

Hay nhức nách! Bài thơ đã "nách" tôi đi một đỗi khá lâu trong bồng bềnh rù quến. Một bài mới hơn, làm xong ngày 27.01. 2019, cũng thể thơ lục bát, bài "Ơn xuân". Xin trích đoạn:

...
nhờ em
da lão đâm chồi
ơn nuôi nấng
giữa trần ai bít bùng
đời mình có cái chung chung
cái riêng tư của
mịt mùng tai ương
phía trước xông một con đường
sau lưng
ủ mộng bình thường xác xơ
đời quá bộ
như bài thơ
cùng nhau lượm chữ
dăm tờ rối beng
...

Phải đó là lời than van? Không, chỉ một tiếng thở dài, rất nhẹ, dù lượm chữ dăm tờ rối beng có nơi bài thơ muốn đoạn lìa là một việc làm hết sức nặng nề. Một người gánh đá lên non hay con dã tràng chăm xe cát? Công việc nào nhọc sức hơn? Không biết. Không nên đào xới. Thơ là thứ "không cần thông dịch". Tôi đọc, thấy trong người có biến chuyển, chỉ ngần ấy thôi là đã đủ để cảm ơn người làm ra bài thơ nọ. Dư dục vô ngôn.

Không cứ là lục bát, thơ bốn chữ, năm chữ, sáu chữ, bảy (bẩy) chữ của anh Huế se duyên cùng chị Bắc (cố đô + thủ đô) cũng mang đủ sự hài hoà giữa da diết hồi ức, van lơn lúc tự hoạ, một trách cứ về lối đi thẳng thớm không dưng bị thế nhân nhộn nhạo ra sức uốn cong, gập ghềnh, đắp mô, xao xác. Hơi hám của thời cuộc tham dự vào, tâm thành thay lời khuyên nhủ lẩn khuất. Và sau hết, lời thơ chuyển tải đã tới đích cuối. Tạm nhặt ra bốn bài, bốn trích đoạn, thay mặt cho bốn, năm, sáu, bẩy:

chớ đứng xớ rớ
tuyết phủ cô hồn
gió luồn tim mạch
ạch đụi bàng môn
…
lâu rồi kiệt quệ
còn chi em ơi
còn một chút đời
vo như tờ giấy
ngồi đây quên đấy
còn một dúm tro
miệt mài tra lão
còn chút mày mò
răng cỏ lộn lạo
(trích từ bài "Tháng giá". 7. 2. 2019)

đừng xôn xao chữ nghĩa
lúc về sáng, nửa đêm
bạn sẽ là con rối
giữa mộng thực triền miên
chữ mù trong tự điển
héo lánh lên thượng nguồn

không còn ai muốn giở
một chương hồng sách thơm
(trích hai khổ đầu trong bài "Tơ chỉ rối")

Hết bốn, năm, qua tới sáu. Một liếc xéo (nháy mắt) về quê nhà. Bài "Thời vận":

bọn trẻ còn dám "đi bão"
thì mình đằng vân chút chơi
miễn là đừng mê mẩn gió
phượt hết yên ba một thôi.

Và thơ 7 chữ, trích ra hai đoạn trong bài "Xướng âm":

âm quá. không cù rủ mặt đường
giữa mùa băng cực níu tai ương
ngón chân tìm một lỗ để thở
cùng tóc râu túa đời tha phương
40 năm xỏ giày mang ủng
không dám. chưa quen cái lạnh tràn
hồn tóp teo dưới tầng áo xống
bận. hay đừng rồi cũng hở hang
…

Người đọc có tinh ý nhìn ra trong thơ thượng dẫn một đôi từ cá biệt của Huế? Xớ rớ. Ạch đụi. Tra lão. Mày mò. Bận áo xống… Tôi không cố tình đâu, tôi chỉ lựa nhặt ra những bài khác thể loại, cùng lúc muốn chứng minh về thời tiết mùa đông khắc nghiệt vây lấy thành phố chúng tôi cư ngụ, lời thơ bày rõ một quang cảnh "mộng bất an".

Khác nhà thơ Luân Hoán, nhà văn Song Thao. Hai người Huế chúng tôi tuy cái viết ra khá là bộn bề nhưng mãi không gặp duyên lành việc in thành sách. Ạch đụi. Rị mọ. Mãi lần khân ngoài sân mà chưa lần vào trong bếp: "không còn ai muốn giở, một chương hồng sách thơm"? Hoàn cảnh! Hoàn cảnh như câu thơ của Bùi Giáng:

Sáng ra bao tử mơ mòng
Cà phê bên nọ cháo lòng bên kia.

Mình sẵn cháo lòng mà lại thiếu cà phê. Mình mãi mơ mòng về cái bất toàn nọ. Rất mực gay cấn đồng thời cũng ngộ tới sự buông bỏ:

"lâu rồi kiệt quệ
còn chi em ơi
còn một chút đời
vo như tờ giấy".

Mặc dù nhịp độ sáng tác luôn đều tay, giàu có thơ, tuy vậy Hoàng Xuân Sơn chỉ mới in ra 4 đầu sách: Viễn Phố (1988) Huế Buồn Chi (1993), Lục Bát Hoàng Xuân Sơn (2004), Thơ Quỳnh (2018). Nhà thơ tâm sự: Bây giờ tự dưng mình đi "làm phiền" bằng hữu thì nghĩ cũng không phải. Hình như có lần chính tôi đã nói ra một câu tương tợ như rứa. Cũng áy náy nếu một hôm trở trời nghe người đó lên giọng hát hỏng: "Anh còn nợ em…". Tôi có thực hiện loạt bài phỏng vấn các anh chị viết văn làm thơ bốn phương, riêng gặp một người đặc biệt, nhà thơ Bắc Phong. Hỏi: Thấy anh làm thơ có thưa đi? Trả lời: Có lẽ về già, tuổi tác gây ảnh hưởng. Hỏi: Sao anh không in một tập thơ? Trả lời: Tại tôi lười. (Nguồn: Trang Văn Học Nghệ Thuật Phạm Cao Hoàng).

Nếu Bùi Giáng luôn chịu cảnh ngộ "bao tử mơ mòng" thì chúng ta cũng nên thông hiểu "bá nhân bá bao tử", bụng người này khác bụng người kia. Tôi đã từng mơ mòng nhưng nay tôi tỉnh ngộ, tôi đắc đạo, buông bỏ. Thôi dẫm chân vào sạn đạo, cầm bình bát đi khất thực. Không phải lười, nhưng đã có tuổi, nhìn lui: Mọi thứ là phù vân.

Cảm ơn nhà thơ Hoàng Xuân Sơn:

"hồn tóp teo dưới tầng áo xống
bận. hay đừng rồi cũng hở hang".

Montréal sắp vào xuân nhưng giá buốt vẫn một mực không thay đổi. Vẫn đậy đệm áo xống ba lớp, bốn lớp, năm lớp, sáu lớp, bảy lớp. May thay, thơ tứ tuyệt, ngũ ngôn, lục bát, song thất luôn còn đó, lung linh gầy nên đốm lửa làm ấm những giấc mộng không thành, xua đuổi mộng bất an.

"Trăm năm một chuyến về thiên cổ
Tuế nguyệt buồn lay chút bụi vàng".

Thơ ai đó? Hình như của Nguyễn Đức Sơn khi bái biệt, tiễn đưa Quách Thoại? Có thể chuyển sang ca từ một bản nhạc: Buồn vào hồn không tên…

Buồn, tốt nhất xin cứ vô danh. Hãy để nó dễ siêu thoát. Chớ bắt chước "con ma nhà họ Hứa" làm chi cho nặng nghiệp. Hừ, Mộng Lệ An!

HỒ ĐÌNH NGHIÊM

HỒ ĐÌNH NGHIÊM

MỘNG VỀ MỘT ĐÓA QUỲNH HƯƠNG

Hồ Đình Nghiêm thực hiện

Phố tôi ở có nhà thơ Hoàng Xuân Sơn. Anh người cùng quê tôi, một "Huế Buồn Chi" như tên gọi thi tập của anh từng làm xốn lòng kẻ phiêu giạt. Tôi rất không lấy làm buồn, tôi-huế-vui-chi khi được quen nhà thơ hơi tơ lơ mơ, đã nhiều lần hỏi bằng chữ chơ. Chơ tại vì răng anh làm được nhiều thơ, Cơ mà… Câu chuyện giữa hai anh em không thuở nào đi tới chữ chung. Hôm nay tôi xin tiếp tục gõ cửa: Dạ thưa anh, anh có đó không? Ồ, cửa vừa mở ra, nhạc trong thư phòng vẳng tiếng: Em mang cho ta một đóa quỳnh, quỳnh thơm hay môi em thơm… khúc khích…"

Hồ Đình Nghiêm (HĐN): Thưa anh Hoàng Xuân Sơn, anh vừa cho chào đời thi tập Thơ Quỳnh. Hẳn là anh rất đỗi bận rộn khi bỏ công chăm sóc một đoá hoa, khơi dậy một hương mùi?

Hoàng Xuân Sơn (HXS): Chào ôn Hồ Đình Nghiêm! Tuồng như mình có nói chuyện tay đôi vài ba lần thì phải? Chừ mần tiếp có răng mô phải không ôn? Lâu lâu "pạc-co" chữ nghĩa cũng vui, không phải đụng chạm cơ bắp thì không sợ bị lỗ đầu sứt trán. Không chừng khơi động trí óc một tị cho bớt cái mù mờ ám chướng của tuổi già! Rứa thì cám ơn ôn nhiều hới!

Cái vụ Thơ Quỳnh thiệt ra mình không đến nỗi bận rộn(túi tít) lắm. Hương hoa chi mô! Số là lục lọi gia tài bổn cũ các thứ, thấy bản thảo Thơ Quỳnh bị bỏ nằm lăn lóc một xó gần 25 năm, ngó thì thương, nghĩ thấy tội (bỏ thì thương vương thì tội), bèn lôi ra rửa mặt mũi tay chân lại, bận áo bận quần; rồi hú bạn bè mỗi người một tay làm bà mụ đỡ đẻ đứa con rơi con rớt. Thành thử nếu gọi đúng tên phải là Thằng Cu Rớt (con mụ Rớt), hoặc Cái HĩmSót (con o Mót). Có mô mà thơ mộng Quỳnh với Quỳ?! Không có bằng hữu nhào dzô cứu trợ thì làm gì có chuyện lão Bạng sinh châu, cha già con muộn nớ. Nói cho cùng cái tên cũng chỉ là cái tên. Tại răng HXS mà không phải HĐN. Vì răng X cũng có thể là Y. Có hề chi, tên đã lên cung : bắn . . .

HĐN: Theo anh, gặp gỡ các bạn văn hay ngồi yên trong căn phòng vắng lặng, hoàn cảnh nào dễ dẫn dắt anh tìm gặp nàng thơ? Có thể đó là kinh nghiệm giúp tôi học hỏi khi sáng tác.

HXS: Dạo ni ôn HĐN viết dữ thần a nha! Hỏi ngược lại ôn hoàn cảnh nào khiến ôn bút lộng như rứa?

Sông có khúc người có lúc phải không?

Mình nhớ có trả lời đâu đó rằng mình chưa bao giờ ngồi im lặng nghiêm chỉnh(trong tư thế trầm buồn xa vắng) để viết. Cái ý cái tứ là ma nhập. Nó ập đến bất cứ lúc nào, nên hễ chụp được là viếtviết. Viết với bất cứ phương tiện nào. Mà nường thơ tuồng như lướt, vzọt qua lẹ quá nên lắm khi mìnhbắt hụt. Đừng than đừng tiếc, thế nào cũng có lúc nường quay trở lại. Cách gì đó. Mình cũng nhớ đã trả lời một bạn văn khác, cái gọi là thần cú chẳng qua chỉ là công phu hàm dưỡng. Và tu tập. Là sự chiêm nghiệm lâu ngày. Vậy thì nàng thơ là thực hay ảo? Kinh nghiệm bản thân cho thấy mình viết được nhiều trong hoàn cảnh nghiệt ngã. Ví dụ hồi làm những cộng việc nặng nhọc trong hãng xưởng này nọ thì viết được liền liền, vô cùng sung mãn (không phải xúi dại các bạn bỏ job thơm, nhẹ đi tìm công việc nặng nhọc phu phen để thơ thẩn được nhiều đâu nhé!). Riêng đối với mình, bạn bè là nguồn cảm hứng vô tận. Nhớ hồi nẵm, ông thi sĩ Chu Vương Miện trách cứ HXS cũng như Luân Hoán viết cái chi chi cũng để tặng bạn bè. Nỏ phải lạm phát tình thân. Có cơ duyên cả đấy. Nên chi ôn Nghiêm nói trúng, gặp gỡ các bạn văn càng nhiều càng mở cờ thỏa dạ, càng bồi đắp cho vốn liếng viết lách vốn lởi xởi lòa xòa.

HĐN: Thơ Quỳnh vừa gây được tiếng vang, nhiều người tỏ bày lòng mến chuộng. Điều đó không lạ khi dành cho người miệt mài làm thơ như anh. Vậy dự tính mai này của anh? Anh viết rất nhiều nhưng in ra sách có hơi ít? Anh có nên tâm sự chút gì ở đây?

HXS: Chẳng qua là lực bất tòng tâm đấy ôn Nghiêm ơi! Người viết nào chẳng muốn mình có nhiều mặt sách trình làng. Thiệt ra thơ ngon lành cách mấy (hay dở tuỳ người đối diện) in ra cũng chỉ để thỏa mãn nhu cầu sáng tác. Còn là "tình cho không biếu không"tất. Thời buổi bọt bèo mấy ai chịu bỏ tiền mua thơ. Mua là mua Phiếm của ông thần Song Thao đọc có phải khoái tỉ hơn không. Thôi bèn làm cái tình e-book điện tử điện tung cho nó xong. Và tiện dụng. Dù lòng có hơi man mác buồn. Mình rất mang ơn tất cả bạn bè đã xúm lại phù phép cho Thơ Quỳnh có được ít nhiều vẻ sáng. Rứa cũng đủ "lãng quên đời"! Nói cách chi, cầm được cuốn sách in ấn giấy mực đề huề cũng khoái hơn. Trước nay vẫn có nhiều bằng hữu mạnh thường hỗ trợ in ấn. Nhưng thôi. Thiệt là dị hợm nếu cứ đóng cửa đi ăn xin hoài.

HĐN: Anh viết hồi ký hoặc phóng bút rất lôi cuốn. Anh nghĩ sao khi vào bất kỳ một trang mạng văn chương nào, hầu như thơ đều "thống lĩnh" việc dành đất? Anh không tính làm thăng bằng cán cân bằng chiêu thức "song thủ cầm nã"?

HXS: Dám lắm à nha. Biết đâu mai mốt có phóng bút Cũng Cần Có Nhau

hồi 2, hiệp nhì ?! Chắc phải tìm sư phụ HĐN gò gẫm thêm cho cái sự vụ vziết vzăn!

HĐN: Thơ xuất hiện nhiều hơn văn. Mặc dù thơ khó làm hơn. Và thơ đang lấn át văn. Điều gì đã tạo nên cái "trái ngang" ấy?

HXS: Mình nghĩ thiệt ra không phải lý nghịch lý thuận gì cả. Mình quen(trăm hay không bằng tay quen) mần thơ nên thấy vziết vzăn khó vxàng trời. Ôn HĐN mới vọc thơ đây mà đã thấy công lực tăng lên ào ào rồi đấy!

Thơ lấn át văn, bề mặt, vì hầu như ai cũng mần thơ được. Và thơ, bề trái, tuồng như cũng có công dụng trám chỗ, lấp lỗ cho sự trình bày sắp xếp báo bổ.

HĐN: Thơ Quỳnh đã chào đời sau nhiều năm nằm chờ "cô mụ". Anh có mọc ra sự so sánh, chỉ thuần hình thức, khác biệt giữa dạng đọc trên mạng hoặc mân mê những trang giấy, vừa coi bằng mắt vừa bắt bàn tay?

HXS: Vừa rồi có nói leo qua đấy: Cái gì cụ thể nắm bắt được cũng khoái trá hơn là dòm không . Cuốn sách in, lâu lâu thèm thì còn cầm lên mân mê được. Bài vở trên net, nhiều khi chạy qua cái màn hình cái rẹt. Đọc lướt. Rồi thôi. Hiệu ứng có khác nhau chứ !

HĐN: Anh hay hát và lại là hát hay. Anh có tính thu vào CD chừng 12 bài tâm đắc để giữ lại thứ chất giọng một thời làm người nghe mê say?

HXS: Hát hay? Thiệt à! Lâu lắm rồi cũng có bạn thương tình thu thử cho nghe vài bài, dưới dạng bản thảo chưa hoàn chỉnh. Cũng có chia sẻ với một số người quen. Mầm già cũng đã được khuyến khích. Sẽ gởi ôn nghe chơi. Thu CD còn tốn kém gấp bộn in sách ôn HĐN ơi . Em chả!!!

HĐN: Xin cám ơn sự chia sẻ đáng quý của anh Hoàng Xuân Sơn dành cho. Mong gặp lại nhà thơ bằng xương bằng thịt để "khề khà" trên phố mộng. Lệ rơi làm sao an lành, đưa tay che mặt cũng đành nước trôi!

HXS: Rồi! Đến hẹn lại lên hí.
Cám ơn ôn HĐN. Cám ơn quý bạn theo dõi chuyên cà kê dê ngỗng!

HỒ ĐÌNH NGHIÊM

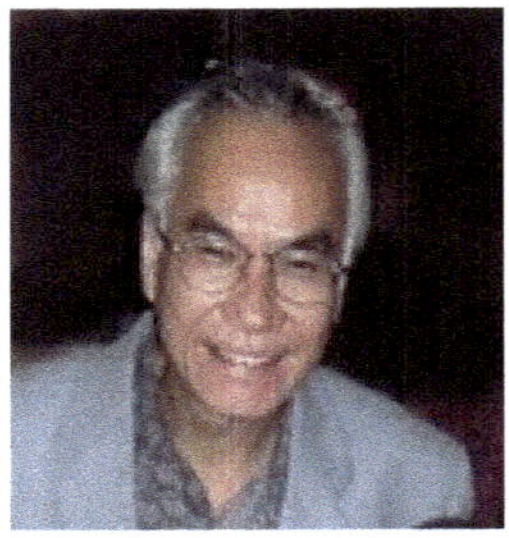

Trò Chuyện Với **Nhà Thơ Hoàng Xuân Sơn**
lê thị huệ thực hiện

Lê Thị Huệ: *Chào anh Hoàng Xuân Sơn, anh sáng tác được nhiều thể loại thơ. Từ lục bát cho đến tự do, tôi đều có thể tìm được những bài thơ hay của anh. Anh có thể cho độc giả gio-o biết, anh vừa ý nhất với thể loại thơ nào?*

Hoàng Xuân Sơn: Chào nhà văn Lê Thị Huệ. Thân chào quý độc giả Gió-O

Đúng là tôi có chọt chẹt nhiều thể loại. Nhưng cuối cùng vẫn chịu nhất là lục bát chị ạ? ! Mần thơ năm thì bảy đỗi, tới lui đủ kiểu đủ cọ, rồi cũng trở về với sáu/tám thôi. Chẳng là mình đã ăn dầm ở dề với ca dao, với hát ru từ thuở nằm nôi đó sao? Vả lại nhiều người đã xác quyết lục bát là thể thơ Việt chính hiệu con nai vàng thì mình phải hãnh diện làm được thơ dân tộc chứ . Chị có nghe bài ca "*Đi Mô Rồi Cũng Nhớ Về Hà Tĩnh*" ? Hà Tĩnh, quê mền - cái nôi lục bát đó. Cụ Tiên Điền lừng danh với sáu tám Thúy Vân Thúy Kiều chắc hẳn làm bọn mình được thơm lây. Vậy thì lục bát là máu là thịt. Là cốt nhục thân thương. Sao đành đoạn bỏ ?

LTH: *Bài thơ lục bát nào của anh được khen hay nhất ? Được nhiều bạn bè anh khen hay nhất chẳng hạn*

HXS: Bị mình lấy cái nhan sách tập thơ thứ nhì cùng tên với một bài ở trỏng : *Huế Buồn Chi* (tập này có khá nhiều bài lục bát) nên đi đâu người ta cũng lấy bài này làm . . . kiểng (!) . Ta cùng đọc lại thử nhé :

Huế buồn chi Huế không vui

Huế o ở lại Huế tui đoạn đành
O đau sương khói một mình
Tui đi ray rứt Nội thành tái tê
Huế buồn chi, tội rứa thê
Tình xưa nghĩa cũ ngó về tựa nương
Huế ơi mộng tới đường trường
Kim Luông Vỹ Dạ dòng Hương có còn?
Trèo tình lên núi mà thương
Cỏ cây chất ngất phố phường ở mô
Huế chừ cách mấy triệu o
Mưa qua cửa Thượng, chiều co bến Thừa.

Chị thấy thế nào ? Xoàng quá phải không ! Tôi thấy bài thơ tròn trịa quá, không mấy xuất sắc ngoài vài ý tạm gọi là ... thơ: *o đau sương khói/trèo tình lên núi/cách mấy triệu o*.

Bài này viết đã lâu, trong nước, hồi tôi xa Huế vào Sàigòn trọ học khoảng thập niên 60. Có gửi cho *Văn*. Nhưng bị ông Trần Phong Giao cho vào sọt rác !

Sau này ở hải ngoại, *Huế Buồn Chi* được chọn đăng ở *Việt Chiến* (Virginia 1983). Anh Võ Đình tìm đến làm quen cũng từ cơ duyên bài thơ này (Huế tìm Huế ?). Nhà văn Túy Hồng cũng khen nức nở. Rồi từ đó bài thơ này được nhắc đến như một biểu tượng Huế. Được lôi ra ngâm nga ca kệ nhiều lần. Chỉ có mình ông bạn nhạc sĩ Bắc kỳ Phạm Anh Dũng tìm phổ nhạc bài HBC thôi. Toàn Huế cả. Riết cũng đâm nghi nhờ giá trị bài thơ. Trường hợp này cũng từa tựa trường hợp nhạc sĩ Lê Trọng Nguyễn với bài Nắng Chiều. Nhạc sĩ Lê sáng tác nhiều ca khúc giá trị, nhưng đi đâu cũng nghe thiên hạ nhắc *Nắng Chiều*, hát *Nắng Chiều* khắp mọi nơi, khiến ông cũng đâm ra "gờm gờm" đứa con tinh thần nổi tiếng của mình.

Gần đây, một vài bài lục bát của HXS cũng nấc lên được đôi tiếng vọng thầm từ phía bằng hữu. Qúy bạn gái thì thích *Bài Thơ Dịu Dàng* (như phái nữ) :

Dịu dàng
em đến bên tôi
hình như . . .
hình như mình

đã biếng cười
rất lâu
từ trăm năm chụm mái đầu
từ xanh thơ dại nên mầu tóc tơ
từ yêu thương lẫn vực ngờ
chẳng qua chút bóng sương mờ đấy thôi
hãy tin rằng : bấy cuộc đời
yêu em bạch nhật
suốt trời thanh thiên
hãy tin rằng : thịt xương liền
vào trong muôn kiếp
lậm tiền duyên nhau
sá gì
một gợn bể dâu
đã se cùng tát
lượng sầu nhân gian
cho xin
lời, tiếng
dịu dàng
xin nhau đắm giữa vô vàn
cuộc yêu

Bạn đọc nam hay nhắc tới bài *Đọc Hoàng Lộc. Ra Tù Về Lại Hội An* ; (có lẽ do đồng cảnh đồng tình, đồng thuyền đồng hội, luôn luôn tự đặt để mình như kẻ sa cơ lỡ vận !)

Trời mưa ray rứt lệ mòn
em ơi đá tạc có tròn hay chưa ?
ta về
ấp úng tình xưa
người trăm năm cũ như vừa mới
ai ?
chao ơi
thiệt tội đêm dài
nghiến sâu thân thế
lạc loài thể thân
chừ
trùm cái bóng phân vân

về mô cũng đụng
chút gần
thịt xương
chiếu giường ai trả mùi hương ?
trăm thương còn sót
một đường chim bay
ta về
nhang khói lắt lay
thôi âm hồn nọ
vẫn ngày dương gian
tả tơi một nắm hương vàng
cỏ xanh mồ mới
tro tàn cuộc yêu
ta như cỗ máy đứt thiều
hồn ngất lịm với trưa chiều mung lung
đêm vơi
cõi thế bập bùng
giọt trăng giọt rượu vàm sông
bến
  nằm
ta về
như gợn gió âm
ở lâu vết buốt
ngực trầm tích kia
giọt mưa giọt lệ đầm đìa
thất phu
nhòe buổi ta về
trắng
 không .

Đáng ra, thơ chỉ nên cảm nhận mà không nên lý giải. Nhưng thôi, kệ ! Xin dài dòng một tí vì bài này có chỗ được phần tâm đắc : Chị có để ý chữ "thất phu" ở gần cuối bài ? Một danh từ được sử dụng như trạng từ : Không biết có gợi thêm mối cảm thương của một kẻ sa cơ vừa được thả tù, thất thểu lội đi giữa đường mưa lệ chan hòa ?

LTH: *Anh làm thơ có vẻ dễ dàng ?*

HXS: Cũng "trần ai khoai củ" chứ không được dễ dàng lắm đâu chị ạ !

Chị có để ý dưới mỗi bài thơ tôi đều có ghi chú thời gian sáng tác? Có lúc viết được nhiều, viết dồn dập như thể có cái gì dồn nén, bức xúc khiến mình phải tuôn ra cho kịp. Nói nôm na là hứng khởi tràn trề. Có lúc kẹt dài dài, tắt tị làm mình chỉ ước được như Giả Đảo thời xưa "ba năm làm được hai câu" cũng tạm thỏa lòng. Có điều lạ là chính trong những hoàn cảnh ngặt nghèo, khó khăn mới viết được nhiều. Lúc ở không, nhàn rỗi, tưởng là làm được nhiều thứ mà rồi cuối cùng cũng đành khoanh tay. Chẳng hạn có hồi làm những công việc nặng nhọc ngoài sức người, ý tưởng ở đâu tuôn ra nhiều thế (Tôi hoàn thành một mạch cuốn *Huế Buồn Chi* ở thời điểm này). Làm như thử mình phải tự đày đọa mình mới ra thơ. Thú đau thương phải không chị? Hay mình nhắn nhủ mình như lời một bài hát : "Tình đòi tình vật vã khôn nguôi . . . " (Bên Kia Sông - Nguyễn Đức Quang/Trần Đại Lộc)

LTH: *Trên là một câu ở thì hỏi. Chứ tôi đâu kết luận đâu. Nhưng nhờ vậy mới thấy được câu trả lời của thi sĩ. Nếu anh có nhiều nỗ lực để ra được những câu thơ "có vẻ dễ", thì anh đã thành công và anh nên hãnh diện về điều đó. Một sự chiến đấu với chữ nghĩa để mài lên thành những câu thơ tinh vi và và rực sáng như trong nhiều bài thơ của anh, thật là đáng ngưỡng mộ. Nhờ đọc được câu trả lời này của anh, tôi sẽ bắt đầu đọc lại thơ Hoàng Xuân Sơn một cách mới mẻ thêm . Anh có nhớ bài thơ nào anh làm nhanh nhất, và bài thơ nào anh "ngâm" lâu nhất ?*

HXS: Bài làm khá nhanh là bài *Hành Trang* :

Đêm gần
nghe tiếng gọi
xa
khổ đau quằn quại
cũ là hành trang
anh đi
dưới nắng điêu tàn
cũng thầm ghi lại
đá vàng

âm xưa
trời đương nắng
trời chưa mưa ?
làm sao gió nổi
trong mùa bụi xanh
lậm vào
mắt đỏ hồn anh
tiền thân
giờ
cũng ngọn ngành
mai sau

Cũng lại lục bát chị Huệ thấy không? Bài này tự nhiên thấy được câu cuối trước: *Tiền thân/giờ cũng ngọn ngành/mai sau* (một câu nghiệm được cả ba thì). Từ đó phóng ngược trở lại. Có lắm bài viết nửa chừng tắt tị bèn phải “ngâm” chung trong một . . . thùng rác !

LTH: *Thơ của Hoàng Xuân Sơn sau này nghiêng về lối chơi chữ cầu kỳ đẹp đẽ. Tự nhiên anh viết ra những chữ cầu kỳ như thế, hay sau khi viết, anh thay đổi các chữ viết cho son thắm hơn ?*

HXS: Tôi không có chủ trương kỳ khu mài dũa đá nham thành ngọc đẹp chị ạ ! Càng không có tham vọng làm một Phu Chữ kiểu nhà văn Lê Đạt.

Trong một dịp tán gẫu với Cao Vị Khanh, một bạn văn cùng địa phương cư ngụ, hai đứa cố công tìm hiểu vì sao ngôn ngữ thơ khác biệt quá xa với ngôn ngữ đời thường, mà cuối cùng vẫn không lời giải đáp. Trích một đoạn anh bạn này viết, chị xem thử sao :

“*. . . Có lần bày rượu ra hàng ba nói chuyện làm thơ với HXS, để truy tìm nguyên ủy chữ nghĩa trong thơ, cả hai bàn qua tán lại tới chắt cạn ba chai vang đỏ mà bí nhiệm vẫn hoàn bí nhiệm . Ngôn ngữ thơ ở đâu ra mà không có trong mớ ngữ vựng hàng ngày . Cũng người cũng tình đó . Cũng thân cũng tâm đó . Mà sao lời trong đời không giống lời trong thơ . Sao lời trong thơ thì trơn tru châu ngọc . Mà lờ?i trong đời thì lục cục lòn hòn . Thì cũng tự phát, cũng bốc đồng, cũng một mạch mà chữ nghĩa thì khác hẳn . Không lẽ có một Nàng Thơ thiệt ? Nàng ăn ở liêu trai với chàng , rồi thỉnh* *thoảng hà hơi mớm lời cho chàng, choàng vai cầm tay chàng viết nên những câu lục bát . . . đồng thiếp . . . . " (Thử Nghiêng Tai Nghe Lại Cuộc Đời - Cao Vị Khanh/Thư Quán Bản Thảo tập 25 tháng 10-2006)*

Cũng có lần hỏi một bạn văn khác: anh tin có thần cú không ? Đáp: có, nhiều lúc viết ra được lắm câu như bị ma nhập, rất lấy làm ưng ý, chữ nghĩa không biết từ đâu lại ?!

Tôi nghĩ chữ nghĩa thần kỳ, đắc địa là do quá trình suy nghĩ, chiêm nghiệm của mình thôi . Dĩ nhiên cũng phải có công phu hàm dưỡng. Những con chữ ẩn tàng đâu đó trong vô thức . Được dịp là bung ra kịp thời kịp lúc. Cái đó có phải là trời đãi ? Nói theo kiểu Trung Niên Thi Sỹ Bùi Giáng : chữ & nghĩa; ý&lời; thân &tâm - "*gặp nhau ngẫu nhĩ trong giờ ngẫu nhiên*".

LTH: *"Chữ nghĩa thần kỳ, đắc địa là do quá trình suy nghĩ, chiêm nghiệm của mình" là một câu nói xương máu, một câu nói hay, một câu nói của một thi sĩ đúng nghĩa. Anh biết mình là một thi sĩ từ bao giờ ? Đấy là một cảm nhận từ lúc còn trẻ, hay sau khi anh đã làm được những bài thơ và được người khác khen hay ? Anh nói thật đi*

HXS: Suốt một đời tôi, chữ "bằng hữu" luôn luôn chiếm một trong những vị trí hàng đầu. Tôi mê bạn đến nổi bị mạ la (và sau này vợ rầy). Cái thuở đầu đời mần thơ mần thẩn cũng do bạn (xúi) dù chưa được mặn mà cho lắm. Thấy bạn làm mình cũng bắt chước làm. Rồi để đó. Lúc bắt đầu có được dăm ba bài đăng báo, đã thấy "hồ hởi" trong lòng. Nhưng chưa mê. Tới lúc bằng hữu viễn phương lai tìm đến kết giao: Nào là Trần Hoài Thư ghé thăm lần đầu sau một cuộc hành quân. Nào là Vũ Hữu Định, Hà Nguyên Thạch, Phan Nhự Thức lặn lội từ ngoài Trung vào cho một cuộc gặp gỡ. Và rồi Hoài Khanh, Huy Tưởng, Trịnh Cung, Đinh Cường, Phạm Nhuận . . .hội ngộ, chia sẻ làm mình có cảm giác mình cũng là một "thi sõi" như ai (xấu hổ !). Từ đó, lậm thơ hồi nào không hay. Nhưng mà chị Huệ có tin cái lẽ " ghét của nào trời trao của ấy " không ? Hồi chưa biết thơ thẩn là gì, có mấy anh bạn cùng lớp làm thơ đã có bài đăng báo. Các vị này đi đâu cũng vác cái mặt hìu hiu tự đắc. Làm mình phát ghét.

Thế mà quả báo chị ạ ! Ngứa ngáy thế nào mà ngọ ngoạy vào bút mực. Cái " thoạt kỳ thủy" nghiệp này thiệt tình không nhớ nổi !

LTH: *Chính vì sự đắc địa của các con chữ trong các bài thơ Hoàng Xuân Sơn, mà những cảm xúc trong các bài thơ của Hoàng Xuân Sơn hơi bị rỗng. Anh có nghĩ mình làm thơ thuộc trường phái "duy từ", tức là chơi chữ cho bảnh, cho đẹp, cho ngon, trước hết. Tôi đọc thơ anh và có cảm tưởng là mình thưởng ngoạn nghệ thuật xếp chữ của tác giả. Tôi bị lôi cuốn bởi cách xử dụng chữ nghĩia của anh nhiều hơn là những rung động từ bài thơ ? Dĩ nhiên có những độc giả khác sẽ không nghĩ như tôi ?*

HXS: Như vậy là chỉ còn những xác chữ rỗng tuếch phải không chị ? Cám ơn Lê Thị Huệ đã thực lòng nói rõ điều này. Cảm quan này không phải chỉ có mình chị. Người nữ thân cận nhất đời tôi cũng cho rằng chữ nghĩa HXS cầu kỳ, rắm rối. Đọc không mấy cảm xúc. Không bằng một phần của nhà thơ thời danh Luân Hoán, thơ lúc nào cũng chân tình, tràn đầy xúc động. Như vậy Bụt chùa nào cũng không thiêng cả !! Tôi không thích đặt để mình trong trường phái này, phe nhóm nọ. Cũng có một vài trách cứ từ phía độc giả là thơ HXS hồi xưa tình tứ diễm lệ biết bao nhiêu thì nay đọc trúc trắc trục trặc, khô cằn, tối ám. Tôi đã tạm biện giải rằng thì là sông có khúc, người có lúc: đã tới lúc hết còn những cảm xúc bồng bột phát tiết bên ngoài (như cuộc sống êm đềm những năm xa xưa ở quê nhà hay khởi đầu những chuỗi ngày lưu vong buồn thảm). Thơ bây giờ chỉ là sự ghi chép những cảm xúc đè nén, ẩn tàng bên trong. Thơ cảm khái, hào khí trở thành thơ cô đọng, thu quén như buổi chiều của đời người . Như một lúc nào đó, Gió-O đã giới thiệu đọc thơ HXS phải đọc chầm chậm mới có cơ may thấu hiểu tình ý trong từng câu từng chữ . Nếu bạn đọc không cảm thấy được điều này, thì đó có thể là cái dở của người cầm bút hay không ?

LTH: *Có lẽ anh và tôi có cái nhìn khác nhau về giá trị của thơ văn chăng ? Với tôi một bài thơ rỗng vẫn có thể là một bài thơ giá trị. Một câu thơ vương lại trong đầu nhiều khi chỉ là vài chữ đắc địa. Tôi không nhớ ai là người đầu tiên viết ba chữ "ghé môi sầu", đọc câu thơ này ở đâu đấy, nhưng tôi vẫn chỉ nhớ ba chữ "ghé môi sầu" chỉ vì ba chữ này có một kiến trúc chữ nghĩa rất vô nghĩa* *nhưng lại gây nhớ. Thơ của anh gây cho tôi một sự nhớ nhung. Đọc thơ anh lần đầu rồi sau đó nhơ nhớ, thì muốn tìm đọc lại. Thế là anh đã là thi sĩ với tôi rồi . Rắc rôi, vô cảm, hào hùng, vô duyên, tục, hay mơ, thơ là sự đắc địa của chữ. Nên một tác giả làm thơ mà gây cho người đọc sự nhớ nhung chữ nghĩa của người ấy, theo tôi đấy là sự thành công của một thi sĩ*

HXS: Được lời như cởi tấm lòng. Cám ơn chị. "*Ghé môi sầu*" nghe thần sầu và thơ mộng quá phải không ? Trịnh Công Sơn đấy : "*. . . chiều qua bao nhiêu lần môi cười – cho mình còn nhớ nhau . Chiều qua bao nhiêu lần tay rời – nghe bồn ghé môi sầu . Ngày nào mình còn có nhau xin cho dài lâu . Ngày nào đời thôi có nhau xin người biết đau . . . " (Chiều Một Mình Qua Phố - TCS) .*

***LTH:** Anh có nghĩ là mình đi lạc vào nhóm Thơ Tân Hình Thức của Tạp Chí Thơ dưới ảnh hưởng của Khế Iêm. Khi nói điều này, tôi vẫn qúy trọng tất cả mọi thử nghiệm. Tôi không lên án đâu đấy. Dĩ nhiên là thử nghiệm mà đi theo người khác để thử nghiệm chứ không được là cái thứ do ta sáng tạo tiền phong lập thuyết numero uno, thì với tôi cũng chẳng có gì gọi là hào hứng cho lắm.*

HXS: Tổng cộng đâu đấy tôi có làm dăm ba bài thơ dưới dạng Tân Hình Thức do anh Khế Iêm bên *Tạp Chí Thơ* chủ xướng và hô hào đóng góp. Gọi là thử nghiệm thôi. Cho có này có nọ?. Chưa bước thật sự thành thử không có vấn đề "đi lạc". Phương chi nhóm THT chủ trương (hay áp dụng kỹ thuật) thơ vắt dòng và nói thơ theo giọng đời thường; mọi biện pháp tu từ đều được gạt bỏ. Vậy thì một "chuyên viên chơi chữ" kiểu HXS dễ dầu gì có chỗ đứng trong dòng Tân Hình Thức hiện thực? Mọi kẻ sinh hoạt văn ghệ đều mong muốn có một sự đổi mới để làm đẹp hơn chính mình. Như thay một cái áo cũ mặc đã quá lâu. Có điều cái áo mới chưa làm mình thay hình đổi dạng được thì đành quay về hơi hướm cũ thôi.

***LTH:** Anh ảnh hưởng Trịnh Công Sơn hay Trịnh Công Sơn ảnh hưởng anh? Các anh đi từ qúan Văn mà ra. Hình như anh cũng là bạn khá thân của TCS. Tôi thấy anh và Trịnh Công Sơn có cái chất "hiền triết" trong cách giao tiếp với đời sống. Khi TCS qua đời, anh viết một bài thơ rất hiền triết. Bài "Giả Tưởng Về Một*

Mùa Vong" rất lạnh. Sao lạ vậy.

HXS: Tôi không tin là tôi chịu ảnh hưởng của anh Trịnh Công Sơn (TCS) hay ngược lại, dù giữa chúng tôi là chỗ rất thân tình. Cho tới giờ này, tôi chưa được nghe một vấn nạn như vậy. Tôi nghĩ anh Sơn có thế giới riêng của anh. Tôi có bầu trời của tôi.

Tôi giao du với nhiều bạn bè văn nghệ, mỗi người có một cá tính riêng và phần hồn ai nấy giữ. Có điều trên phương diện sáng tác, bằng hữu lắm khi là nguồn cảm hứng bất tận. Tôi có thể làm một bài thơ lấy cảm hứng từ một ca khúc, một họa phẩm hay chính từ nhân dáng của bạn. Hay bạn có thể làm ngược lại. Nhưng không có ai copy ai hoàn toàn. Bằng hữu đến với nhau được là do hợp tính hợp tình. Có khi tính tình đối nghịch nhau cũng đánh bạn được. Thân thiết hơn nữa là đằng khác. Tôi thân cận với TCS một phần có lẽ do tinh thần và thể chất có đôi điểm tương đồng: Có một chút gì hư nhược, yếu đuối; sợ bạo động; chuộng sự trong sáng và chân tình . Có thể mượn lời một ca khúc của TCS để minh họa đôi điều : "*Tìm em tôi tìm - mình hạc xương mai - tìm trên non ngàn - một cành hoa khôi - nụ cười mong manh - một hồn yếu đuối - một bờ môi thơm - một hô`n giấy mới . . .* " *(Đóa Hoa Vô Thường)* . Tìm em, hay tìm lại chính mình, cái âm bản khuất lấp nơi khuôn dạng của người thân, bạn bè ?

Một ảnh hưởng duy nhất từ TCS: Sự thành công vượt bực của anh đã làm nức lòng bạn bè. Như một sự thôi thúc mãnh liệt bọn chúng tôi mạnh dạn "dấn bước thăng trầm" vào con đường văn nghệ.

Anh TCS mất đi tôi rất đau lòng. Nhưng không quá sảng sốt vì vẫn chờ đợi một sự thật sẽ phải đến: TCS đã tự hủy hoại dần mình khi bước trình cuộc lữ chưa kịp tới bờ. Tôi đã viết nhiều bài cho TCS khi anh nằm xuống. Tôi cũng thấy bài "*Giả Tưởng Về Một Mùa Vong*" ôm ấp không khí lạnh: Chẳng qua là cái màu sắc vô tưởng của không gian cách trở bến bờ. Và cái cảm thức khác biệt ngày một chia xa của kẻ ra đi và người chọn lựa ở lại .

***LTH:** Câu hỏi trên là câu hỏi tôi "rà mìn" đấy (cười). Mấy* *chữ này tôi nhặt ra từ câu trả lời trên của anh: "Hư nhược, yếu đuối, sợ bạo động ... tự hủy hoại ..." rất là TCS, mà có lẽ cũng là khuôn mặt của một trong những tâm thức Việt Nam thế kỷ qua. Đấy chính là khuôn mặt Việt Nam nhất, đến độ hết chiến tranh Nam Bắc rồi mà lớp trẻ lớn lên sau chiến tranh ở Việt Nam hiện nay cũng vẫn còn mê đồng nhạc TCS hơn bất cứ nhạc của ai khác. Anh có thấy thế hệ của anh và TCS nói được một thứ tiếng nói, anh có hãnh diện về gia tài trên mà thế hệ thơ văn của các anh đã để lại dấu ấn*

HXS: Chị Huệ đã linh cảm thấy được "mìn chôn ngầm" ? Chắc chị đã nhìn ra được một cái "gap" nào đó giữa tình bạn chúng tôi nói riêng và nói chung. Thật tình bọn tôi thương quý và Tiếc cho anh TCS (không phải là thương hận như nhiều người khác). Tiếc ở chỗ tâm tình giao cảm không còn nguyên thủy như thuở nào mới khoác vai nhau đi vào đời. Lần gặp gỡ sau cùng ở Montreal/Canada TCS có vẻ hài lòng với sự gặp gỡ, giao tiếp với những nhân vật tai to mặt lớn của nhà nước CS, cùng với những ân huệ (dỏm) mà đám người này đưa ra nhữ mồi (!). Phạm Nhuận, một người làm thơ rất thân cận với TCS cũng phải lắc đầu luôn khi thấy anh Sơn hãnh diện được "anh hùng không gian" Phạm Tuân ghé thăm, ủy lạo (Phạm Tuân : một phi hành gia dép lốp VN được các đồng chí niet/niet cắp nách bay vào vũ trụ).

Nhưng thôi giờ đây tôi tin rằng TCS đã hòa nhập vào cái thân phận đích thực bấy lâu đi tìm của mình giữa đất trời vô ngã. *Hạt bụi nào hóa kiếp thân tôi - để một mai tôi về làm cát bụi* . . . Sẽ không còn Tôi, không còn Em. Không còn vướng vất hệ lụy trần gian. Cái còn lại, ca khúc Trịnh Công Sơn mãi mãi là những bài kinh tụng tình yêu . Là lời trần tình cho cuộc bể dâu đong đầy dấu lệ. Hỡi ơi vì đâu gần cuối một đời người, TCS đã phải viết nên lời than thở *Tiến Thoái Lưỡng Nan* nghe não lòng: "*Tiến thoái lưỡng nan – đi về lận đận . . .* " Đi chẳng đặng mà về cũng không xong !

Vâng, thì nhìn lại chúng tôi cũng hãnh diện nói lên được tiếng nói chứng nhân một thời đại khốc liệt tang tóc . Gia tài thơ văn ấy khá đồ sộ (mà có những thế lực muốn bôi xóa, hủy diệt đi !), nhưng có chắc gì đáp ứng được lòng mong mỏi của mẹ già khi những đứa con ngày một chia xa.

LTH: *Anh sáng tác thơ, sáng tác nhạc, biết đàn ca hát xướng. Anh nhận xét nhạc của thơ Việt khác với nhạc của nhạc Việt như thế nào ? Anh có thấy một bài thơ Tiếng Việt nào rất nổi tiếng mà không có chút nhạc nào trong đấy không ?*

HXS: Xin xác nhận một điều là tôi chỉ làm thơ mà không viết nhạc. Nói bậy một điều không chuyên: nhạc trong THƠ VIỆT khơi mở từ ngôn ngữ và hình tượng thi ca nên có tính ẩn giấu. Không phải chỉ có thơ vần điệu mới có nhạc tính. Nhạc trong thơ vần điệu gần với nhạc trong NHẠC VIỆT, mang ít nhiều tính trình diễn, phơi lộ ra ngoài. Thơ tự do của Thanh Tâm Tuyền mới đọc tưởng như không có nhạc tính, nhưng thật sự ôm ấp tràn đầy trong mỗi âm thanh hình ảnh. Thử đọc lại Bài Ngợi Ca Tình Yêu mà Phạm Đình Chương phổ nhạc xem sao : "*Tôi chờ đợi lớn lên cùng giông bão – hôm nay tuổi nhỏ khóc trên vai . Tôi chờ đợi cười lên sặc sỡ - la qua mái ngói thành phố đồng ruộng - bấu lấy tim tôi thành nhịp thở . . .* ". Theo tôi, đây là một ca khúc mang âm thanh cuồng nộ rất hay, một sự đồng cảm tuyệt vời giữa người làm thơ và kẻ soạn nhạc.

LTH: *Anh uống rượu dữ không. Đôi khi tôi đọc những bài thơ của anh mà có cảm tưởng ngà ngà như người hơi say say tí men. Không phải là một cái say nồng nàn, mà một cảm giác ngà ngà hơi lạnh lùng. Xúc cảm trong thơ Hoàng Xuân Sơn là xúc cảm lạnh chứ không phải xúc cảm nóng.*

HXS: Thế mà bạn bè cho là tôi khá nồng nàn khi gặp gỡ chị ơi ! Thiên hạ bảo người miền Trung thường che dấu cảm xúc. Có lẽ nơi tôi biểu hiện rõ rệt cái truyền thống ấy chăng ?

Bọn đàn ông chúng tôi hễ gặp nhau là bày cuộc rượu. Cho đúng với cái nghĩa: Hội chứng của những kẻ thèm . . . rượu. Phải có cụng ly này nọ mới hào hứng xôm tụ. Có rượu vào tâm tư mới dễ bộc lộ (Rượu vào - lời ra). Và dễ bốc phét, tán láo. Rượu cũng có thể làm quên đi cái muốn quên và gợi nhớ cái đáng nhớ. Bằng hữu gặp nhau mà không rượu thì giống như cờ cụp đuôi. T ệ lắm cũng cà phê cà pháo. Những vần thơ cảm khái, hào khí ngất trời cũng từ cuộc rượu tuôn ra.

Tôi cũng là một dân nhậu có hạng (có sắp xếp đẳng cấp đàng hoàng à nhe ! Điều này có thể kiểm chứng nơi qúy vị hảo hớn Trần Nghi Hoàng, Lâm Chương, Phan Xuân Sinh, Đức Phổ, Nguyễn Xuân Thiệp . . .). Hồi còn bên nhà sau cuộc đổi đời 75 buồn quá nên đâm nhậu dữ thần. Qua bên này cũng quá buồn nên tiếp tục những cuộc nhậu thâu đêm suốt sáng [*Hôm nay tới phiên tôi - Bàn tròn làm chủ xị - Rượu sẵn đó xin mời - Nhậu chừng nào mút chỉ - Mình tha hương buồn quá – Nên tụ tập như vầy - Một năm vài chục cữ - Chẳng chết một thằng tây* - HXS]. Bây giờ thì phải tu tỉnh lại. Lớn tuổi. Sức khỏe kém. Phong độ giảm dần. Chừ bọn tôi có rượu đỏ làm chuẩn. Nghe nói không bổ bề ngang cũng bổ bề dọc. Có điều chị Huệ tin nổi không: Tửu lượng đàn bà mạnh hơn đàn ông ?! Quý vị nữ lưu ít khi đụng trận . Nhưng hễ nhập cuộc rồi thì bọn mày râu chúng tôi chỉ có từ chết tới bị thương . HXS dân nhậu mà thơ chỉ có cảm giác lạnh thì chắc là . . . rượu dỏm !

LTH: *Nồng-lạnh khác với nồng ấm. Nồng ấm thì có thể tiên liệu được. Một con người nồng nàn trong đời thường mà lai nồng-lạnh trong thơ thì đấy là sự lôi cuốn chứ nhỉ. Cái chất không nồng nàn trong thơ Hoàng Xuân Sơn làm cho người đọc có cảm tưởng tác giả trốn giấu cảm xúc của mình. Thơ Hoàng Xuân Sơn có khuynh hướng trung tính. Những bài thơ diễn đạt kiểu này rất là nét riêng của thơ Hoàng Xuân Sơn:*

những bài thơ trắng
chữ nghĩa thiên-di mùa bão biển
thời-gian bạo-tàn thổi lướt
ngọn tháp chuông rùng mình
chiếc mỏ neo ngoài khơi quăng quật
người-thủy-thủ-cuống-ngâm-con-tàu-gào-la-viễn-phố
bên kia ngày vô tận
một kẻ chết đứng trên đường
những tờ thư cuốn đi
tín-hiệu không lời buồn bã
Có những bài thơ trắng

như cõi lòng rỗng không.

Hai câu thơ cuối trên đây có phải là những câu thơ gần nhất với cõi cảm xúc anh thường bắt gặp khi sáng tác thơ ?

HXS: Khuynh hướng trung tính à ? Thì tôi Ba Phải mà chị Huệ! Trong giao tiếp đời thường tôi không chủ trương ăn miếng trả miếng. Mà luôn luôn muốn tốt đẹp mọi đàng, "Dĩ hòa vi qúy". Cái quan niệm cổ hủ (?) này làm mình bị mang tiếng là nhu nhược (!). Nhưng thôi : Kệ ! (Hình như anh TCS cũng có thái độ này ?). Ba phải ngoài đời và trung tính trong thơ thì không có gì trội bật chị nhỉ ?. Anh Võ Đình trong đề tựa cho tập Viễn Phố có nói thơ HXS là một tiếng thơ Cùng Cực Cô Đơn (sic) . Và anh bạn văn Vĩnh Hảo thấy rằng thơ HXS chỉ có từ Buồn đến Buồn - Dường như HXS ôm lấy cái phao Buồn để bám víu vào đời sống. Thế chắc tôi phải là người của xứ Buồn Muôn Thuở mới hợp thời .

Làm thơ ơi hỡi làm thơ
Cầm lên bỏ xuống một tờ giấy trơn

Chị có thấy sáng tạo là một thao tác tự huỷ? Không ? Chữ nghĩa viết ra rùng rùng. Lẫn lộn. Cấu xé vào nhau. Biến dạng. Và mất tăm. Chỉ còn lại những tờ giấy trơn. Sẽ chờ đợi tiếp tục những lấm lem mực nhòa. Sẽ không . Không còn gì hết . "*có những bài thơ trắng - như cõi lòng rỗng không . . .* "

LTH: *Ý tôi nói là anh đã có một thái độ khách quan khi anh mô tả lại một xúc cảm. Đấy là nghệ thuật khách quan hóa một bài thơ. Có những người thưởng ngoạn thích những bài thơ như thế này hơn là "đổ xúc cảm xuống tràn ngập" bài thơ.*

HXS: Cám ơn chị . Cũng có lúc "đổ cảm xúc xuống tràn ngập" bài thơ nhưng phải là cảm xúc thật mới có ý nghĩa.

LTH: *Ngày trước anh học Triết. Điều này ảnh hưởng lên thơ anh nhiều không ?*

HXS: Chắc chỉ có ảnh hưởng trên nếp suy nghĩ. Cách viết thì không .

LTH: *Một cách tự chối từ chăng?*

HXS: Thật ra không phải chối từ. Khi nói về cách viết, tôi muốn ngụ ý về một thứ văn phong riêng, một hơi thở văn chương độc lập. Tình thật, triết học hay kiến thức bậc đại học cũng đem lại cho mình một nền tảng nào đó trong sự xây dựng ngòi bút : sự mạch lạc trong cấu trúc viết và cơ sở lý luận. Nhưng mà, chữ nghĩa kinh điển trường ốc lắm khi sản sinh hoặc tái sinh một thứ thày đồ sách vở hay một loại hậu triết gia (cứ tưởng rằng mình) uyên bác với mớ từ vựng kêu rêu, tốt mã, tiếng tây tiếng u lòe loẹt khiến người đọc không hiểu gì sất ? Cái ấy có nên gọi là : tiêu hóa trật đường rầy ?

LTH: *Anh nghĩ điều gì đã giúp anh tiếp tục sáng tác thơ được, trong khi một số các bạn anh qua xứ ngưười bị khựng lại, không còn tiếp tục nữa.*

HXS: Phải có lòng đam mê chị ạ! Đam mê tột cùng càng tốt. Đam mê tới độ "ghiền" mới giữ được lâu dài . Anh bạn Tưởng Năng Tiến nói về Nguyễn Nam An : Không cho An làm thơ nữa thì e hắn chết. Đam mê tới cỡ đó chị thấy không ? Và Nguyễn Nam An vẫn mần thơ dài dài đấy chứ ! Không cứ là văn nghệ văn gừng. Bất cứ thức gì cứ mê miết làm hoài biết đâu có lúc thành đạt.

Tôi thuộc nòi hư hỏng, đam mê đủ thứ. Nào là thơ thẩn -vẽ vời - hát hò - nhảy nhót - ăn diện - nhậu nhẹt . . . Cái gì cũng chọt chẹt vô hết. Thứ nào cũng mê tới bến ! Bởi rứa nên chi cứ . . . nhì nhằng . Chẳng được cái nào tinh. May mà còn chút thơ (thẩn) giữ mực thăng bằng đời sống. Hi vọng thế !

LTH: *Anh nghĩ cuộc đời của anh hay hơn, hay những bài thơ của anh hay hơn ?*

HXS: Thơ giải mã cuộc đời và cuộc đời tìm kiếm chất liệu cho thơ

LTH: *Anh nghĩ gì về đời sống lưu vong của anh ?*

HXS: Vẫn cứ buồn nản như thường.

LTH: *Anh còn nhớ Việt Nam không ?*

HXS: Nhớ lắm chị ơi ! Vẫn chưa có cơ hội về thăm nhà.

LTH: *Hm, anh nói buồn nản và nhớ nhung, nhưng mấy chục năm qua anh làm được bao nhiêu thứ, có rượu ngon, vợ con ngoan, bạn bè, làm thơ, sáng tác, vv ... vv .. Nếu hỏi một câu hơi sỗ là "anh còn muốn điều gì?" thì anh sẽ trả lời như thế nao ? Anh có ghen tương với điều gọi là "được sống và chết trên quê hương" của những người đang sống ở Việt Nam không ?*

HXS: Tâm sự dài dòng một tí nhé : Nhớ không lâu trong một cuộc phỏng vấn trên Hợp Lưu, nhà văn Lê Thị Huệ có ngỏ ý trách cứ quý vị đàn ông, qúy đấng trượng phu VN đi đâu hết cả mà để đất nước tang hoang tanh bành té bựa như rứa ? Nói quả đáng tội : bọn đàn ông chúng tôi sang bên này lơ ngơ lớ ngớ không làm được cái tích sự gì cả . Cái gốc, cái rễ đã bị bứng đi thì hỡi ơi chỉ còn cái ngọn phất phơ theo gió chướng quê người ! Về ? thì kẻ tha phương nào chẳng muốn về lại nhà. Về không phải để thụ hưởng (và rồi ganh ghét với những người chọn ở lại). Về để nhìn lại con sông, cái cầu, mồ mã cha ông mà từ lâu mình đành đoạn bỏ. Về bới tìm cái xó xỉnh thân thương nào đó đã cho mình biết bao kỷ niệm. Hay nuôi một ước mơ hão huyền là về sống lại cái quãng đời êm đềm của một thời thạnh trị xa xưa ? Nhưng không phải là ngồi một chỗ mà cường điệu hóa cái chuyện về: *mai ta chết đi xin trả xác thân về lại với biển với rừng* (điều này e chỉ có trong thơ văn). Cuộc sống vật chất giờ này nhìn như có vẻ đầy đủ, dễ dàng. Nhưng đâu biết mình cũng phải kinh qua nhiều lao tác đắng cay, tủi nhục. Sang bên này, bọn thất phu chúng tôi phải biết ơn sự giỏi dang, đảm đang,tháo vát của quý vị nữ lưu anh kiệt. Nói chung là quý phu nhân của từng gia đình một. Bất cứ chuyện lớn nhỏ gì cũng cần bàn tay đẹp, phù phép của người nhúng vô : không nàng đố chàng làm nên. Bởi thế, cuộc sống tưởng chừng như phong lưu suông sẻ mà vẫn có chút gì lấn cấn. Như thiếu cái nền tảng văn hóa lâu đời đồng cam cộng khổ mà trong đó người đàn ông chưa xóa được cái mặc cảm là kẻ vô vị lóng ngóng bên lề!

***LTH:** Cộng đồng Việt Nam ở hải ngoại nâng đỡ thơ của anh không ? Anh có thấy họ và anh có những chia sẻ về thơ ca không ? Độc giả của anh là ai vậy ?*

HXS: Tôi có tham gia sinh hoạt cộng đồng và các đoàn thể bạn trong nhiều năm. Nhưng sự hồi đáp cụ thể thì chưa từng thấy. Nhiều khi còn được ăn bùn và đội nón cối nữa. Nhưng thôi. Ở cộng đồng làm như ảnh hưởng của sự tranh giành quyền lực lấn át mọi sinh hoạt khác. Nói chi chuyện văn học nghệ thuật xa vời. Hồi còn ở Văn Bút, tôi có phối hợp tổ chức một vài sinh hoạt ra mắt sách, tiếp đón bạn văn ở xa đến v.v. rồi thôi. Đánh đạp vẫn hoàn đánh đạp. Mọi nỗ lực văn nghệ đều mang tính cá nhân và thân hữu hơn là đoàn thể.

Thơ ca không phải là món ăn hợp khẩu vị của nhiều người (số phận thơ ca lúc nào cũng hẩm hiu). Mặc dù ai cũng tỏ ra mình là người sành điệu, sính thơ. Một loại mặc cảm thượng lưu trí thức ? Độc giả của mình là ai nhiều khi cũng không hiểu nổi nữa. E rằng chỉ có bạn bè đọc lẫn nhau thôi (!). Có một kỷ niệm đáng nhớ kể chị nghe : Hôm ra mắt tập thơ *Huế Buồn Chi* trời Montreal mưa tuyết tầm tã, xe cộ đi lại rất khó khăn. Gần tới giờ khai mạc chỉ có lác đác vài ba người. Thôi điệu này chắc phe ta ngắm phe mình cho đỡ buồn . . . Huế . Vậy mà chị biết sao không ? Sau nghi thức chào cờ, nhìn xuống hội trường thấy đông kín người. Có thật nhiều cụ ngoại thất tuần cũng không ngại thờ?i tiết xấu, chống gậy lò dò tới tham dự. Ôi! Cảm động biết dường bao. Nhưng đừng bé cái nhầm. Đừng có mà tưởng bở. Đó là các cụ các cô bác chú dì đồng hương tới ủng hộ người cùng xứ sở. Chứ không phải là tò mò tìm đọc thơ HXS đâu !

LTH: *Tôi chắc là anh không ngạc nhiên về sự từ chối khốc liệt của đời sống. Thơ hay không thơ, đời sống của chúng ta là một sự bị chối từ ngay trong căn bản, phải vậy không . Tuy nhiên, nói điều này cho anh nghe, thơ của anh gửi đến gio-o có bị "lọt" bài nào chưa ? Tôi không nhớ (cười) . Nhưng gio-o đã phải "gửi gió cho mây ngàn bay" một số bài vở khủng khiếp lắm. Có nhiều tác giả đã gửi bài đến cho gio-o một số lượng lớn, nhưng có lẽ gio-o là diễn đàn không thích hợp với các bài vở ấy nên tôi không thể đưa lên được. Được biết thơ anh gửi đến diễn đàn nào là được các diễn đàn ấy ưu ái đến đó, anh có tin mình là một thi sĩ lớn chưa?*

HXS: Phải mạnh dạn gạt bỏ sạn cát chứ chị chủ nhiệm. Điều này càng nên áp dụng với kẻ viết: vứt bỏ đi những gì mình cảm thấy vô bổ (mà khó lắm thay!). Nhớ lại lần đầu đến với Gió-O tôi gởi một loạt thơ đủ loại thể điệu (cầu may). May mà chỉ có đôi bài thử nghiệm chưa tới nơi tới chốn nên được cho về nghỉ hưu.

Chị nhắc chi tới chữ nhà văn nhà thơ lớn, nhỏ! Lớn nỗi gì khi hầu hết chúng ta đều thiếu chiều sâu và chưa đạt tới bề dày. Có chăng sự góp mặt lâu dài chỉ là chút lửa trơi lượn lờ của người hương hỏa nơi chốn từ đường văn chương chữ nghĩa mơ hồ tịch mịch.

LTH: *Hình như những ngón tay của anh bị đau khi phải xử dụng chúng. Anh có mối lãng mạn nào với niềm đau da thịt so với những niềm đau tâm linh để có thể kể ra cho độc giả gio-o nghe chơi không ?*

HXS: Kẻ giữ cửa này xin được treo Miễn Chiến Bài! Hẹn hồi sau chiến đấu tiếp!

LTH: *Bây giờ anh sáng tác thơ bằng cách viết xuống giấy, hay gõ ki bo ?*

HXS: Vẫn không có thói quen viết thẳng vào bàn máy chị ạ. Vẫn bạ đâu viết đó như hồi nào. Chộp được câu nào, ý nào thì vội vã ghi xuống trên bất cứ mảnh giấy nào lượm được. Cứ thế có khi thất lạc nhiều câu nhiều chữ mà mình nghĩ là tới, là lộc thánh trời ban. Thật tức anh ách !

LTH: *Tôi để mấy chữ "Thật tức anh ách" làm câu nói khép lại cuộc trò chuyện của chúng ta nhé.*

Cám ơn thi sĩ.
LÊ THỊ HUỆ

đọc các sáng tác của Hoàng Xuân Sơn

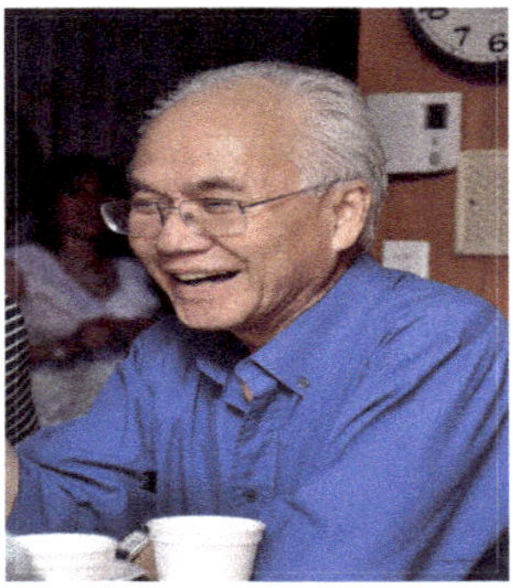

Trangđài Glasssey-Trầnguyễn

Cũng Cần Có Nhau: Bản-lề Hoàng Xuân Sơn

đ ọ c s á c h

Hoàng Xuân Sơn. Một cái tên vững chải, thanh nhàn, tươi thắm. Âm thanh trong trẻo.

Hãy tưởng tượng bạn đang đứng trước một ngọn núi vào Xuân, hoa vàng phun trào. Hãy mang theo hình ảnh đó khi bạn bước vào *"Cũng Cần Có Nhau,"* phóng bút của Hoàng Xuân Sơn. Bước vào một tâm thức 'bên-lề,' như tác giả nói. Ông đã chiếm cho mình sự tự do hoàn toàn: không chọn hồi ký, không đứng giữa dòng. Chỉ phóng bút, kể chuyện bên lề (tr. 13).Tuy khiêm cung tự coi mình là *"một kẻ làm thơ lưng chừng ở sự lười biếng"* (tr. 11) nhưng Hoàng Xuân Sơn đã nhuộm thi tính vào từng trang trong tập sách Cũng Cần Có Nhau.

Tôi không vội vàng 'tin' ông, dù ông nói với độc giả, *"Bạn ạ! Xin bạn đừng mong mỏi bắt gặp được gì hay ho văn vẻ từ đây. Người ghi chép chỉ mong bạn tình cờ gặp lại, sống lại một vài giây phút thân quen mà năm tháng đã làm cho phôi pha. Tất cả sự kiện được ghi chép lại, hi vọng cũng có thể mới mẻ đối với một vài bạn khác. Chúc bạn khám phá một vài ngạc nhiên thích thú và chiêm nghiệm rằng chúng ta đã có một thời như thế. Một thời để yêu và để sống.Những gì có tính cách riêng tư nếu làm phiền lòng bạn, cũng xin hoan hỉ bỏ qua" (tr. 12).*

Nhưng tôi đi theo ông. À, thì thử đứng bên lề với tác giả xem sao! Đứng bên lề, Hoàng Xuân Sơn sẽ thấy nhiều điều mà người đang ở giữa dòng không thấy được. Như một phó nhòm muốn thu toàn cảnh, ông lùi lại, bước qua một bên, để thấy mình đang đi giữa dòng với mọi người. Mà vẫn đứng bên lề.Một sự phân tâm và phân thân nhất quán.

Cũng Cần Có Nhau dắt tôi đi qua những cuộn phim chiếu chậm có bình luận về một giai đoạn lịch sử nhiều sóng gió. Hoàng Xuân Sơn là người cầm máy quay, dùng góc nhìn kiểu phim tài liệu Châu Âu – đi thụt lùi phía trước, đối diện với người trên màn ảnh, bấm máy, và quay.Có lúc, ông lãng mạn, rừng rực sức sống thanh niên, bừng dậy những ước mơ, manh nha những hy vọng.Có lúc, ông chĩa ống kính vào sự yếu vía, ghi lại những rùng rợn của người bị ma nhát. Lắm lúc ông nhảy tưng tưng, lang bạt theo sức căng tràn tuổi trẻ, và ở đoạn này, cuốn phim chạy mau hơn bình thường. Có lúc ông chùn chân, chậm chạp đứng nhìn những hoang tàn, tan vỡ. Nhưng lúc nào cũng có hai Hoàng Xuân Sơn: một người trong cuộc, một người bên lề.

Hoàng Xuân Sơn đối với tôi là một khoảng cách nhiều giai tầng. Ông thuộc vài thế hệ trước, sống trong một giai đoạn lịch sử hoàn toàn khác, được thừa hưởng di sản văn chương từ người thân là Học giả Hoàng Xuân Hãn (Ba tôi yêu và có khiếu văn chương, nhưng là một quân nhân, không cầm bút), và là một người nam. Sinh hoạt thanh niên của ông đầy tự do và sinh khí, không như tuổi trẻ tù-tại-gia của chúng tôi sau 1975,bị cấm nghệ thuật văn hoá, bị cấm họp mặt, trừcác buổi họp đoàn và đội ở trường. Nếp sống thanh niên tự do của ông xa xôi lắm so với nếp sống mà Mẹ tôi, lúc đó một nách năm con dại nuôi chồng cải tạo, đã cho phép chúng tôi. Có lẽ vì Mẹ tôi là nhà giáo. Cũng có thể vì Mẹ tôi phải bảo vệ các con giữa hoàn cảnh đổi đời lúc đó, không muốn con cái tự chuốc hoạ vào thân. Lúc đó, chạy gạo cho con thì Mẹ cũng đủ tiêu điều. Mẹ tôi không dám để con mình khổ. Sau này, khi Ba tôi đã đi vượt biên và định cư ở Mỹ, Mẹ có tài chánh để mời Thầy về dạy nhạc cho Chị cả của tôi, nhưng đều là những âm thầm lén lút.Chúng tôi lớn lên trong sự bảo bọc và giáo huấn kỹ càng của mẹ.

Nên khi Hoàng Xuân Sơn căng tràn tiếng hát, vùng vẫy trời mơ, thì tôi thật sự 'nhập vai' của kẻ bên lề.Những cảm xúc mơ mộng của Hoàng Xuân Sơn về một "Nữ hoàng chân đất" hay bất cứ một người nữ nào khác cũng rất xa xôi đối với tôi. Trong nhiều điều ông viết, tôi thật sự là người-đọc 'bên-lề,' nghĩa là – tôi đứng bên lề đến hai lần: khi theo ông nhìn từ góc độ 'bên lề' trong Cũng Cần Có Nhau, và với tư cách một độc giả nữ.

Tuy vậy, những câu chuyện và nhân vật trong Cũng Cần Có Nhau không quá 'xa lạ' đối với tôi, vì tôi đã đi tìm những mảng đời này trong nghiên cứu về người Việt hải ngoại từ thập niên 1990 qua những Dự án tôi đã sáng lập như Dự án Việt Mỹ VAP tại Đại học Cal State Fullerton. Tôi đã thực hiện những cuộc phỏng vấn kéo dài nhiều giờ các vị Phạm Phú Minh, Đỗ Ngọc Yến, Nguyễn Đức Quang bằng phương pháp lịch sử truyền khẩu từ mười lăm năm về trước.Sau này, tôi được quen nhà thơ Bắc Phong qua sự giới thiệu của Nhà báo Phan Tấn Hải, và thích những bài thơ như vườn cây bonsai của vị quản thủ Thư viện Sáng Tạo. Qua Bắc Phong, tôi gặp Nhà văn Hồ Đình Nghiêm, có dịp đọc thêm truyện họ Hồ, cùng đi những chuyến xe đò Huế liên Gò Công do ông lái, chọc phá ông trong những lần liên lạc điện thư, tra hỏi ông về những "Tảng Mạng" ông treo trên Gió O. Nên những câu chuyện trong Cũng Cần Có Nhau bổ sung cho những tài liệu tôi đã thu thập được, và cung cấp những khung cửa mới cho căn nhà quá khứ mà tôi vẫn đang lần mò tìm hiểu. Chỉ khác ở chỗ, Hoàng Xuân Sơn tự mình ngồi viết, viết tự do, và có lẽ đối tượng của ông là những người đã cùng ông đi qua dòng sông quá khứ. Còn các vị Phạm Phú Minh, Đỗ Ngọc Yến, Nguyễn Đức Quang trả lời những câu hỏi mà tôi đặt ra từ vị thế của một người làm nghiên cứu, cũng như từ tâm tư của một thế hệ đi sau.

Trong quyển "Brain Rules for Baby" của Tiến sĩ John Medina, một nhà sinh học phân tử về phát triển (a developmental molecular biologist), tác giả đã xác nhận, bạn bè là yếu tố quan trọng cho hạnh phúc cá nhân. Vậy thì, Hoàng Xuân Sơn là một người rất hạnh phúc, vì ông có rất nhiều bạn tâm giao. Người đọc nào bao dung cũng sẽ hạnh phúc chung với ông.

Một trong những người bạn thân đó là Trịnh Công Sơn. Nếu Hoàng Xuân Sơn nói Trịnh Công Sơn có ảnh hưởng lớn trên nhiều thế hệ thanh niên Việt Nam và về sau, thì cái ảnh hưởng đó, phải chăng, lộ rõ nhất ở Hoàng Xuân Sơn? Cả tập sách là một trường thiên để tôn vinh chữ và nhạc họ Trịnh. Tình bạn với Trịnh Công Sơn vượt trên những phân chia chiến tuyến, dù ngày 30 tháng Tư, khi được Trịnh Công Sơn kéo đi hát 'Nối Vòng Tay Lớn,' ông chỉ buông một tiếng *"Thôi."* Chỉ vậy. Rồi vẫn là bạn, dù có những lấn cấn ngoại cảnh. Bạn, ngay cả khi Trịnh Công Sơn đã về tháp cổ.

Cũng Cần Có Nhau, phải chăng, là một sự vinh danh chân thành nhất dành cho Trịnh Công Sơn, vì mỗi trang đều long lanh âm nhạc và ngôn từ Trịnh. Năm 2011, Nghệ sĩ ballet Thắng Đào đã đưa "*Vết Lăn Trầm*" về Quận Cam, dùng 10 bài hát Trịnh và tiếng hát Khánh Ly trực tiếp trên sân khấu trong một chương trình ballet. Những bài hát Trịnh thôi miên người xem, dồn họ vào giữa bốn bức tường khói lửa, xô họ đến bờ vực để đối diện với cái chết, căng tai họ ra để nghe bom rơi giữa ngực trần. Cả buổi trình diễn giật lùi, dậm chân trong cái hoảng loạn của chiến tranh, dậm chân mãi cho đến nỗi đất lún sâu hơn, và người đang dậm chân ấy dần dần đứng giữa huyệt mộ, cái huyệt mộ vô vọng của chiến tranh. Hoàng Xuân Sơn không dậm chân. Ông đi tiếp. Ông theo nhạc Trịnh đi qua chiến tranh, và đi khỏi chiến tranh.

Khi được may mắn đọc Cũng Cần Có Nhau trước khi sách được in, tôi rất thích, và nghĩ là sẽ viết ngay được vài dòng về tác phẩm. Nhưng tôi đọc, rồi viết, rồi viết, rồi đọc, mà vẫn không viết xong được.Tôi hơi bực chính mình, không hiểu vì sao cứ viết hoài mà không xong. Một trong những lý do chính có lẽ là vì cái mênh mông bàng bạc tản mác của tác phẩm. Nó không phải là một hồi ký đơn thuần, không phải sách lịch sử dù có nội dung mang đậm sử liệu, không phải sách phê bình dù đưa ra nhiều nhận định. Cũng Cần Có Nhau là tất cả những thể loại trên.

Cũng Cần Có Nhau là một bức thư tình mà Hoàng Xuân Sơn gửi cho những người bạn đã từng ông sống qua những chặng đường của đất nước và của thế hệ ông.Tự nhận là người bên-lề, nhưng tác phẩm của ông là một bản-lề. Cũng Cần Có Nhau là bản-lề, giữ cánh cửa hiện tại vào ngôi nhà quá khứ, và Hoàng Xuân Sơn là người mở cửa, mời chúng ta vào thăm vùng quá khứ phía bên trong. Ông là cái bản-lề, nối cánh cửa riêng tư của CPS và Quán Văn với độc giả.

Hoàng Xuân Sơn trần tình, *"Với tôi, bằng hữu là nguồn cảm hứng vô tận cho dòng bút mực viết nên. Nhiều người chỉ trích và né tránh con đường làm văn nghệ dẫn qua ngỏ thù tạc. Tôi: Tôi không làm văn chương. Tôi thèm viết ra những tâm tình từ bạn bè và cho bạn bè. Có thể. Mặc ai nói gì thì nói. Ừ! Vui biết mấy khi đời về chiều gom được tất cả những gì viết cho bạn in chung một tập dưới tựa đề THÙ TẠC nhỉ?" (tr. 161-162).*

Thù tạc. Cái chữ rặt đàn ông. Tôi là nữ, không cảm hết hai chữ này. Nhưng tôi cảm nhận được Cũng Cần Có Nhau là một tập THÙ TẠC đúng nghĩa: những gì viết cho bạn, từ bao năm tháng tử sinh vui buồn bên nhau, không bị cản trở của một hình thức văn chương hay định kiến xã hội nào. Nếu vái thụng thích vái nhau, cứ vái. Nhớ, thương, quý bạn ư? Ừ, thì cứ viết cho đã thèm! Để hoa vàng phun ngập núi Xuân.

Và như vậy, kẻ bên lề có chủ đích riêng của mình.Không viết hồi ký, mà ghi lại hồi ức. Chỉ phóng bút, mà có một tâm nguyện: "*Vết mực này. Mong vết mực này ghi lại được một chút thân thương, dù mỏng manh, giữa người còn sống và kẻ đã khuất*" (tr. 163).Giữa những thế hệ hôm nay và những thế hệ hôm qua, giữa mảng ký ức đã úa vàng và những ngày mai phơi phới.Vì chính người viết cũng cần có người đọc, chính Hoàng Xuân Sơn cũng cần có người đồng thanh.

Kẻ bên lề Hoàng Xuân Sơn đã không còn đứng bên lề, mà chính là một bản-lề cần thiết, từ mọi góc độ. Ông đã mở ra cuộc chơi ký ức để đưa chúng ta lên núi xuân vàng.

Bạn có dám leo núi với ông già *"lơ mơ đứng bên lề"* này không?

Trangđài Glasssey-Trânguyễn

ĐÃ PHÁT HÀNH trong tháng 10-2013 : **CŨNG CẦN CÓ NHAU**

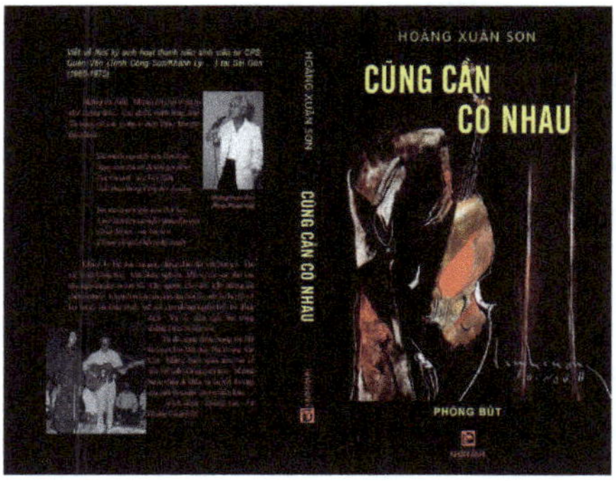

phóng bút của Hoàng Xuân Sơn – Nhân Ảnh xuất bản
viết về thời kỳ sinh hoạt thanh niên sinh viên
từ CPS, Du Ca, Quán Văn (Trịnh Công Sơn/Khánh Ly . . .)
tại Sài Gòn (1965/1975)
Sách dày 380 trang, gồm nhiều hình ảnh xưa; hiếm
Giá bao gồm cước phí :
Gia Nã Đại và Hoa Kỳ : 25 Mỹ kim -

Ngoài Bắc Mỹ : *Mỹ châu, Âu châu : - 35 Mỹ kim *Á châu, Úc châu : - 40 Mỹ kim

Liên lạc: son_hoang42@yahoo.com

Điện thoại: (450) 689-8291

Chi phiếu (Cheques) & lệnh phiếu (International Money Order) xin để Hoang Xuan Son, gởi về địa chỉ:

813 Etienne-Lavoie

Laval, Quebec H7X-4H8 CANADA

http://www.gio-o.com/TrangDaiGlasseyTranNguyen.html

TÔ ĐĂNG KHOA 1
Mùa Halloween,
Đọc Hải Phù của Hoàng Xuân Sơn.

Thi sĩ lấy cảm hứng từ tất cả những gì chung quanh họ, một đóa hoa, một giọt sương, trăng, sao, hay một tình yêu đẫm lệ, nhiều và nhiều thứ lắm, nhưng lấy cảm hứng từ ngày lễ Haloween như Hoàng Xuân Sơn (HXS) thì thật là hiếm. Và từ nguồn cảm hứng hiếm hoi ấy: Hoàng Xuân Sơn viết nên một bài thơ rất độc và lạ-- Bài Hải Phù. Ở đây (trong bài Hải Phù này) chúng ta may mắn có một cơ duyên tiền định: Ông Vua Thi Ca trên Núi (HXS) làm thơ về bà phù thủy của Biển- Hải Phù.

Hải Phù là một bài thơ rất lạ. Chi tiết, ngôn ngữ ma mị, nhưng di thẳng và tiềm thức người đọc nên để lại ấn tượng mạnh vì độc giả có thể cảm giác được qua cách phối ngôn điều ngữ của Thi Sĩ. Tiếng ru của nàng Hải Phù rất nhẹ nhàng mà ghê rợn, nó khiến cho chính tôi bị dựng tóc gáy khi đọc đến cuối bài thơ. Chúng ta thử đọc lại chậm rãi bài thơ lạ này:

Chiều nay rất mệt đầu sắp vỡ
những mảnh thủy tinh bay đầy trời
cọ cứa ngọn đồi không manh áo
nơi dung thân của một loài dơi
-Hải Phù, khổ 1-

Một buổi chiều ở chốn nhân gian rất mệt mỏi, đầu ai đó như sắp vở tung, và đau buốt như hàng vạn mảnh thủy tinh bay đầy trời, chúng cứa vào từng tế bào neuron của não bộ, như những lá cọ cứa vào những “ngọn đồi” không manh áo. Cảm giác đau buốt đó phá tan một “chổ dung thân của một bầy dơi”??? Bầy dơi nào? Chốn dung thân của chúng ở đâu, có liên hệ gì tới cơn đau cầu như hàng vạn mãnh thủy tinh bay đầy trời? Hay là “Chốn dung thân của bầy dơi” đó chính là ngay trong đầu của ai đó? Tôi đoán bầy dơi có lẻ là một ẩn dụ, cho cái chết đang rình rập tất cả hữu thể trong cỏi nhân gian này

Chúng xếp hàng và đo diện tích
chiều dài của một bài phúng thi

thủy thể con ngươi dần nở lớn
nhìn khối óc câm đã nhiễm chì
-Hải Phù, khổ 2-

Bài phúng thi? Ai chết đó? vì sao bài phúng thi rất dài, hay là "chết" cũng là một biểu tượng? há chẳng phải ngay chính chúng ta cũng đã "chết" rất nhiều lần trong cùng một kiếp sống? Thủy thể con ngươi của con mắt dần mở lớn: một sự căng thẳng tột độ đang tăng dần với sự nở lớn của đồng tử. Nhưng mà: có thể nào con mắt luôn nhìn ra, hôm nay lại có thể nhìn trở vô để mà nhận ra: "khối óc câm đã nhiễm chì". Một : khối óc câm đã nhiễm chì" thì sống cũng coi như đã chết! Ai đó đã chết thực rồi ư?

Cầm xâu trái tim như chìa khóa
nàng thong thả đi trên cát đen
đọc hết những cái tên thần chú
bọn nam nhân chết rực dưới đèn
/
Có một loài thiêu thân của sóng
va đầu vào mỏm đá tru di
đại lục chiều nay xanh mỏi mệt
lũ dơi hoang vẫn cứ rù rì
-Hải Phù, khổ 3 &4

Cả cuộc đời chúng ta đi lăn xả vào những thứ vô bổ, như một loài thiêu thân của sóng, đâm đầu vào mỏm đá tru di. Công danh, sự nghiệp, tiền tạc, tình yêu, tất cả điều vô nghĩa và cái chết biểu tượng bởi "lũ dơi hoang" vẫn cứ rù rì. Tham vọng che mờ nên loài thiêu thân của sóng không biết mỏi mệt trong khi "đại lục chiều nay xanh mỏi mệt": trái đất xanh mỏi mệt quay 356 ngày, trong khi loài loài thiêu thân của sóng vẩn không mỏi mệt va đầu vào mỏm đá tru di. Giữa lúc đó cái chết vẫn cứ rủ rỉ rù rì!

Mùa thu mùa thu nơi đâu cánh
vá buồm nâu những mụn quy hồi
biển rao. và tiếng nàng phù thủy
vào đi vào đi ngoan. à ơi
-Hải Phù, khổ cuối

Con người bị ném vào chốn nhân gian như những cánh

buồm bị ném vào long biển khơi, từng mùa thu, mùa thu qua di, tất cả những cánh buồm nâu rốt ráo đều phải qui hồi!

biển rao. và tiếng nàng phù thủy
vào đi vào đi ngoan. à ơi

Ôi! Tiếng ru của nàng Hải Phù, viết tới đây tôi bỗng rợn tóc gáy. Bài thơ Hải Phù của Thi Sĩ Hoàng Xuân Sơn thật là tuyệt vời. Nó chạm tới cái sâu thẳm nhất của sự thật hiển nhiên phơi bày trước mắt mà chúng ta không hay chưa nhìn thấu. Xin tri ân thi sĩ vế một bài thơ độc và lạ, ngôn ngữ ma mị và tác dụng thật thậm sâu.

Sony Hoang
October 31, 2021 ·
{ h a p p y h a l l o w e e n }
H Ả I P H Ù
)))

Chiều nay rất mệt đầu sắp vỡ
những mảnh thủy tinh bay đầy trời
cọ cửa ngọn đồi không manh áo
nơi dung thân của một loài dơi
/
Chúng xếp hàng và đo diện tích
chiều dài của một bài phúng thi
thủy thể con ngươi dần nở lớn
nhìn khối óc câm đã nhiễm chì
/
Cầm xâu trái tim như chìa khóa
nàng thong thả đi trên cát đen
đọc hết những cái tên thần chú
bọn nam nhân chết rực dưới đèn
/
Có một loài thiêu thân của sóng
va đầu vào mỏm đá tru di
đại lục chiều nay xanh mỏi mệt
lũ dơi hoang vẫn cứ rù rì
/
Mùa thu mùa thu nơi đâu cánh

vá buồm nâu những mụn quy hồi
biển rao. và tiếng nàng phù thủy
vào đi vào đi ngoan. à ơi
//
h o à n g x u â n s ơ n
[một mùa biến ảo]
20 oct.21

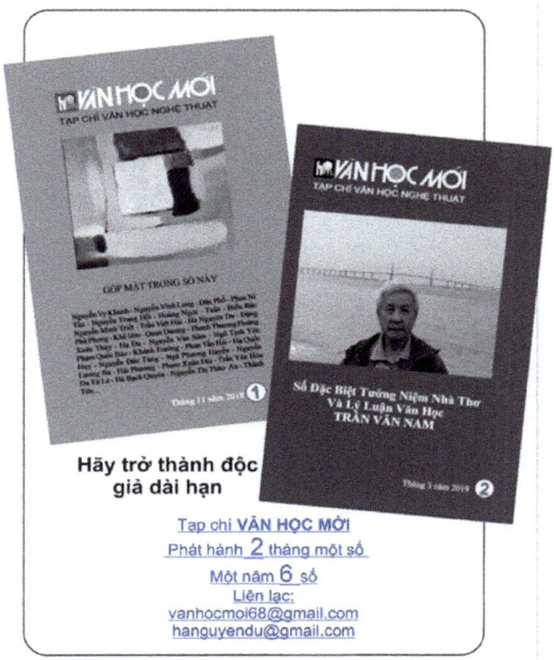

TÔ ĐĂNG KHOA 2

Tằm nhả tơ, nhà thơ nhả chữ

Đọc Nhả Chữ của Hoàng Xuân Sơn

Trong dân gian "kiếp tằm trả nợ dâu xanh" là một thành ngữ để nói về thân phận của người nghệ sĩ trong xã hội. "Dâu xanh" hay "biển dâu" còn được hiểu là "cuộc đời này" trong một số điển thi.

Ví như con tằm, hấp thụ chất dinh dưỡng từ lá dâu và nhả ra những sợi tơ óng ả cho đời, cũng vậy, người nghệ sĩ trả ơn đời bằng chính những tác phẩm của họ. Từ những cảm xúc rất mong manh và bất chợt như những sợ tơ, nghệ sĩ "đan" chúng lại với nhau thành một thi phẩm hoàn tất. Khi đọc một bài thơ hay tuyệt, người đọc chỉ "cảm" được cái "mát lạnh" của bài-thơ-tơ-lụa, nhưng ít khi thâm cảm tới tiến trình gian khổ của sự "nhả tơ" và "đan lụa" của Thi Sĩ.

Nhìn từ khía cạnh này, thi sĩ cũng giống như người thợ đan tơ: họ luôn làm việc ở "phía bên kia" của sản phẩm của mình, tức là những cảm xúc. Trong khi đó, đọc giả như là người tiêu thụ của sản phẩm tơ lụa đã hoàn tất.

Nỗi lòng của "người đan tơ" và của "con tằm nhả tơ" được Thi Sĩ Hoàng Xuân Sơn giãi bày cùng quý đọc giả để tạo ra nhịp cầu thâm giao giữa tác giả và đọc giả qua bài thơ "Nhã Chữ"

NHẢ CHỮ

):-(

nhả chữ từng câu từng ý đồ
nâng hàng phẩm vật tới phi lô
mà sao bóng nhạn bay trầm quá
nước ở trên không chảy lồ ồ /
nhả chữ tâm thần lúc kê bệnh
khục khặc ho hen nín tượng đài

bùn đen đã trát vào tinh ý
sắc diện bơ phờ mấy tóc tai

nhả chữ nhả chữ buồn chấu cắn
nhả tới u hoài khúc lấn cấn
con chim tự tử ngoài bìa rừng
nhả chữ. chiều tàn buông rất đậm
)))
h o à n g x u â n s ơ n
13, 16 dec. 2016

Khổ 1: Nâng hàng phẩm vật tới phi lô? Phải chăng phi lô chính là "philosophy"-love of wisdom? Thi Ca là đỉnh cao của tư tưởng như Everest là đỉnh cao của Hy Mã Lạp Sơn. Tư tưởng bay và khó nắm bắt như bóng nhạn. Nhưng hôm nay bóng nhạn bay trầm vì "nước ở trên không chảy lồ ồ".

Khổ 2: Thân tằm dẫu mang bệnh, dẫu sắc diện bơ phờ vẩn không ngừng nhả tơ. Là vì chỉ mong được "bùn đen đã trát vào tinh ý". Tinh ý gì? Phải chăng là sự nhắc nhở lẩn nhau rằng: Tất của chúng ta: con tằm, người thợ dệt, người tiêu thụ tơ lụa, thi sĩ, đọc giả đều mang thân phận "bùn đen" khi từ giả cõi đời này. Trảy qua một cuộc bể dâu, tất cả chúng ta sẽ đều quy tụ về một nơi, trở thành một thứ: "bùn đen". Cơn bịnh khiến ta "khục khặc ho hen", "sắc diện bơ phờ" chỉ là một lời cảnh tỉnh về số phận "bùn đen". Và Thi Sĩ đã đem cái "bùn đen" trát vào cái "tinh ý" trong khổ thơ này cho chúng ta cảnh tỉnh.

Khổ 3:

Còn gì buồn hơn? Ôi nổi buồn chấu cắn: một kiếp tầm dâu, một phân phận bùn đen, những khục khạc ho hen, sắc diện bơ phờ khi đi qua kiếp nhân sinh... và một con chim tự tử ngoài bìa rừng!

Trong khi đó nhịp thời gian vẩn gõ đều, chậm, và chắc trong một buổi chiều tàn.... và con tằm vẫn nhã tơ, và nhà thơ vẩn nhả chữ nguyện đem thân phận bùn đen này trát vào tinh ý của Thi Ca.

Cảm ơn Thi Sĩ Hoàng Xuân Sơn về một bài thơ hay và thiết lập nhịp cầu thâm giao giữa đọc giả và tác giả.

TÔ ĐĂNG KHOA

TÔ ĐĂNG KHOA 3

Về Nỗi Diên Trì của Một Cánh Hoa Muộn
Vài Ghi nhận khi đọc bài thơ "Ảo Từ" của Hoàng Xuân Sơn

Có những bài thơ khi đọc xong, ta phải đọc đi đọc lại cả hơn trăm lần cho đến khi nó nội tại trong tâm trí của chúng ta. Những bài thơ như vậy có tác dụng đẩy tư duy và sự chiêm nghiệm của chúng ta đến một chân trời mới, nơi đó chúng ta bắt gặp sự giao thoa của những tư tưởng lớn của triết học Đông-Tây và sau cùng quan trọng hơn cả là nó thiết lập trong nhận thức của chúng ta một thái độ sống thích hợp cho bối cảnh lịch sự hiện tại mà chính ta đang bị ném vào đó. Thái độ nhận thức này có khả năng giải tỏa hết những phiền lụy trong đời sống. Những bài thơ mang tác dụng như vậy rất quý và hiếm, và một trong số những bài thơ như vậy mà tôi có cơ duyên may mắn đọc được là bài thơ "Ảo Từ" của thi sĩ tài hoa Hoàng Xuân Sơn. Xin ghi lại đây đôi dòng cảm nhận với tư cách là một đọc giả yêu mến thơ của Hoàng Xuân Sơn như là lời tri ân đến thi sĩ.

Trước hết tựa của bài thơ –"Ảo Từ" cũng là một điều khiến ta phải suy nghĩ. Bài thơ là tập hợp của những từ theo sự phối trí của tác giả. Bản chất của ngôn ngữ vốn là ảo. Ảo là cái giống như thật, nhưng không phải là thật. Ví như bản đồ không phải là lãnh thổ [1], nhưng chúng ta vẫn cần có bản đồ để thám hiểm và phám phá lãnh thổ, cũng vậy từ-chỉ-định không phải là cái-được-chỉ-định, nhưng chúng ta vẫn có thể nương theo ảo-từ để hiểu "tinh-ý" của tác giả. Chúng ta thử thong thả đọc chậm bài thơ Ảo Từ này:

về đây
cánh bướm hồ nghi
trang sách đã chết
từ di cảo đời

Bài thơ mở đầu bằng một lời mời gọi: "về đây cánh bướm hồ nghi". Ai là "cánh bướm hồ nghi"? Bướm là loài suốt cả đời luôn bay từ hoa này đến hoa khác để tìm "cái đẹp". Vì sao còn mãi kiếm tìm, vì sao còn hồ nghi? Có phải cái này là cái đẹp nhất chưa? Hay còn có cái khác đẹp hơn thế nữa? Phải chăng "cánh bướm hồ nghi" là hình ảnh ẩn dụ cho tất cả những tâm thức đang còn dong dũi tìm kiếm một cái gì đó. Cái được tìm kiếm của những "cánh bướm hoài nghi" có thể là cái chân-thiện-mỹ, tư tưởng uyên áo, hạnh phúc, chìa khóa thành công, tình yêu, sự giác ngộ? Thôi thúc bởi sự tìm kiếm, tâm thức đó luôn luôn phải học hỏi. Sự học hỏi này đa phần từ những tiền nhân qua trang sách. Nhưng mà sách vở chỉ là những ảo từ! Và hỡi tất cả những "cánh bướm hồ nghi", xin hãy về đây và lắng nghe sự thật này: rằng "trang sách đã chết từ di cảo đời"!

Đây có lẽ là một tuyên bố sấm sét: Hỡi tất cả những tâm thức còn tìm kiếm một cái gì đó qua phương pháp tầm chương trích cú. Xin hãy nghe cho rõ: trang sách đã chết từ di cảo đời! Đời! Cái-Đang-Là bất sinh bất diệt, vô thủy vô chung, không có gián đoạn này làm sao có thể tìm thấy trong những trang giấy chết kia?

Nhưng có phải tác giả tuyệt đối phủ định vai trò của ngôn-ngữ-ảo-từ chăng? Không, ngược lại là đằng khác:

mở ra áo chữ không lời
lả lơi hồ thủy rụng rời thúy vi
ồ. hoa muộn
nỗi diên trì
làm sao về kịp bước đi
của miền

Khi ta đọc một bài thơ hay và đẹp chứa đựng những tư tưởng thâm sâu về bản chất của ngôn ngữ và Thi Ca như là bài thơ này chẳng hạn, thì đó chính là lúc ta mở ra những ảo từ uyên áo: những áo chữ không lời. Chính những chữ, những lời uyên áo đó, những ảo từ đó là chất liệu hàm chứa cái không-thể-diễn-đạt-được-bằng-lời, thường nằm ở giữa hai dòng chữ, nhất là khi độc giả nhắm mắt lại tư duy về cái vừa được đọc.

Bài thơ vì thế nó mở ra một cổng trời mới, một không gian mới cho những kẻ chiêm nghiệm chịu chơi bước vào. Nó mở vào một thế giới không lời. Cánh cửa mở vào thế giới này chính là những ảo từ, những áo chữ được thiết lập một cách khéo léo bởi Thi Sĩ.

Vượt qua ảo từ, vượt qua áo chữ để vào không gian mới của sự chiêm nghiệm đọc giả có thể thấy gì?

Có thể là những "lả lơi hồ thủy" có thể là những "rụng rời thúy vi" của kiếp sống mà có thể ta chưa kinh nghiệm qua.

Đọc giả cũng có thể vượt qua không gian thời gian để sửng sốt nhìn lại "nổi diên trì" của đóa hoa mai nở muộn sau một đêm giá rét của Thiền Sư Mãn Giác năm xưa:

Xuân khứ bách hoa lạc,
Xuân đáo bách hoa khai.
Sự trục nhãn tiền quá,
Lão tùng đầu thượng lai.
Mạc vị xuân tàn hoa lạc tận,
Đình tiền tạc dạ nhất chi mai. [2]

Ồ đóa hoa mai nở muộn, và một "nổi diên trì" mong cho mùa xuân còn ở lại mãi mãi với nhân gian, nhưng nào có được đâu vì lẽ đương nhiên dĩ nhiên là "Xuân đi, trăm hoa rụng". Thấu cảm "nỗi diên trì" của hoa mai, thì đồng cảm được với bao nhiêu công trình, bao nhiêu ước vọng dã-tràng-se-cát của nhân gian trong đó có chính chúng ta. Cho dầu "nỗi diên trì" của hoa mai nở muộn có thống thiết tới đâu cũng không về kịp bước đi của miền!

"Ồ hoa muộn, nỗi diên trì" là một câu thơ tuyệt đẹp trong cảnh giới áo-chữ-không-lời của Thi Ca mà những ảo từ của Thi Sĩ Hoàng Xuân Sơn có thể dìu tâm thức chúng ta vào trong đó. Nói gì tới một cánh hoa mai nở muộn chính cuộc sống chúng ta đây là một "nổi diên trì" của con dã tràng se cát trên biển Đông. Mùa Xuân qua đi một trăm cánh hoa: tất cả sẽ rụng xuống, diên trì hay không diên trì? Tất cả đều phải rụng xuống! Vì sao phải rụng xuống? Vì để cho "xuân đáo bách hoa khai"!

Như vậy hành động đúng đắn và phù hợp nhất về nổi diên trì của hoa và của chính chúng ta là gì?

một lần hồn đá tịnh liên
cầm im sắc náo cho phiền lụy thôi
một mai tình nhớ non đồi
thì phiên tóc trắng
cũng lơi nhẹ (

((

Bị ném vào một cuộc bình sinh mà tất cả những gì chúng ta nổ lực tận sức "diên trì" đều rốt ráo tàn lụi trước "bước đi của miền". Không gian và thời gian sẽ tàn hủy tất cả. Bất cứ thứ gì ta bám víu vào sẽ tàn lụi, nỗi diên trì của chúng ta cũng mong manh như cánh hoa mai cuối mùa nở muộn năm xưa trước đình chỉ chờ một cơn gió thoảng qua là sẽ rơi rụng mất. Như vậy tất cả nổi diên trì là không cần thiết, là công sức dã tràng. Tốt hơn hết là ta hãy thấu cảm nổi diên trì và sự bất lực hoàn toàn của chính nó. Chúng ta hãy giữ cho tâm hồn chúng ta bất động như "hồn đá tịch liên". Vâng chỉ một lần thôi, một lần do phép lạ hay lòng quyết tâm dõng mảnh nào đó trợ lực, chúng ta buông bỏ tất cả, buông bỏ cái vô tích sự của nổi diên trì và kinh nghiệm trạng thái "hồn đá tịch liên". Hồn đá tịch liên đó có khả năng "cầm im tất cả sắc náo bên trong lẩn bên ngoài đưa tâm thức chúng ta trở lại trạng thái trạm nhiên thường tịnh, và kết quả là: tất cã phiền lụy đều thôi quấy rầy chúng ta nữa. Sự vô ích và vô nghĩ của nổi diên trì được nhận ra rốt ráo! Phiên tóc trắng cũng vì thế mà lơi nhẹ buồn.

Giải pháp "hồn đá tịch liên" với tác dụng "cầm im sắc náo cho phiền lụy thôi" là giải pháp tối ưu cho cuộc bình sinh, nó tương phản với sự thất bại nảo nề do nổ lực "diên trì" mang lại. Nhìn từ khí cạnh này việc "cầm im sắc náo cho phiền lụy thôi" tương đối gần gủi với giải pháp "Let it Be" [3] của the Beatles, hay là giải pháp "Hãy để bóng chiều đi qua" trong bài thơ Áo Xanh của Thi Sĩ Bùi Giáng [4].

Bài thơ Ảo Từ của Thi Sĩ Hoàng Xuân Sơn là một bài thơ hay, tư tưởng rất uyên áo, xử dụng điển tích rất tuyệt vời, ngôn ngữ bình dân bà ảo diệu. Bài thơ mở ra những "áo chử không lời" mời gọi đọc giả gây cấn chịu chơi vào trận chiêm nghiệm sự giao thoa tư tưởng kim cổ và kinh nghiệm tự thân. Bài thơ này giúp chúng ta thiết lập một cái nhìn và một thái độ sống có khả năng "cầm im sắc náo cho phiền lụy thôi" và giúp cho phiên tóc trắng của chúng ta bây giờ hay sau này cũng lơi nhẹ buồn. Xin cảm ơn Thi Sĩ Hoàng Xuân Sơn và Thi Phẩm Ảo Từ.

Ghi Chú:

[1] Quan hệ bản đồ - lãnh thổ mô tả mối quan hệ giữa một đối tượng và sự thể hiện của đối tượng đó, như trong mối quan hệ giữa lãnh thổ địa lý và bản đồ của nó. Nhà khoa học và triết học người Mỹ gốc Ba Lan Alfred Korzybski nhận xét rằng "bản đồ không phải là lãnh thổ" và "từ ngữ không phải là sự vật", gói gọn quan điểm của ông rằng một sự trừu tượng bắt nguồn từ một cái gì đó, hoặc một phản ứng đối với nó, không phải là bản thân sự vật. . Korzybski cho rằng nhiều người nhầm lẫn giữa bản đồ với lãnh thổ, tức là nhầm lẫn giữa các mô hình thực tế với chính thực tế. Mối quan hệ cũng đã được thể hiện trong các thuật ngữ khác, chẳng hạn như "Thực đơn không phải là bữa ăn" của Alan Watts.

[2] Bài Thơ Cáo Tật Thị Chúng rất nổi tiếng của Thiền Sư Mãn Giác (滿覺), 1052 – 1096, là một thiền sư Việt Nam thuộc đời thứ 8 của dòng thiền Vô Ngôn Thông. Sư nối pháp Thiền sư Quảng Trí và truyền tâm ấn lại cho đệ tử là Bản Tịnh. Với bài thơ "Cáo tật thị chúng", ông được nhiều người coi là một nhà thơ đại biểu của dòng văn thơ Lý – Trần

[3] Let It Be là bài hát nổi tiếng của ban nhạc The Beatles phát hành năm 1970. Trong lời bài nhạc này có đoạn: "When I find myself in times of trouble, Mother Mary comes to me, speaking words of wisdom, let it be. And in my hour of darkness she is standing right in front of me, speaking words of wisdom, let it be"

[4] Bài thơ Áo Xanh trong thi tập Mưa Nguồn của Thi Sĩ Bùi Giáng:

Lên mù sương xuống mù sương
Bước xa bờ cỏ xa đường thương yêu
Tuổi thơ em có buồn nhiều
Hãy xin cứ để bóng chiều bay qua
Biển dâu sực tỉnh giang hà
Còn sơ nguyên mộng sau tà áo xanh

TÔ ĐĂNG KHOA

HOÀNG LONG HẢI
Hoàng Long Hải và Huế Buồn Chi của HXS "Hướng âm vô cải ... "

(Đọc "Huế Buồn Chi" của Hoàng Xuân Sơn)

Lật trang bìa sau tập thơ, nhìn ảnh tác giả, lòng tôi không khỏi bồi hồi, xúc động. Cuộc đời phong trần đến thế sao?! Lưu lạc và đau khổ đến thế sao?! Người thư sinh ngày ấy, má hồng môi tươi, nay đã trôi giạt về đâu? Còn lại đây, dù chỉ là trên ảnh, những dấu thời gian phôi pha của một mùa tao loạn, của những ngày binh lửa, của kiếp phong sương lưu lạc quê người. Và còn kia, chen lẫn trong đám tóc bồng bềnh là những "mấn mao tồi". Tôi nhớ tới bài thơ Đường tuyệt cú của Hạ Tri Chương:

Hồi hương ngẫu thư
Thiếu tiểu ly gia, lão đại hồi
Hướng âm vô cải mấn mao tồi
Nhi đồng tương kiến bất tương thức
Tá vấn khách tòng hà xứ lai.

Trần Trọng Kim dịch:

Bé đi, già mới về nhà,
Tiếng quê vẫn thế, tóc đà rụng thưa!
Trẻ con trông thấy hững hờ
Cười ồ, hỏi khách lại từ phương nao?

Nếu không có tên tác giả chú ở dưới tấm hình, ai có thể nghĩ rằng đó là chàng thư sinh ngày nọ.

Cô Kiều mười lăm năm lưu lạc. Người con gái ấy khi còn trẻ trung "Mây thua nước tóc tuyết nhường màu da". Đến khi nàng tái hợp cùng chàng Kim mười lăm năm sau, không thấy cụ Nguyễn tả nét già của cô như thế nào. Da đã nhăn chưa? Má đã đã hóp chưa? Tóc đã bạc chưa? Ở đây, Hoàng Xuân Sơn, cuộc đời binh đao bằng hai lần chiều dài lưu lạc của cô Kiều. Nhìn hình chàng, ai khỏi xót xa?! Tôi lại chợt nhớ hai câu thơ trong "Cung oán... "

Phong trần đến cả sơn khê,
Tang thương đến cả hoa kia cỏ này.

Hoa kia, cỏ này còn tang thương, huống chi là người.

Lật tập thơ Hoàng Xuân Sơn, đọc đôi bài, cảm từng câu, tôi ngưng lại. Đặt tập thơ lên ngực, nhớ Huế, nghĩ tới nỗi đau, nỗi nhớ, nỗi thương của một người lưu lạc nơi đất khách. "Vọng cố hương" là nỗi đau dằn vặt ông không bao giờ nguôi ngoai. Ai có thể không thông cảm và thương cảm cùng ông? Từng hình ảnh, từng câu nói, từng giọng hát, trong mỗi bài, mỗi chữ, mỗi lời mà lại là những lời quê mùa nôm na, mộc mạc trong "Hướng âm vô cải."

Huế, cái tên nôm na ấy, biến dạng từ chữ Hóa trong Thuận Hóa là một nỗi nhớ thương da diết, là tấm lòng yêu mến khôn nguôi, buồn bã vô cùng, không riêng gì cho ai sinh ra và lớn lên ở đó mà cho cả những ai đến đó một đôi lần.

Tôi cũng như nhiều người, chán Huế, giận Huế, bỏ Huế mà đi nhưng "hoài cố hương" thì không bao giờ dứt được. Có vậy mới thấm thía câu nói của một nhà văn nữ, gốc Huế: "Huế, đi để mà nhớ, không phải ở để mà thương." Đi để mà nhớ, đi càng lâu, đi càng xa nỗi nhớ thành mênh mông, nỗi nhớ dài ra, càng sâu, không bao giờ cùng tận, lòng vẫn vọng về nơi ấy, ở cuối thiên nhai:

Tôi nhớ hơn là chim nhớ mây,
Nhớ mùa thu nguyệt xuống heo may
Nhớ ơi! Xa quá... ơi là nhớ!
Mưa giọt vô tình trong đêm nay

(Huế, Từ Phong Vũ, trang 62)

Chim nhớ mây để thấy đường về tổ ấm. Nhớ mùa thu buồn bã vô cùng: những hàng phượng hai bên bờ sông Hương lá đã trở sang màu vàng úa và rụng tơi tả trên mặt đường Lê Lợi, trên Phú Văn Lâu... Mặt nước sông Hương êm đềm bỗng dưng thêm lạnh lẽo, và gió heo may từ những ngọn núi xa xăm cao ngất trên rặng Trường Sơn thổi về. Gió đã qua A-Sao, A-Lưới, gió qua đèo Lao Bảo, hay gió từ biển Đông mang theo cái lạnh đầu tiên từ Tây Bá Lợi Á của vùng Châu Á Gió Mùa?! Bến Tầm Dương ở đâu đây?! Có phải là bến đò Thừa Phủ, Vĩ Dạ? Trăng Tầm Dương đâu đây? Treo lơ lững trên cột cờ Ngọ Môn hay ở cuối lũy tre làng Vĩ Dạ? Người kỹ nữ về già “Tay ôm đàn che nữa mặt hoa” ở đâu đây? có phải trên “Chiếc thuyền lơ lững bên sông” bốn bề trăng nước lạnh lùng. Huế cuộn với văn chương thi phú như hai mà một. Người học trò học Tỳ Bà Hành, đọc thơ Xuân Diệu “Trăng lạnh càng thêm nguyệt tỏ ngời, đàn ghê như nước lạnh trời ơi” cứ tưởng như cảnh đâu đó trên sông Hương, tưởng như Huế đã đi vào thơ văn, tưởng như thơ văn từ Huế bước ra.

Đêm đêm nằm nhớ Huế, mà lại là đêm mưa! Mưa thì vô tình:

“Mưa giọt vô tình trong đêm nay!”

mà lòng thì không thể vô tình được. Mưa làm cho ta nhớ, nhớ mênh mông, nhớ bao la, nhớ vô cùng. “Đêm mưa làm nhớ không gian” (L.T.L.)

Phải là văn chương trộn với cảnh sắc Huế như thế, người ta mới có thẻ dễ cảm nhận:

Anh nhớ cả một trời mây thầm lặng
Con sông nằm khuất lấp bóng mù sương
Buổi sáng ra đi chưa có nắng trên đường
Nghe hơi lạnh phả vào hồn thích thú

(Thơ H.X.S.)

Người ta có thể ghét người Huế, không ưa người Huế. Ngay cả người Huế cũng không ưa người Huế. Huế chống với

Huế, chống nhau ở trong chợ Đông Ba, trên đường phố biểu tình, trước nhà thờ, trước chùa, trong Viện Đại Học, trong cung cấm, trong giới quan trường viên chức, tướng tá, tranh giành ngai vàng chức tước, trong "bọn trí thức làm giáng", trong bọn ngụy hòa, bọn ngụy ái quốc ái quần vì sợ quân dịch, sợ cầm súng nhưng Huế vẫn luôn luôn có một cái rất đáng yêu. Huế yêu Mẹ. Người ta yêu Huế vì người ta yêu Mẹ. Huế là Mẹ. Mẹ là Huế. Phật là Mẹ, Phật Bà Quan Âm là Mẹ, đức bà Maria cũng là Mẹ. Mẹ cũng là Phật, là đức Bà Maria. Tất cả là Mẹ, là quê Hương, là Huế.

Đứa bé lớn lên yêu Mẹ, yêu Cha, yêu anh chị, yêu căn nhà mình ở, yêu con đường mình đi, yêu ngôi trường mình học, yêu chùa, yêu nhà thờ, yêu cầu Tràng Tiền, yêu sông Hương và muôn đời trước hết vẫn là yêu Mẹ. Tình yêu đó lớn lên cùng với bé, ăn sâu vào lòng bé, là tâm hồn của bé, là cuộc sống của bé, dù bé còn ở quê nhà hay lưu lạc phương xa. Yêu trong tiếng Mạ nôm na, thương đời Mạ lam lũ, thương Mạ gánh vác giang sơn nhà chồng trên đôi vai nhỏ yếu của Mạ.

Người ta yêu Mạ khi Mạ về với ba, khi chưa tượng hình trong bụng Mạ, bởi khi Mạ về với Ba là Mạ từ bỏ hết: Mạ không còn để tóc dài kiểu Huế vì Mạ đã có chồng, Mạ gánh chồng, gánh con, Mạ lo ngày đơm tháng kỵ, Mạ lo mồ mả ông bà, Mạ lo cho con cái ăn cái mặc, việc học, ngày thi, Mạ lo tết nhứt, Mạ lo dựng vợ gả chồng. Đôi vai Mạ gánh bao nhiêu cũng được, đôi vai vĩ đại, đôi vai Phù Đổng cũng không bằng:

May Mạ còn đôi chân,
May Mạ còn đôi vai
May tấm lòng Mạ sông biển
Mạ gánh hoài gánh hủy
Cả giang sơn nhà chồng
Cha mất đi Mạ gánh giữa đồng
Mạ gánh lên non
Non chừ lạ biển
Mạ chừ tất bật như gió xoay chiều
Che chở chiều nào cũng lưng trần
Mạ hứng!

(Ghi chú: Tiếng Huế Mạ là Mẹ, chừ là bây giờ)

Hoàng Xuân Sơn thấy còn Mẹ là đã may cho ông. Ai còn Mẹ là còn may, là còn hạnh phúc, còn người để mà khóc với, còn người để mà than thở với, để mà nhỏng nhẻo, có tiếng để gọi lên khi buồn khi vui, để mà nhờ cậy: Mạ gánh hết, Mạ đi hết, bằng đôi chân gày guộc. Mạ gánh con lên non để chạy giặc Tây, theo chồng kháng chiến chống Pháp. Mạ gánh con xuống biển tìm cho con miếng ăn để đỡ đói lòng.

Trách cá nục chừ ai khen
Trái ớt chìa vôi chừ ai hít hà
Nứt làm hai con mắt cá bống thệ
Cha mạ nứt hai,
cha mất đi rồi nhà tróc nóc
Bếp lửa chiều lạnh tanh củi nỏ.

(Chừ Mạ Gánh –
Huế Buồn Chi-tr. 80)

Như tất cả người Việt Nam, người Huế có khuynh hướng ăn cá hơn ăn thịt. Không riêng gì Huế mà nói chung người Trung thích ăn cá nục, kho trong trách đất hay cá bống thệ kho khô có nước đường "xên" đen cũng trong cái trách đất. Phải kho trong trách đất mới ngon. Trách cá bưng ra, trên có mấy trái ớt chìa vôi (hình dạng như cái chìa vôi - cái que bằng sắt hay đồng, có khi bằng tre cứng để móc vôi từ trong ruột bình vôi) cay hít hà nhưng lại thích. Người Huế nổi tiếng ăn cay!

Cha mẹ chia lìa. Cha mất, như nhà tróc nóc. *"Con không cha như nhà không nóc"* (tục ngữ). Mẹ vừa làm Mẹ, nuôi con ăn học, vừa làm Cha, dạy dỗ nên người. Tôi mồ côi cha lúc 12 tuổi. Mẹ tôi cũng thường dạy tôi bằng câu tục ngữ đó, câu tục ngữ dạy trẻ con phải giữ cái "nóc" nhà dột.

Tôi thích kiểu nói nôm na của Huế mà HXS đã dùng trong thơ ông. Văn thơ, không hẳn chỉ là những chữ thanh tao, nhẹ nhàng, bóng bẩy mới thật là hay. Sự thật là hay nhất, nhất là với người nghệ sĩ. Những cảm xúc chân thật, tấm lòng chân thật. Nó phát xuất tư tâm hồn, từ tim óc máu huyết của người làm thơ thì văn thơ ấy mới thật là hay. Nghệ thuật không có sự thật là nghệ thuật giả trá, tuyên truyền. Đó là chân lý của người làm thơ, viết văn. Huế nói là sương (chữ S), là buổi sáng (chữ S). Có vài người mới đi Saigon có mấy hôm, về nói là xương (chữ x), là xáng xớm (chữ x), Saigon hóa rất mau, tưởng thế là hay, tưởng mình là người "Xàigòn". Thật ra, đó là cái rất "quê". Hãy dùng thổ âm. Dùng thổ âm là "hoài cố hương", xa lánh thổ âm là quên cố hương. Cho nên, trong bài thơ Đường tôi trích ở trên "hướng âm vô cải" là hoài cố hương, là giữ bản sắc của mình, không mất gốc, không vong bản. Về mặt tâm lý, thổ âm nhắc ta những kỷ niệm, những buồn vui, nhớ nhung của cố hương vậy.

Trong "Huế Buồn Chi", Hoàng Xuân Sơn dùng rất nhiều thổ âm. Tiếng ấy là tiếng của Mẹ, của chị, của anh, v.v... Nhiều người đi xa sợ quên thổ âm, sợ quên tiếng quê vì quên thổ âm là quên quê hương, quên Mẹ Cha, quên anh chị... quên kỷ niệm. Phải nhắc nó để mà nhớ, để mà thương:

Lâu lắm không hề nghe thổ âm
Răng rứa chừ mô cũng lạ dần
Giọng treo trên núi hồn xiêu lạc
Giọng bỏ về nơi chốn tỵ trần.

(Hoàng Xuân Sơn –
Huế Buồn Chi)

Nghệ sĩ thường lãng mạn, dù chỉ là lãng mạn một chút. Không lãng mạn thì đời không còn hay, không còn thi vị để mà sống. Tôi áng chừng như tác giả khi mới lớn đã từng yêu, dù chỉ là yêu trộm nhớ thầm ai đó, có khi chỉ là một màu áo, một nét môi, một mái tóc Huế, có khi chỉ là con đò trên một giòng sông, một áng mây chiều, v.v... Nhưng những cái yêu mơ màng nhẹ nhàng đó đã để lại những dấu ấn sâu sắc trong lòng ông với những thổ âm mà ông đã nghe ra từ cái ông yêu ấy:

Con đò khẳm nặng tình ni nớ,
Hò thảm đêm ai mới lọt lòng

(Nước Chảy –
Huế Buồn Chi, tr.18)

Có ai từng nghe tiếng hò Huế? Hò mái nhì mái đẩy, tiếng hò cao vút trên sông chiều bãng lãng, trong thinh không lặng lẽ đêm khuya. Tiếng hò cứ lên cao, lên cao mãi, lơ lửng vào không gian, len vào tận đáy hồn người, khuấy động tiềm thức, khơi dậy nhớ nhung ... Hò ru em, tiếng "ạ ời" không bao giờ xóa nhòa trong tâm hồn trẻ thơ. Tiếng "ạ ời" lớn lên cùng với bé, đi cùng với bé, dù nay bé phiêu bạt xứ người, tiếng "ạ ời" vẫn là một niềm xúc cảm không nguôi. Hoàng Xuân Sơn yêu tiếng hò ấy, từ khi mới lọt lòng, đó là tiếng hò ru em, đó là tiếng hò thảm ngày li biệt, vợ xa chồng, con xa cha!

Huế có câu tục ngữ "Nhứt quỷ, nhì ma, thứ ba học trò." Đó là ba cái phá nhứt thiên hạ. Tuổi trẻ mà không phá thì không phải là học trò. Nhưng cái phá của học trò Huế nhiều khi rất kỷ niệm, rất đáng yêu. Mùa hè, vào vườn nhà ai đó để trộm nhãn, trộm thơm để chúng bạn ăn với nhau cho... vui. Có điều lạ, ăn cái thứ "đồ ăn trộm" ấy, sao lại thấy ngon hơn thứ có sẵn, nhiều khi rất ê hề ở nhà. Trái bưởi trộm trong vườn nhà ai trên Nguyệt Biều, Nham Biều sao lại ngọt hơn trái bưởi Mẹ mua ở nhà?! Nãi chuối trên "bàn thiên" sân nhà ai - Mà ở Huế thật lạ, hình như nhà nào cũng có bàn thiên - dù còn xanh, chưa chín lịm, sao lại ngon đến thế?! Tại vì vui với chúng bạn chăng?! Ai chưa ăn của trộm nhà ai? Chỉ có thể là những "ông cụ non học trò". Còn hầu hết thì được sắp hàng chỉ sau có quỷ ma mà thôi! Than ôi! Tôi đã làm biết bao nhiêu điều "tội lỗi" ấy. Cái dạ dày tôi đã chứa bao nhiêu điều "tội lỗi" ấy. Đó là trái cấm đó chăng? Không ăn "trái cấm" ấy, chắc tôi đã "không nên người". Biết bao nhiêu lần Mẹ tôi bực mình về "tội lỗi" của tôi, chị tôi buồn vì "tội lỗi" của tôi! Tôi thương Mẹ thương chị biết bao nhiêu lần khi tôi làm điều "tội lỗi" ấy, thế mà tại sao tôi lại chẳng bao giờ... hối hận.

Phá như quỷ sứ
Đêm hôm quỷ sứ hiện hình
Tuôn vào am miếu
Cam quít bưởi bồng

Bợ nhanh như gió
Úm ba la
Cô ba cô bảy ta không sợ
Dễ sợ cô hồn sống
(Hiện hình –
Huế Buồn Chi- tr. 105)

Cuộc sống Huế xưa tự túc. Những làng quanh Huế sản xuất hàng gia dụng bán cho Huế, cho vua chúa, quan quyền, v.v... Nón Triều Sơn ("Triều Sơn bán nón"), kim Mậu Tài ("Mậu Tài bán kim"), v.v... Và nhờ tục lệ ăn cau trầu có từ đời Hùng, Nam Phổ nổi tiếng cau ngon.

"Con gái Nam Phổ, ở lỗ trèo cau"

Bây giờ vải vóc không đắt như ngày xưa nên con gái Nam Phổ ngày nay, nếu còn trèo cau thì đã mặc quần. Đừng ai vào vườn cau Nam Phổ - không biết những vườn cau mênh mông đó còn không hay đã bị chiến tranh đã tàn phá, hay vì tục ăn cau trầu không còn thịnh hành như xưa - để mà tìm nhìn. Chỉ mất công toi.

Bây giờ có lẽ con gái Nam Phổ vẫn còn đi bán cau trầu cấy:

Cô em Nam Phổ tươi cười
Sớm mai quà gánh mời người chợ xa
(Nam Phổ –
Huế Buồn Chi- tr. 67)

Quà gánh Hoàng Xuân Sơn nói ở đây là quà gì? Cau trầu hay bánh tráng, bánh bèo. Viết riêng một bài về con gái Nam Phổ, ông còn "ấm ức" về chuyện chưa vào vườn cau Nam Phổ hay sao?! Ngọn cau cao lắm. Tàng lá cau dày lắm. Có vào, "người ấy" núp trên ngọn cau, chẳng thấy được gì?!

Khi còn nằm trong nôi, 99 phần trăm đứa bé đã được nghe qua tiếng "ạ ời"

"Ai về cầu ngói Thanh Toàn
Cho em về với một đoàn cho vui."
(Ca dao Huế)

Hoàng Xuân Sơn muốn về với "một đoàn cho vui" hay ông muốn đi theo người con gái đi về theo đoàn ấy:

Thương về cầu ngói rung rinh
Vườn Cha, đất Mẹ gập ghình lối yêu
(Nam Phổ –
Huế Buồn Chi-tr. 67)

Có lẽ ông chẳng yêu ai hết! Chẳng còn có cô gái Nam Phổ tươi cười để ông yêu, chẳng có cô gái về "cầu ngói Thanh Toàn" để ông đi theo. Từ tiếng "ạ ời" tha thiết đáng yêu khi còn nằm nôi, ông đã nghe nói tới người con gái Nam Phổ ấy, nghe nói có cô em về cầu ngói ấy. Những "tiên nữ" ấy hiện ra trong trí ông từ thuở ấu thơ, ở với ông trong tiềm thức, theo ông lớn lên trong thời niên thiếu, thanh xuân, và nay theo ông để tới quê người. Ông không quên được Huế, ông không bỏ được Huế, thì ông cũng không tài nào quên được, bỏ được hình ảnh những cô gái Huế ấy. Tất cả sẽ theo ông đến cuối cuộc đời!

Quả vậy, khi ông lớn lên, vua chúa không còn, thành ra ông đâu có người yêu nào được "tiến cung" để *"Ai vô trong nội nhớ hoài"* (Đây là cách chơi chữ: Trong=Nội, Nhớ =Hoài) nhưng ông biết có người con gái "tiến cung" khi ông chưa ra đời. Do đó, ông gởi vào thơ nỗi nhớ của ai đó với một người con gái bị "đưa vô nội". "Đưa vô nội" là người con gái ấy không bao giờ được đưa trở ra, "Đưa vô nội" là đoạn tuyệt"

Ngủ gà ngủ vịt lơ mơ,
Thấy đi suốt cả sông hồ quận châu
Thấy về trèo một cây cau
Nhóng người Nam Phổ
qua cầu Ngọc Anh
Nhớ theo vô nội rành rành...

Ngủ gà ngủ vịt? Ngủ hay mơ mộng? Mơ đi rất xa: "Sông hồ quận châu". Đây là một thành ngữ của Huế: "Đi tới "châu, quận" nào?" Từ thời Nguyễn Hoàng, đi vào châu (Thuận châu, Hóa châu...) có nghĩa là đi rất xa, xa với miền Bắc cố hương. Sông hồ là phiêu bạt nơi này phương nọ. Để khi về thấy gì? Thấy con gái Nam Phổ trèo cau hay ta cùng trèo đua với họ? Hay lại "giang hồ vặt" thêm một lần nữa, từ làng Nam Phổ qua làng Ngọc Anh để ghé ăn bánh bèo Tây Thượng? Cuối cùng để trở về Đại Nội, nhớ ai đó đã một thời bị "tiến cung", vĩnh biệt người tình ở làng quê!

Huế không chỉ cô lập trong Tử Cấm Thành, trong Thành Nội, trong Hữu Ngạn, Tả Ngạn mà còn trải dài ra tới An Hòa, Triều Sơn, Văn Xá ở phía Bắc, tới An Cựu, Nong, Truồi ở phía Nam. Ông nhớ Huế, nhớ luôn cả những ngoại vi, "râu ria" của Huế. Rời Huế vào Đà Nẵng, qua khỏi Nong, Truồi là coi như đã xa Huế. Về Huế, tới Nong, Truồi là coi như tới Huế:

Cơn gió Truồi thoảng lại,
Nhẹ mềm như tóc Nong,
Gió thơm mùi bánh mới
Da dâu chín ửng hồng

(Nong Truồi –
Huế Buồn Chi-tr. 91)

Dâu Truồi nổi tiếng ngon.

Nói tới Huế là phải nói tới biểu tượng: Hoàng Thành, Núi Ngự, Sông Hương. Chỉ với sông Hương, ông có mấy câu thơ rất hay:

Qua một dòng sông mấy độ đường
Vai cầu trĩu nặng với niềm thương
Đôi bờ thủy ngạn chiều in bóng
Huế của đêm xanh chụm má hường...

Đôi mắt Hương giang hồn cổ tự
Lối cỏ phong bồi lăng miếu xưa

Con sông trầm thủy mùa tốc gió
Trăm tuổi hoàng kim nước gọi bờ.
(Huế Của Bây Giờ
Thương Nhớ Ai- tr. 65)

Lối dùng chữ của Hoàng Xuân Sơn trong mấy câu thơ này, - và cả trong nhiều bài khác, rất lạ. Ông đặt xen lẫn những chữ Huế cổ - nhiều khi pha tiếng Hán Việt - bên cạnh những chữ rất mới. Những người lớn tuổi, sinh trưởng ở Huế mới thấy cái lạ này trong thơ ông. Ví dụ: chữ "thủy ngạn" là tiếng Huế cổ - Người Huế trẻ ngày nay ít dùng, ông lại đặt chung với "Đôi bờ, chiều in bóng" là tiếng thơ ngày nay hay dùng. ("Đôi bờ thủy ngạn chiều in bóng"). Hoặc những chữ trong các câu sau đó: "Hồn cổ tự", "phong bồi", "trầm thủy", "thuần lương" bên cạnh những "đêm xanh", "đôi mắt", "nước gọi bờ." Đây không phải là tác giả không có dụng ý. Nói tới Huế là nói tới cái gì xưa cổ một chút vì nó là "Cố" Đô, là một triều đại huy hoàng của lịch sử nếu tính từ đời chúa Nguyễn Phúc Trăn dời kinh đô vào Phú Xuân năm Đinh Mão 1687 thì đã hơn 300 năm và áo mão cân đai chỉ còn là những bóng ma chập chờn trong Đại Nội, thì cũng đã hơn nửa thế kỷ kể từ ngày vua Bảo Đại đọc chiếu thoái vị. Như vậy, khi nói đến Huế, ngôn ngữ Huế, ông không thể bỏ đi những tiếng Huế xưa.

Nói tới Huế cũng không thể không nói tới cuộc Nam Tiến của dân tộc, mà Huế là dấu tích lớn của một chặng đường lịch sử đi về phương Nam. "Qua mấy độ đường" mới tới dòng sông lịch sử để thấy dấu tích xưa còn lại đây trên những vai cầu Tràng Tiền "Sáu vài mươi hai nhịp, Em qua không kịp tội lắm người ơi!" Cây cầu bắc qua "Con sông trầm thủy", để thấy bóng chiều in trên bờ sông, để thấy linh hồn người xưa trong ngôi miếu cổ bên bờ sông, để thấy lối cỏ già trên Khiêm Lăng, v.v... để thấy giòng sông êm đềm gợn sóng dữ dội khi gió mùa tới, đập vào bờ xào xạc như tiếng gọi của một thời hoàng kim trong lịch sử xa xưa (trăm tuổi). Vai cầu Tràng Tiền mang nặng cái gì: Sắt và xi-măng? Những vật liệu đó đâu có nặng bằng niềm thương nỗi nhớ ở trong lòng ông: *"Vai cầu trĩu nặng với niềm thương!"*

Thơ Hoàng Xuân Sơn thật súc tích, chỉ mấy câu mà phải nát óc suy nghĩ mới hiểu hết cái hay thơ ông.

Sông Hương, nơi gặp gỡ, nơi hò hẹn, nơi vui chơi giọc theo những con đường phượng đỏ hai bên bờ sông. Có khi, ông thấy sông ấy trong đôi mắt người ông yêu, cây lá rung rinh ấy trong mái tóc bồng bềnh của người ông yêu. Và rồi xa nhau, thân phận làm người, kẻ ra đi cũng như người ở lại là số phận rong rêu, cả trong đời thường huống chi trong những ngày chinh chiến:

Tôi nhớ em từ sông mắt trong,
Từ dáng em trôi tóc mượt bồng
Xa nhau nước dỗi hai mùa lá,
Em chờ bên cũ muộn màng rong

(Huế, Từ Phong Vũ.

Bài viết cho Ngô Vương Toại, tr. 61)

Bao giờ con sông cũng tượng trưng cho sự chia cách. Bờ càng xa, chia cách càng rộng. May mà còn có một nhịp cầu để hẹn hò gặp gỡ, một bến đò nối liên hai bên:

Cây lá cổng thành nghiêm cổng kín,
Người ở cách sông một bên đò
Đêm vẫn thức khuya chờ hẹn sớm
Dặn thư tình qua cửa Đông ba

(Huế Buồn Chi-Học Trò, tr. 103,
để nhớ Hoàng Ngọc Tuấn)

Lầu ở bên ni dòm bên nớ
Trường lớp chung nhau
một quảng đường
Nợ nần chi ai nhìn kỷ rứa
Thẹn thùng thương hết cả mười thương

(Huế Buồn Chi –
Học Trò, tr. 103,
để nhớ

Hoàng Ngọc Tuấn)

(Ghi chú: Trường Quốc Học (cho con trai) và trường Đồng Khánh (cho con gái), chỉ cách nhau một con đường hẹp với tường rào cao: Đường Nguyễn Trường Tộ, bắt đầu từ đường Lê Lợi lên tới nhà thờ Phú Cam). Học trò Quốc Học thường đứng trên lầu nhìn qua Đồng Khánh. Bên kia có người thẹn thùng khép cánh cửa sổ lại. Con gái Huế, thường khi bị người con trai nhìn lâu, trách yêu: "Ai nợ nần chi mà nhìn kỷ rứa?!"

Huế có những ngày mưa dầm, "mưa thúi đất" như người ta thường nói. Mưa kéo dài từ ngày này qua ngày nọ, có khi một hai tuần lễ không dứt. Có hôm, trời bỗng ngớt mưa một chặp, may có chút nắng vàng hiện ra giữa vùng mây dày, trong một ngày đông lạnh giá. Cái nắng ấy làm cho người ta vui lên một chút, như Hoàng Xuân Sơn hy vọng:

Giá bừng chút nắng vàng tươi
Sông còn bên lỡ bên bồi luyến lưu

(Chao Ôi Là Tội! –

Huế Buồn Chi-tr. 100)

Mưa có ngày nắng cũng như sông bên lỡ có bên bồi, điều ấy biểu lộ một sự luyến lưu giữa người với người. Không ai đi mãi mà không về, không ai quên mãi mà không nhớ, không ai giận mãi mà không thương.

Đọc "Huế Buồn Chi" của Hoàng Xuân Sơn, tôi để ý một điểm, nếu có dịp, có thể viết một bài dài về "Sông ở trong thơ Hoàng Xuân Sơn." Tại sao ông lại viết nhiều về sông? Điều đó dễ hiểu. Tại vì ông sinh ra bên bờ sông Hương, và lớn lên, học hành cũng bên bớ sông Hương. Sông Hương là bối cảnh của Huế mà cũng là bối cảnh của tâm hồn người Huế, huống chi lại là một nhà thơ như ông. Sông Hương có một chỗ đứng rất sâu, rất đậm trong tình cảm ông, thậm chí cả trong tiềm thức ông. Khi ông mơ thấy người yêu cũng là lúc ông mơ thấy sông Hương hay ngược lại. Sông là mắt em. Mắt em là sông. Hoa lá hai bên bờ là tóc em, và mây cũng là tóc em bồng bềnh đang trôi về núi. Điều đáng buồn hơn, đó cũng là dòng sông ly biệt, dòng sông ngăn cách hai người, từ bên bến đò này không dám gọi qua bên kia sông ới ời, tìm một nơi nào hơi thoáng cho người bên này thấy người bên kia!

Sông Hương có hai bờ Bắc-Nam. Nhìn ra phía Bắc: Quảng Trị đang mịt mù trong lửa đạn. Nhìn về phía Nam: Đà Nẵng, thủ đô chiến tranh của miền Trung. Vào "Thủ Đô" ở phía Nam để nhận một mệnh lệnh ra chiến trường phía Bắc, để thấy có người quen, người bà con, người bạn thân vừa vĩnh biệt:

Đèo mây níu áo qua đò
Về thăm mắt đẹp mấy o ngoài mình
Tóc thề còn thả ngọn xinh
Hay mưa đã chẻ dòng tình đôi nơi.
Về thăm phố của sông đổi,
Chiều vô trong Nội khép rồi cửa Ngăn
Ngó ra xứ Quảng thâm trầm
Mịt mù binh lửa biệt âm đường về
Bàng hoàng cõi mộng Hương Khê
Vườn ai sứ trắng rụng về Tây Thiên.

Những năm chiến tranh, buổi tối, một vài cửa thành đóng lại, không cho người dân đi qua, ngoại trừ các cửa chính như Đông Ba, Thượng Tứ. Cửa Ngăn, phía trên cửa Thượng Tứ, buổi tối đóng lại khiến cho ai đến thăm ai phải đi vòng xa hơn.

Xứ Huế, theo phong tục người xưa, nơi đền chùa miếu mạo cung đình thường trồng bông sứ trắng. Nhìn về Quảng Trị đang mịt mù trong lửa đạn, Hoàng Xuân Sơn nghĩ tới một bông sứ trắng mới rụng! Một người vừa hy sinh được đón về cõi Phật.

Không hẳn ai cũng nghĩ như Hoàng Xuân Sơn. Chỉ có những người mẹ có con đi trong chiến tranh, những người đã từng đi trong chiến tranh mới thương người chiến binh, bỏ mình vì dân vì nước, mới được Phật đón về cõi Phật. Huế chán chi những người trốn quân dịch, bằng hình thức này hay hình thức khác, ngụy hòa, ngụy trí thức. Họ không thể có sự xúc cảm như ông, lòng từ ái bao la như ông. Lòng ích kỷ trở thành chai đá!

Số đông thanh niên ở Huế rất cực đoan. Khi họ đã có một niềm tin, một lòng yêu, một nhiệt tình thì họ "sống chết" với cái lý tưởng ấy. Bên cạnh những người dù đi lính cũng chỉ chạy chọt cho được "làm văn phòng" hay những đơn vị "không tác chiến", để có chữ "thọ", để được "ấm thân", núp bóng COCC để "ngồi trên đầu trên cổ thiên hạ" thì lại có nhiều thanh niên từ khi ôm sách tới trường cũng đã ôm ấp "Chí làm trai dặm nghìn da ngựa". Khi nhập ngũ, họ cố vào cho được Nhảy Dù, Thủy Quân Lục Chiến, Biệt Động Quân, v.v... Hồi Nam Bộ Kháng Chiến, bài hát "Xếp Bút Nghiên" vang lên từ bàn cuối phòng thi cũng đủ là một khơi ngòi cho hàng loạt thí sinh nộp bài trống để lên đường vào Nam chống Pháp xâm lược. Bên cạnh những con người hào hùng ấy thì bọn hèn nhát, sợ chết, sợ khổ, trốn quân dịch ngụy trang bằng "ngụy ái quốc", "ngụy hòa", v.v...

Với ông, ông không hèn nhát. Ông đã xông pha, đã ra đi. Kẻ "thất phu" còn thấy "hữu trách" khi "quốc gia hưng vong", huống chi ông là người có học. Ông tích cực trong cuộc sống, trong nhiệm vụ đối với giang sơn và Tổ quốc. Có thế, ông mới tự hào:

Sông Hương chừ trắng nợ rồi,
Phủi tay còn chút buồn rơi cuối dòng.

Đọc tới đây, tôi mừng. Bốn mươi năm không gặp lại ông. Tôi cứ phân vân không biết ông đã chọn con đường nào giữa hai ranh giới, không phải Quốc Cọng mà giữa hèn nhát phản phúc và tích cực với quê hương. Một tên phản phúc ngụy trí thức, ngụy hòa Hoàng Phủ Ngọc Tường đã tiêm cái nọc độc của y cho bao nhiêu đứa học trò học quốc văn với y ở lớp đệ nhị. Một tên phản phúc nặn ra một lũ phản phúc. Khổng tử nói: *"Làm văn hóa mà lầm là hại muôn đời."* chính là cái hại này vậy. Cái hậu quả của tên ngụy trí thức tạo ra nay vẫn còn dây dưa ngay cả trong cộng đồng người Việt hải ngoại, không phân biệt phải trái, đúng sai, nhập nhằng giữa Quốc Gia và Cọng Sản. Thái độ ấy chỉ tạo ra một thứ văn chương vô luân kiểu Francoise Sagan đầy rẫy trong văn chương Pháp.

Không những làm tròn nhiệm vụ mình, Hoàng Xuân Sơn còn ngợi ca những ai biết mình "hữu trách". Ông có làm một số bài thơ về những "người hùng" ấy nhưng rất tiếc tôi không thấy in trong tập "Huế Buồn Chi".

Lá trúc mô trổ giọng bông đùa
Con quạ quạ kêu buồn qua tổ quạ
Đập đá chừ lạnh lắm người qua
Nhớ yêng xưa cười hiền như nắng
Như bông trang, bông bụt sau hè
Cặp gương trắng như lòng yêng trắng
(Nhớ anh Võ Ngọc Trác –

Huế Buồn Chi tr. 25)

Huế là chốn vua chúa, quan quyền, nhiều nhà trồng bông, hoa kiểng nên khác với nhiều nơi khác, nhiều nhà ở Huế có khóm trúc trước ngõ, ngoài sân. Hàn Mặc Tử, về Vĩ Dạ, có viết "Lá trúc che ngang mặt chữ điền". Có phải ở đây, Võ Ngọc Trác được Hoàng Xuân Sơn gọi đùa là "lá trúc". "Lá trúc" tính học trò, hay bông đùa, hay trèo cây bắt chim non trong tổ nên con quạ quạ (Huế không gọi là con quạ mà thường gọi là quạ quạ). Yêng tam là anh em. Người học trò cười hiền như nắng. Đó là cái nắng giữa đông, cái nắng làm ấm người ("Giữa mùa đông khí nắng ấm lên vừa" -Xuân Diệu), như bông trang (trắng hay đỏ) trồng trong vườn hay bông bụt (Huế gọi là bông cẩn) thường trồng để làm hàng rào. Những loại bông rất thường, không lộng lẫy khoe sắc, khoe hương nhưng rất gần gủi với người Huế.

Có một loài hoa có gai, rất bình thường, không "khoe sắc thắm" hễ khi đụng tới thì lá như lá me khép lại. Văn vẽ thì người ta gọi là "Hoa Trinh Nữ" như tên một bài hát của Trần Thiện Thanh viết về loài hoa này. Trong Nam người ta gọi là cây "mắc cở", người Trung thì gọi là cây "hổ ngươi". Hổ ngươi cũng có nghĩa là mắc cở. Nó tượng trưng cho người con gái mới lớn, hay thẹn thùng, e lẹ trước người lạ, như cánh lá khép lại khi bị đụng tới. Người con gái Huế, vì cha mẹ nghiêm cấm gắt gao nên ít khi tiếp xúc với người lạ và thường "hổ ngươi" khi có người con trai, đàn ông lạ hỏi tới. Tay vân vê tà áo, bứt một ngọn lá, mặt cúi gầm xuống đất, v.v... Ấy là xưa mà thôi! Bây giờ có còn không?

Trước tình cảnh như thế, con trai đôi khi cũng đâm ra "hổ ngươi" như con gái. Đi theo người con gái một đổi đường, đưa em về một quảng xa, cậu con trai cũng sợ... "thiên hạ cười":

Đưa em lòng đã biết rồi,
Hổ ngươi cũng kệ
người người chung quanh
(Bài Si –
Huế Buồn Chi- tr. 57)

Si là "trồng cây si (mê)" trước nhà ai đó, đi qua đi lại trước nhà ai đó, tức là yêu "Si" mê ai đó. Tiếng này học trò Huế rất hay dùng để ám chỉ một anh chàng yêu "Si" mê một cô nàng. Đã si rồi thì không còn sợ "hổ ngươi".

Huế có nhiều trăng vì Huế không phải là "kinh đô ánh sáng" để làm cho trăng lu. Trăng ở đầu sông, trăng ở cuối sông, trăng trên hàng cây phượng, trên ngọn cau:

Xuân nồng em có đảm đang,
Đến em Nam Phổ trăng vàng đọt cau
(Nam Phổ -

Huế Buồn Chi-tr. 67)

Tay khum một vốc nước dầy
Giọt long lanh ngó vui vầy mắt môi.
Sương nằm cẩm các mòn hơi
Trăng mềm cổ lụy vàng rơi giữa dòng
(Trăng Mùa -

Huế Buồn Chi tr. 101)

Hoàng Xuân Sơn khi yêu, ông có những hành động rất trẻ con. Vốc một vốc nước để xem mặt mình trong đó, để thấy mắt và môi mình vui.

Trăng mùa Vĩ Dạ thuần lương
Bến sông em ngủ dưới lườn ghe ngoan
Cuối mùa Vĩ Dạ buồn thê
Da ngời túy ngọc sáng về phương nao?
(Trăng Mùa –

Huế Buồn Chi-tr. 101)

Đêm trăng trên sông, mà lại ngủ dưới ghe là thưởng thức một cảnh đẹp kỳ lạ. Trăng về khuya, trăng cuối mùa lại đem lại cho người ta một mối buồn dằng dặc, buồn "thê", (tiếng Huế, buồn ghê gớm), da người con gái sáng như ngọc túy.

Thông thường thì người ta hay nói tới "Sông Hương êm đềm". Với ông thì ông hay nói tới sông Hương những ngày lũ lụt. Tại sao cái lụt của Huế ám ảnh đến như thế. Học trò Huế thường ưa đi "lội nước lụt" chơi. Tôi còn nhờ rõ cái kỷ niệm một đêm tôi tới nhà Ngô Vương Toại, cùng Toại đến nhà Hoàng Xuân Sơn ở gần Đập Đá, rồi cả ba chúng tôi xắn quần lội qua Vĩ Dạ, bên kia Đập Đá để chơi. Tôi chẳng hiểu tại sao chúng tôi lại có cái thích kỳ lạ như thế. Vì được nghỉ học vì lũ lụt hay được đi một vòng rồi thôi, ai về nhà nấy, có gì vui. Nhưng rồi cứ mỗi năm có nước lụt, tôi lạ rủ người khác lội một vòng qua Đập Đá chơi. Khi đó, Hoàng Xuân Sơn và Ngô Vương Toại đã đi xa rồi:

Rồi cuốn trôi đi nhành củi mục,
Khi mùa mưa lũ nước tràn sông.
Nhà ở bên tê múi Đập Đá
Ngó đất trời dạ cũng sầu mông...
Buồn lắm mênh mông triền sóng bạc
Như người cất rớ đứng cô đơn
Bèo trôi ra biển rồi mất biệt
Còn chút rêu rong bỏ lại nguồn

Mai nước xuống rồi, trường học lại
Qua ngày lễ lụt ngóng hình nhau
Đón đưa cho thỏa niềm canh cánh

Và nắng xinh thêm buổi hẹn đầu
(Mưa Mùa Nước Lớn
Huế Buồn Chi-tr. 27-28)

Xưa, trước 1945, chơi đàn, nghe đàn, nghe ca Huế trên những chiếc thuyền thả trôi trên sông Hương đêm đêm là cái thú chơi thanh tao của người Huế. Trong các loại dân ca, ca Huế có tính cách rất đặc biệt: trầm bổng réo rắt, vừa âm hưởng nhạc Chàm vừa Mông Cổ. Một thời mất nước, người ta chê thứ vui chơi đó là:

Thương nữ bất tri vong quốc hận,
Cách giang do xướng Hậu Đình Hoa

Tuy nhiên, ca Huế lại chứa đựng sâu sắc tư tưởng Lão Trang, coi cuộc đời là cát bụi, công danh chỉ là phù du.

Đối với người Huế, họ cảm nhận trực tiếp những đau khổ về sự đổi thay của thời thế. Biến cố năm Ất Dậu, vua và triều thần chạy ra Quảng Trị, Vua Hàm Nghi bị bắt, bị lưu đày, các vua Thành Thái, Duy Tân bị lưu đày gây nên những chấn động sâu sắc trong lòng dân Huế, v.v... Thành ra những tiếng ai oán trong ca Huế mang tính chất lưu đày vong quốc như trong nhạc Chàm. Hoàng Xuân Sơn khi lớn lên, những buổi chơi thuyền ca Huế trên sông Hương như hồi trước 1945 không còn nữa, nhưng ông vẫn còn cảm nhận những ai oán ngậm ngùi đó trong dân ca Huế:

Lạnh lùng dây sáu, dây ba
Dây đờn cũng nhập vô tà nguyệt se
Đàn trăng ai có đâu dè,
Lê thê hồn nước hiện về hồn non
Ôm trăng vào nhịp khách dồn
Năm cung sáu sợi nghìn phương cũng vì
(Đàn Trăng

Huế Buồn
Chi-tr. 95)

Hoặc là:
Thuyền, cầm ngọn nước thờ ơ

Để cho rong tảo lên bờ ngủ hoang
Buồn đi quải gió theo đàn
Trường thiên thu thủy hồn tan nguyệt biều
Như tình còn chút lửa thiêu
Nghe mưa cổ điển dậy triều sóng đưa.

(Thuyền –
Huế Buồn Chi-tr. 94)

Như tôi đã trình bày ở phần trên, thơ Hoàng Xuân Sơn pha trộn danh từ giữa cũ và mới. Rõ nhất là mấy câu thơ vừa trích dẫn ở đây, nó có thuyền, nước và đàn... và cả con chim le le của Vương Bột: "Lạc hà dữ cô lộ tề phi, *"thu thủy, trường thiên* nhất sắc.

Dù con le le, con cò, con vạc, con hạc trắng... trong văn chương Tàu cũng như ta, cũng chỉ là một. Nó khởi nguồn tư đâu? Có phải từ Hoàng Hạc Lâu, từ *"Mà lầu hoàng hạc bây giờ còn trơ"* hay xa hơn nữa? Từ đâu thì không rõ, nhưng tới bây giờ, hoàng hạc vẫn còn trong thi ca của người Việt ta đấy. Một hôm nào đó, độc giả thử nghe "Thu hát cho người" thì lại thấy "trường thiên thu thủy" và đôi cánh hạc bay ngang trời Huế, khi gió thu lạnh vừa thổi về. (Xin xem "Tân Cương trong văn chương Việt Nam", cùng tác giả)

Huế Buồn Chi là một tập thơ nhỏ nhưng ông đã gói ghém vào đó rất nhiều tình cảm: Yêu Mẹ, yêu bạn bè, những mối tình học trò - những bạn học cũ và cả những người ông mói quen sau này, khi ông đã vào đời. Tình cảm đó rất đậm đà phong phú và đầy đặc kỷ niệm - từ những kỷ niệm nghịch ngợm vui đùa cũng như một lần gặp gỡ đâu đó, trên đường phố, trong Đại Nội...

Ở thơ ông, ta thấy tình yêu thật chơn chất thật thà, sự ngỡ ngàng của tuổi mới lớn, e dè sợ sệt trong lần yêu đầu tiên, của mối tình đầu nhưng cũng khá liều lĩnh khi bước qua những ngăn cách, rào cản của dư luận cổ tục xứ Thần Kinh.

Có điều làm cho tôi rất lưu ý. Dân Huế có tính giai cấp rất rõ rệt. Vua quan và những người không thuộc giai cấp vua quan nhưng cố làm ra vua quan, là dòng dõi cao sang, là nếp nhà, v.v...

rất tự hào về những cái mà họ không có. Trong khi vua quan thì đã tàn lụi cùng thời thế đổi thay, nói như Nguyễn Bính thì "Cả đến ông Trời cũng đổi thay." Những ông hoàng 9, hoàng 10, cậu cả thì đã lùi về dĩ vãng, bụi thời gian phủ dầy đặc lớp lớp, tưởng như người ta đã bỏ vào quan tài mà chôn đi từ đời kiếp nào rồi, thì dư âm của nó vẫn còn rơi rớt đâu đó trong kiểu nói "Các mệ", "Quan quyền" trong những người không thuộc tầng lớp vua quan. Những cách nói ấy, niềm tự hào vô sở cứ ấy, những "Nếp nhà" mục rữa ấy vẫn là niềm tự hào của một số người Huế, nhiều khi thật khiếp đảm. Họ tưởng như họ là người yêu nước không ai bằng mà thật ra rất hèn nhát. Họ tưởng như họ là người nhìn xa thấy rộng, biết trước đường đi của lịch sử để "Hoà hợp hòa giải" nhưng thật ra chỉ là những tên cơ hội, hoạt đầu, háo danh. Điều ấy làm cho Huế khó thở, làm cho Huế trở nên nặng nề, âm u, khiến cho nhiều người bỏ Huế mà đi, "Không phải ở để mà thương." Những điều ấy làm cho tôi càng ngày càng thấy xa Huế thêm ra khi tôi lưu lạc nhiều nơi trong đời quân ngũ: Gò Công, Định Tường, Vĩnh Long, thậm chí cả Hà Tiên, Cà mau... ở chỗ tận cùng đất nước. Người dân nơi tôi đến chơn chất thật thà như người bình dân ở Huế, khác xa với đám kiểu cách làm dáng rằng thì là ta đây...

Ở miền Nam, càng xa Huế ra, tôi thấy càng dễ chịu, nhưng lòng yêu Huế, nhớ Huế thì vẫn thế, vẫn day dứt, vẫn ngậm ngùi với những "Tang thương", những "hí trường" mà Huế từng gánh chịu, trước kia, từ khi Pháp xâm lược cũng như bây giờ. Con "ngựa tế Đồng Nai" thấy dễ chịu hơn chỗ "rồng chầu". (1)

Vậy đó, nhưng "giọng Huế" vẫn là mối âm vang buồn buồn trong lòng, mỗi khi nghe ai nói tiếng Huế. Trong tôi, ở chỗ sâu kín nhất của tiềm thức vẫn ghi đậm hình ảnh linh hồn vua chúa, cung phi mỹ nữ còn sống âm thầm đâu đó trong Đại Nội, trong Tử Cấm Thành, hay trong những lăng tẩm u trầm, linh hồn núi Ngự, sông Hương, tiếng đàn ai oán trong khúc Nam Ai, Nam Bình, trong tiếng hò ru em, tiếng hò mái nhì mái đẩy; trong đêm khuya thanh vắng, trên con đường dài ngút ngàn của cuộc đời vô định; những linh hồn xưa cũ ấy bỗng đánh thức tôi dậy, gọi tôi đi, làm xoáy động tâm hồn của đứa con xa xứ, lưu lạc nơi góc biển chân trời.

May mắn, trong thơ Hoàng Xuân Sơn không có những kiểu cách học đòi mà lại thật thà, đơn sơ như "o con gái" làng Nam Phổ, nó e ấp như chiếc nón lá Triều Sơn, nó chứa đựng thật nhiều như cái thúng Bầu La, nó như chiếc áo trẻ con bán ở chợ Dinh. Nó không có một chút gì "áo mũ đỏ pha chàm" hay "Xe ngựa ngập trời mây" như trong bài "Vào Thành" của cụ Phan Bội Châu.

Cái trong thơ là cái hay cái đẹp, cái chơn chất thật thà của Huế mà dù cho ai có như tôi, đi đã xa, đi đã lâu cũng không sao quên Huế được.

Cách đây mấy hôm trong một buổi lễ mừng xuân Giáp Tuất của Cộng Đồng Người Việt nơi thành phố tôi ở, nhà văn Trần Doãn Nho, hình như trước kia có biết Hoàng Xuân Sơn, nói với tôi rằng trước 1975 Hoàng Xuân Sơn ít làm thơ. Chỉ sau biến cố 1975, ông lưu vong ra ngoại quốc mới làm thật nhiều thơ mà phần nhiều lại thơ nói về Huế. Tôi nghĩ một người làm thơ lâu, làm thơ nhiều chưa chắc đã là thơ hay. Tự nhiên khi ra ngoại quốc, ông bỗng làm nhiều thơ, mà lại là thơ về Huế - thì cái động lực chính để ông cầm bút không phải vì muốn tìm chút hư danh. Ông cầm bút không vì ham danh vọng mà chính vì lòng nhớ nhung yêu mến quê hương thôi thúc ông bày tỏ ra bằng bút, bằng lời. Thơ như thế là thơ phát xuất từ trái tim kẻ xa quê, kể lưu lạc quê người, từ nhớ thương đau đớn của người vọng quốc.

Ông làm nhiều thơ theo thể lục bát nhưng rất khác người ta. Người ta ghép vần ghép điệu sao cho ngân nga, ngắt câu chấm câu cho thật cầu kỳ. Ý tứ nghèo nàn thành ra phải dùng những kiểu cách cầu kỳ để "câu" độc giả.

Ông thì đôi khi khúc khắc bởi những ý tình mới lạ, bởi cách diễn đạt với những "ngôn ngữ Huế" thành ra thơ ông khác đi, điều đó làm cho người đọc thấy thích thú.

Cũng xin nói thêm một điều. Đến Hoa Kỳ, tôi vẫn thường gặp những người lính Mỹ đã tham chiến ở Việt Nam trước đây. Những người tôi quen như Albert Roy, Johnston (người phỏng vấn tôi ở trại tỵ nạn), ông Sullivan (hiệu trưởng một trường tiểu học gần nhà tôi) từng ở Huế khá lâu. Họ yêu thành phố ấy. Hình như họ có cùng một nhận xét như nhau: Thành phố nhỏ, cổ kính, trầm lặng, khung cảnh xinh xắn: cầu Tràng Tiền và sông Hương. Tôi giới thiệu với họ đôi chút văn hóa của Huế và dĩ nhiên cả thơ Hoàng Xuân Sơn. Tôi phải dịch vài câu đọc cho họ nghe. Họ lấy làm tiếc. Phải chi có được nhiều bài thơ của Hoàng Xuân Sơn dịch ra tiếng Anh để họ "thưởng thức". Tôi thấy buồn cười. Ngôn ngữ Huế, nếu dịch ra tiếng Anh thì đó là cái "phản bội nhất trong những cái phản bội." (2)

Tuệ Chương Hoàng Long Hải

---

(1) Rồng chầu ngoài Huế
Ngựa tế Đồng Nai
Nước sông xanh sao lại chảy hoài
Thương người xa xứ lạc loài đến đây!
(2) Dịch là phản bội

Những nhận định siêu ngắn về thơ:

"Thơ khởi phát từ lòng ta" (Lê Quý Đôn)
"Thơ chỉ tràn ra khi trong tim ta cuộc sống đã ứ đầy" (Tố Hữu)
"Thơ trước hết là cuộc đời và sau đó mới là nghệ thuật" (Belinsky)
"Thơ ca làm cho những gì tốt đẹp nhất trên đời trở thành bất tử" (Bysshe Shelley)
"Thơ là thư kí chân thành của trái tim" (Duy Bralay)
"Thơ là thơ, đồng thời là họa, là nhạc, là chạm khắc theo một cách riêng"(Sóng Hồng)
"Thơ là hiện thực, thơ là cuộc đời, thơ còn là thơ nữa" (Xuân Diệu)
"Thơ ca bắt rễ từ lòng người, nở hoa từ ngôn ngữ, và đọng lại trong tim người đọc"(Viên Mai)
"Hãy xúc động hồn thơ cho ngọn bút có thần" Ngô Thì Nhậm)

DUY HÂN
Hoàng Xuân Sơn - Thơ Quỳnh - Nhạc Quỳnh

Trước thì Duy Hân xin chúc mừng nhà thơ Hoàng Xuân Sơn với tập thơ mới: Thơ Quỳnh.

Thân hữu khắp nơi đang thưởng thức những cánh thơ bung nở ướp mùi quỳnh hoa quý phái, ngọt ngào.

Hoàng Quỳnh. Xuân Quỳnh. Sơn Quỳnh: những đóa quỳnh vàng mùa xuân nở trên núi trong tiếng nhạc Quỳnh thánh thót.

Viết về thi sĩ Hoàng Xuân Sơn nhưng Duy Hân lại bắt đầu bằng nhạc, vì duyên may Hân quen anh Sơn đầu tiên là ở bài hát Quỳnh Hương của Trịnh Công Sơn.

Năm 2008 - cách đây gần 10 năm - Hân mới tập làm slideshow ca nhạc và lựa bài Quỳnh Hương vì cũng yêu hoa quỳnh và đang tập làm thơ quỳnh. Tìm trong mạng internet thấy nhiều ca sĩ chuyên nghiệp hát bài Quỳnh Hương, nhưng rốt cuộc Hân chọn tiếng hát họ Hoàng dù không biết anh là ai. Anh hát bè rất hay, rất nhẹ nhàng, nghe thoang thoảng mùi hương đóa Quỳnh chớm nở.

Sau này nhờ anh chị Ds Võ Thành Tân & Bích Nga, Hân được biết và làm quen với anh Hoàng Xuân Sơn qua các buổi ra mắt sách, văn nghệ hát gây quỹ cho Thương Phế Binh. Anh không những là thi sĩ, văn sĩ mà còn là ca sĩ và nhiều "sĩ" khác.

Năm 2013 Duy Hân nhận giải thơ Lạc Việt, mà Hoàng Xuân Sơn là một trong các vị giám khảo. Mới đây, dù sức khỏe kém, anh Sơn cũng đã nể tình Hân mời, nhận lời giúp làm giám khảo trong cuộc thi viết về ""Một Thời Thuyền Nhân, Đời Đời Ghi Nhớ"

Năm 2016, Duy Hân nhờ Hoàng Xuân Sơn viết về 3 cuốn sách của mình: 1 thơ & 2 văn. Anh Sơn đã khuyến khích bằng những câu văn nhẹ nhàng, thân ái, đượm tình người anh cả với cô em học trò tập tễnh làm thơ. Anh đã rất khiêm nhường nhận mình "Tôi chỉ là một người làm thơ bình thường". Vâng, người làm thơ bình thường nhưng ý thơ, lời thơ, chấm câu không bình thường chút nào. Thơ Quỳnh đẹp và hương thơm lan tỏa trong đêm. Quỳnh đi liền với Trăng, với Hương, với Hoa, với sắc màu tha thiết của đêm thanh tịch vắng:

"*Đêm vô cùng*
bóng dáng quê hương.
Thiếu nữ không đành ý lược gương".

Hoàng Xuân Sơn với Huế, với quê nhà nặng lòng nhớ thương:

"đêm xanh. và
điệu hát buồn
giùm tôi thân ái
giữa hồn tịch liêu"

Tiếng nhạc trong Thơ Quỳnh - Hoàng Xuân Sơn đầy âm điệu, như tiếng ru, giọng hò miền Trung:

"sẽ hát lên đường
trăng muôn thuở
đất và người
chung một điệu ru"

Anh không nghĩ mình hát vì nghề nghiệp, vì mục đích nào đó mà chỉ:

"*hát chơi hát chơi.*
buồn tình hát chơi ..."

"buông thõng trần khúc mê dại
nhì nhằng một cuộc chơi"

Anh hát với:*"những chiếc phong cầm*
nằm quay ra đất"

"để thơ thấm vào máu
máu nở ra quỳnh hoa
có khi hồn ẩn dã

hương vỡ như khóc òa...”

Đóa Quỳnh này sắc đỏ vì đã thấm máu người thi nhân và mang mùi hương nước mắt. Hãy khóc và cảm được rằng giọt lệ cũng đưa hương.

Anh hát với tâm trạng “*quyên ca xưa giờ hót mỗi âm thừa*” vì:

“*con chim nào ngưng hót*
mạch đời nào bứt tung”

Anh hát thở than cho phận người:
“*nến hồng chưa kịp thắp*
mà tuổi trời lênh đênh ...”
“à sao em biết
vô thường cõi tôi
ừ đau
thì cũng đau rồi...”

Anh hát một mình, không đàn, không sáo, vô âm, lạc nhịp:
“*núi cao ẩn một chàng*
biết thâm sơn cùng cốc
biết cả vì sao
đang hát những lời cô độc...”

Thơ Quỳnh. Nhạc Quỳnh. Hoa Sơn Quỳnh. Trăng Xuân Quỳnh. Áo Hoàng Quỳnh:
“*Cây đàn không biết nằm đâu*
đánh lên một đoạn tơ sầu nghe chơi
đã lâu hồn ẩm bụi đời
cây đàn cũng lụy vào nơi tục trần...”

Mừng anh. Ta mang. Cho nhau: Một đóa Quỳnh....

Gởi anh tấm hình chụp hôm ra mắt sách “Cũng Cần Có Nhau” mà Duy Hân đã được cơ hội chia sẻ về anh.

Gởi anh xem lại slideshow hai bài Nhạc Quỳnh với tiếng hát núi Xuân Sơn.

Gởi anh 2 khúc thơ Quỳnh của Duy Hân - Trịnh Tây Ninh

như một giọng hát bè đệm. để tiếng nhạc Quỳnh của anh thêm nổi bật. Trầm bổng....

Ai đi
qua tận gập ghềnh
nửa đêm hát núi
mang quỳnh về sông
Này ai
Hong tóc bên song
Hãy ra đón lấy
một bông vô thường...
-- --- ----
Sầu đông muôn nơi
buồn tựa lòng tôi
đóa dài, cánh mỏng
mùi thơm lả lơi
tình Quỳnh nghiêng đọng
cúi đầu im hơi ....

Chào anh Hoàng Xuân, Sơn (anh chấm câu rất lạ, nên em cũng bắt chước):

Duy Hân - Trịnh Tây Ninh, cuối tháng 8, 2017

Slideshow Quỳnh Hương, tiếng hát Hoàng Xuân Sơn: (xin bấm vào link)
https://www.youtube.com/watch?v=aFKp3bxHriA
Slideshow Rồi Mai tôi đưa em, tiếng hát Hoàng Xuân Sơn:
https://www.youtube.com/watch?v=xD1d--fTJ-8
Để đọc cuốn Thơ Quỳnh e-book:
http://t-van.net/?p=31962

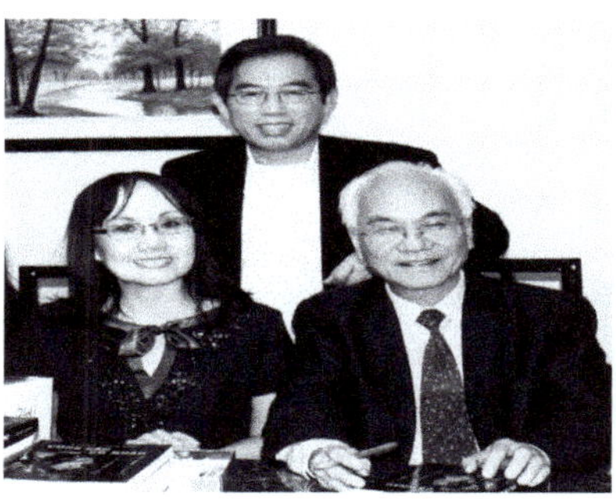

NGUYỄN XUÂN THIỆP

Nhà thơ Nguyễn Xuân Thiệp (Sao Khuê) giới thiệu thơ HXS trên Báo Trẻ , tháng 12 năm 2021

Thơ Hoàng Xuân Sơn

Dec**21**

Nhà thơ Hoàng Xuân Sơn nổi tiếng từ những năm 1970 ở trong nước. Ra nước ngoài, định cư ở Canada, ông tiếp tục làm thơ và lần lượt xuất bản *Viễn Phố*, *Huế Buồn Chi*, *Lục Bát*, *Cũng Cần Có Nhau*, *Thơ Quỳnh*… Khởi đầu với thơ bảy chữ và lục bát dung dị, ông đi tới làm mới hình thức và ngôn ngữ thơ tạo một phong cách và nét đẹp riêng, khác hẳn với những nhà thơ đồng thời.

Sau đây mời các bạn đọc một số bài của thơ Hoàng Xuân Sơn. (SAO KHUÊ)

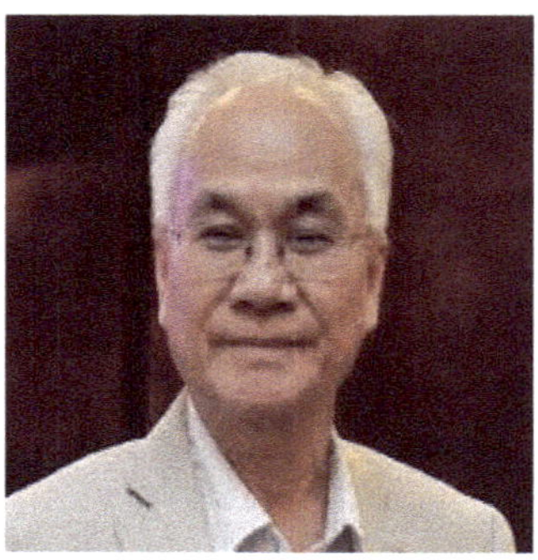

Nhà thơ Hoàng Xuân Sơn

CHIỀU

Tôi trở về chiều nay xóm vắng
má đời xưa vẫn đứng trông chiều
bầy vịt nhỏ kêu khi chiều xuống
giậu hoa vàng vẫn đẹp phiêu phiêu
Tôi trở về chiều ba bốn bận

giấc mơ thường chỉ có bây nhiêu
tôi ướm hỏi bạn đường xa xứ
lòng tha hương vẫn nhớ chiều chiều?

Con trăng cũ tự hồi đi mất
cây ơ hờ nắng chẳng buồn reo
má ngày xưa mắt mòn dấu lệ
đứa con hư thất lạc bao chiều!

Tôi trở về chiều hôm đổ bóng
tôi đổ dài trên những thân yêu
má đời xưa không còn đứng ngóng
cánh hoa xưa tàn rũ trong chiều…

NHƯ NGUYỆNORT THIS AD

Quần thần mất dấu trăng
lên ngôi nàng quạnh quẽ
nàng ửng đẹp như rằm
sao mắt buồn tị thế

Nàng là ai đâu biết
dan díu tự ngàn sơ
con sóng trần mê miết
xô nhau tận bãi bờ

Quấn chặt nàng nhân ngãi
thiên hương tháo khoán tình
chương thiếp hồ mê dại
cánh bướm hờ trang sinh

Nàng từng đêm hiển hiện
chói lòa tâm tưởng . hư
ôm lấy tình như nguyện
hoang mang một niệm từ

Nàng là ai là ai

ôi từ đường am miếu
con mắt khíu nụ cười
chết muôn phần yểu điệu

ĐIỆU BUỒN. TRỚ QUA

đứng chiều
trên ngọn sào mây
con chim bình thản
kêu gầy
vóc sương
giả thử đi qua khúc đường
hoa vàng cúi rạp
niềm thương sái mùa
diều bay
linh hồn già nua
cuộn dây thinh sắc
rối bù tương lai
người qua
trắng rợn di hài
mai sau gùi lại
miền ai vãn
nằm

TRƯA THĂM HỌA THẤT ĐINH CƯỜNG, CÙNG TOẠI

về đây
ngứa cổ. ho khan
vào hôm se lạnh. tiết hàn. đương thu
bỗng dưng. nhớ quá. sương mù
nghe trời yểu điệu
vàng nhu áo quỳ
người thiếu nữ trên đồi. thi
cúi nhặt bông cỏ đang thầm thì. châu
đầu. lưng và lưng. mềm. đâu

con mắt suối ngả soi lầu dưới khe
về đây chợt bóng e dè
thấy đi mờ nhạt
ngoài kia
một mình

NHỮNG BẢN ĐÀN DẤU LẶNG

Những chuyến tầu xuôi nam hú hồi giã biệt đêm-mưa-hư-linh
đêm nghe Linh Phương những bản đàn dấu lặng
chợt nhớ ra một buổi chiều xanh xưa sương khói
con chim nhỏ đứng trên vai cầu
ngó xuống giòng sông
lặng lẽ
Không nhìn ra nữa đâu là trăng đâu là tóc
năm xưa mắt biếc
hình như đã lâu lắm rồi
những sợi tơ trời không còn bay trên tóc người chớm hạ
vai áo rồi mong manh
trắng chìm cơn mưa hồi vọng
thuyền đi thuyền đi xa
vút hồng đôi cánh.

HXS
(trích từ Trang Thơ Báo Trẻ Dallas số 1176)

https://tranthinguyetmai.wordpress.com/2019/12/21/tho-hoang-xuan-son-41/

DUYÊN
Thơ Quỳnh. trong cảm nhận bằng hữu

ước mơ lãng mạn*
duyên.
cơ duyên lạ. được làm quen, người thi sĩ
bạn Đinh Cường. mình, bạn nhau thôi...
anh nói vậy, và tôi hạnh phúc.
rất tuyệt vời. thi sĩ, Hoàng Xuân Sơn.
thời tuổi trẻ. khung trời đại học.
trên sân cỏ. đàn. ca...
anh. thần tượng
một vì sao.
bên
Khánh Ly
Trịnh Công Sơn
cùng Các Bạn
của một thời...
Baez
Beatles
Bob Dylan.
nhiều, nhiều nữa...
thời... ước mơ.
âm nhạc. cứu rỗi được linh hồn.
lãng mạn. ước mơ...
một thời. để sống
lãng mạn. một đời...
bên đoá quỳnh. hoa.
dưới trăng. nuột nà
thoang thoảng. quỳnh hương...
*hương sắc vô thường***
là
thơ quỳnh
cổ điển.
lạ.
...hồn nhiên.
DUYÊN
tháng 8-2016

TRẦN THỊ NGUYỆT MAI
Thơ Quỳnh. Trong cảm nhận bằng hữu

THƠ QUỲNH & HOÀNG XUÂN SƠN

Cách đây hơn 30 năm tôi mới được dịp xem hoa quỳnh nở, tình cờ trong một ca trực đêm tại cơ quan. Từng cánh quỳnh như chờ đợi kẻ tri âm bung ra tỏa hương thơm dịu nhẹ. Hoa trắng, sang trọng, đẹp. Chỉ nở một lần rồi tàn tạ.

"Thơ Quỳnh" của Hoàng Xuân Sơn có phải cũng như đóa quỳnh kia chỉ dành cho người tri kỷ?

để thơ thấm vào máu
máu nở ra quỳnh hoa
có khi hồn ẩn dã
hương vỡ như khóc òa
(ngọc văn, thơ và quỳnh hương)

Tôi đã tìm thấy ở thơ Quỳnh những tâm sự của nhà thơ:

"đêm gọi khẽ một phương đời yêu dấu
mở mắt ra trời nắng nhẹ đi rồi
mầu son nhạt trên môi hồng ẩn náu
cuộc tình buồn cho bến giạt thuyền trôi
(gọi khẽ)

"*Một phương đời yêu dấu*". Có phải đó là những ngày xưa, khi chúng ta còn có quê hương, dù lúc đó quê hương chưa thanh bình, đạn vẫn rơi và bom vẫn nổ, ánh hỏa châu vẫn soi sáng đêm đen? Nhưng sao những ngày đó quá dấu yêu, thơ mộng khi người đối với người rất chân tình:

chẳng có đua tranh người kẻ chợ
tình thật như nhiên suối nước ròng
hằng tâm bỗng nụ cười man mác
tràn lòng than lửa rực hừng đông
(hồi văn)

Rồi trận hồng thủy của thế kỷ ập đến. Kẻ bại trận ngậm ngùi. Đối với họ, quê hương bây giờ là đêm đen. Bởi, trước mắt, tương lai của chính họ là một thứ bóng tối kinh khiếp. Khi mọi công việc, mọi lựa chọn đều lấy một chữ "hồng" làm căn bản, còn "chuyên" chỉ là thứ yếu, khi mọi thứ tự do đã bị bóp nghẹt, và người cũng lẩn tránh người vì e dè, nghi kỵ:

phẫn nộ nhiều khi cũng rợn buồn
lòng người mây đục chốn tà dương
đâu ở bụi bờ trăng non mọc
một chút sắt cầm một chút hương
(hồi văn)

Không có tự do, không có tương lai, họ đã "bỏ phiếu bằng chân" như ai đó đã ví, tràn ra biển hay đi bằng đường rừng, vượt biên tìm đến những nơi "đất lành chim đậu" trên khắp thế giới:

là đi bươn chải không bờ bến
húc tới. tràn lấp một địa cầu
(sao chẳng là xuân)

Và cũng từ đó bắt đầu những ngày tháng lưu vong, sống đời xa xứ, ngày tất bật lo cơm áo, để khi đêm về cảm nhận nỗi muộn phiền và cô đơn muôn thuở:

giấu nỗi niềm trong đáy ly
mà nghe thuốc đắng
thầm thì chuyện sau
(như nhiên)
Hay:
có những chuyến tầu cô đơn rất mực
chưa đi mà khói đã mù
loay hoay cuộc sống bám víu một đường ray
và rồi mình vẫn sống
ngu ngơ. tầm ruồng. cỏ cây già rí
mươi mười lăm năm thây kéo dài ra rả
rồi mình vẫn sống (bám) ra thức gì

vẫn thở rù rì bụi bặm
khẩu động hàng chợ lao xao
cơ động mày mò lặng im một múi giờ vây hãm
cái bóng tâm thần lủi đi
hoang thú miệt mài
gậy mơ đau rần nẻo mộng
(biết làm sao được)

Nhưng dù vậy, nhà thơ vẫn giữ một niềm tin vào một ngày mai tươi sáng:

thôi đừng xóa cơn mê nồng đương độ
hương còn nguyên cau bưởi chốn quê nhà
đừng nhắc tới nỗi niềm sau đất đá
mai cánh hồng trong nắng ửng ngàn hoa
(gọi khẽ)

Hay:
nắng rồi tan
nắng dầu tan
còn em vô lượng
đá vàng thủy chung
(như nhiên)
Vâng, cũng như nhà thơ, tôi tin rằng sẽ có một ngày:

nắng rồi tan
nắng dầu tan
còn em vô lượng
đá vàng thủy chung
Và:
mai cánh hồng trong nắng ửng ngàn hoa.

TRẦN THỊ NGUYỆT MAI

9/9/2016

VŨ HOÀNG THƯ

Thơ Quỳnh. trong cảm nhận bằng hữu

Quỳnh Thi

rồi nữa mai, độ trăng tàn
nương người thuỷ nguyệt cầm sang tiếng hoài
(*Ẩn dòng – Thơ Quỳnh*, Hoàng Xuân Sơn)

Quỳnh Thi là tên Nàng Thơ. Thơ Quỳnh.

Tiền kiếp Em vốn cấu tứ đặn đầy, nghiêm túc chỉnh khuôn. Cho đến một đêm u tịch trăng mờ, nhà thơ vén rào mần một trận phiêu hốt bỏ mặc giai nhân bên hồng lạp. Nàng Thơ ngậm ngùi nơi cõi tối, ưu sầu trong trơ trọi. Từ đó Em là Hoa. Hoa chờ Trăng. Em thành Quỳnh Hoa, Dạ Quỳnh buổi tối, Nguyệt Quỳnh đêm trăng… Và biết đâu mang chút hồn Quỳnh Như thao thức một Phạm Thái?

tựa như mình
khóc
rỗi
(thơ ngắn)

Bài thơ đầu tiên của Thơ Quỳnh ngắn chỉ 3 câu, vỏn vẹn 5 chữ mà mở một lũng trời lồng lộng quỳnh tương phôi pha nguyệt tận. Ông Hoàng xuống hàng đột ngột, ngắt ngoẻo như ông vẫn thư thả cước trình lục bát. *Tựa như mình*, là khơi vơi đứng dựa vào chính ông hay bồng phiêu phút giây thiên nhai tiêu sái?

Khóc đấy. Khóc một mình. Mà hình như không. Chỉ khóc rỗi. Vui thôi mà. Có cái ta đứng lại nhìn ta. Rỗi, không buồn làm bậu. Rỗi công yêu, giữa mơ màng thế tục. Chữ rỗi đứng một mình mênh mông nhân thế, rỗi cho tinh anh phát tiết, rỗi trong ngoảnh cổ ngó lại của nòi tình, khóc người đời xưa. Có phải mộng đời là mây tím mang mang khói trong chiều úa màu? *Thức dưới tạng hoa gầy* phải chăng là tạng thức mở một buổi mai tịnh độ, phong luân xoay chuyển giữa trầm thơm hương hải, một đóa liên hoa mở cánh?

một buổi mai tịnh độ
vân yên hà đương say
mộng đời không ai giữ
thức dưới tạng hoa gầy
(hoa)

Đi rảo đây đó vườn Quỳnh, lâng lâng người trong thi hội, bắt gặp duyên nghiệp là phận, mỗi con thú có một căn phần, đứng dưới hiên mưa sẽ ướt mèm, cũng là một chuyện đơn giản như một cánh hoa vàng vướng trên tóc em. Liên hệ gì nhau giữa hoa vàng trên tóc em và núp mưa dưới hiên nhà sẽ ướt nhẹp ? Bao giờ cho thôi vướng nhỉ ? Chẳng thoát đâu, trốn ở đâu mưa rồi cũng tới, như tình yêu sẽ đến chơi, và cái chết sẽ ghé về… Trong hương lửa hư trù, môt cái vướng, nghe hắt hiu mà đẹp đậm nét của hữu hạn giữa thiên thu…

có gì vướng lại trên tóc em
một cánh hoa vàng như cánh cam
gió thổi tới rồi mưa cũng tới
đứng dưới hiên mưa sẽ ướt mèm
(vướng)

Xen giữa thế giới chen chúc xung động, kèn cựa dòng sống của ong vỡ, ngày bỗng biến đi như chưa hề hiện hữu. Thinh không về. Buồn nhen sẽ là cái nhìn lại giữa cuộc cười. Nghe nghịch lý đấy nhưng vỡ bờ trong suy tưởng của thi ca, *chợt thấy lòng vui một chút buồn*, đòi hỏi người đọc leo lên nhiều bậc cấp, có thể tới ba mươi ngàn bộ thượng tầng không khí để nhìn mặt đất dưới chân, nhận chân ra rằng vui buồn vốn là hai mặt của cảm tính, trong hoan hỉ ẩn dấu chung cùng một lượng bi thương? Con mắt sau gáy của mình hình như chưa bao giờ một lần mở cửa. Khi mọi sự đã là bi kịch Kiều, vui-là-vui-gượng-kẻo-mà, ai sẽ là tri âm? Còn người chăng để ta mặn mà với? Bốn câu thơ rủ rê thi ca đến gần với ngay cuộc của chúng ta hôm nay.

lũ lượt người về như ong vỡ
một ngày tan biến giữa thinh không
đạp xe trong quãng bình yên ấy
chợt thấy lòng vui một chút buồn
(tan biến)

Cuộc đời với phân biện đối đãi đối chọi nhau rõ nét hơn trong một đoạn thơ khác,

có. không. ừ nhỉ hơi đâu luận
phù vân rồi cũng trắng ngang đầu
mai mốt nam tuyền xuôi biển bắc
chim. người qua hết một vòng khâu
(thẩm)

Tứ tuyệt thành đỉnh tuyệt. Cây phất trần của ông Hoàng khua nhẹ, kéo nhiều phạm trù triết lý cổ kim vào trong bốn câu. Có/Không, Nam/Bắc… Giòng tuôn nơi con suối phương nam là òa vỡ của mây cao xuất thân từ biển bắc làm giọt nước kết một vòng chung nối bắc hải với nam tuyền. Sao người với người vẫn còn ranh giới bắc nam? Chim và người liên tưởng nơi chốn cao/thấp, đám phù vân kia tưởng là ngất ngưởng cao, chỉ loài chim có cánh mới vương tới. Vậy mà cũng có lúc ngang tầm, một vòng khâu không đầu không đuôi hóa ra là chuỗi kết cùng của người hay thú.

Buồn đưa gậy
vẽ vòng chơi
Một chữ o một nhịp cời vào không

Thế rồi vô tình một hạt cát rơi từ thinh không, chẳng vì đâu, lọt vào con mắt làm người xốn xang ràn rụa. Hạt cát nhỏ vốn là khối đa giác với góc cạnh sắc bén, khi vào bên trong mắt hoành hành thịt da, đau đớn như những vết chém oan khiên của cuộc đời ngoài kia nhưng sá gì, thơ vẽ ra như một chuyện đương nhiên, *thổi vào mắt nhặm chơi*. Nhà thơ muốn nói nhỏ, nẩy cuộc đời, ta thách mi đè nặng hằng hà sa số đá xuống đôi vai Sisyphe này, ta sẽ biến khổ đau thành hoan lạc. Lệ sẽ thành hạt trân châu. Hóa ra hắn mang hình ảnh loài ngọc trai dưới biển sâu, từ không đâu một hạt cát rơi vào lòng. Xót đấy, nhưng ta sẽ ôm lấy niềm đau, không chạy trốn. Từ đấy, phiền lụy hôn phối cùng nguồn khổ kết tinh thành hạt trai óng ánh điểm trang đời. Như bình minh và thiều quang chiếu sáng. Có ai biết long lanh vẻ ngọc hàm ngụ một hạt lệ từ trong? Nói quanh co như thế, tỉ để rời chốn thân quen dễ dãi cuộc đời đi về nơi u mặc đặng đối chất với muôn trùng khổ/lạc. Ở đó lặng lẽ một giọt châu ngời. Chỉ có thi sĩ biết.

ví như có hạt cát
thổi vào mắt nhặm chơi
mắt xót cùng hoan lạc
rụng xuống giọt châu ngời
(giọt trân châu sa)

Một bài thơ khác, *ngọc văn, thơ và quỳnh hương*, nghe hồn du hành trong hoang dã trăng mờ, lồng lộng thú dữ gọi ta bừng hừng nhiệt huyết cho mọng hương trầm khí lung linh. Chất lỏng ấy tự cõi lòng có tên là máu mang màu tấy đỏ nhưng mặn mà sương tụ, long lanh dài xuống má môi em. Thi sĩ phải sống tột cùng vai trò kẻ chịu chơi hết mình trong cõi, mới hòng lãng đãng vi vút với ly tao.

để thơ thấm vào máu
máu nở ra quỳnh hoa
có khi hồn ẩn dã
hương vỡ như khóc òa
(ngọc văn, thơ và quỳnh hương)

Thơ Quỳnh có những bài thơ dài và những bài thơ ngắn. Dài và ngắn là nói theo kiểu câu chấp chênh vênh si dại. Ai đo đếm được dài ngắn của bước chân em trong đêm mơ? Làm như thế khác nào giết chết sinh tồn của tao phùng kỳ mộng? Những bài thơ đôi khi chỉ có hai hay ba câu trong Thơ Quỳnh, như bài đầu tiên, *thơ ngắn* chẳng hạn, là những trầm tích dấu sau hang hóc rậm bờ của vườn quỳnh. Một bài khác,*phớt hồng* dưới đây, ngắn mà gọi một triều lượng phôi pha, một dun dủi dấu màu hưng phế. Chút hương phấn thanh dịu môi má ai, bừng giấc mộng vỡ thành tép than nổ tóe. Lửa đang hồng, tình khơi nồng, bỗng nhớ nghĩ một tàn phai. Khêu tro để tìm lấy bóng, phải chăng đã có một thời *Môi em là đốm lửa, cuộc đời đâu biết thế ?* (TCS)

tép than hồng nổ tóe
như tàn tạ
mầu son
(phớt hồng)

Cuối cùng khi điểm tựa là khe lãnh, cái đắng lắng xuống, cái khổ kết tinh thành chất keo đen, hành trang người mang theo xuống huyệt mộ là một buồn đã già, rất già… Ôi nếu buồn có thể đong bằng tuổi tác so với trăng sao thì vũ trụ này chỉ là một đứa trẻ thơ.

lặng lẽ người rút về
bản doanh tràn khe lãnh
mồ tuyết trắng bắc phương
dưới lòng sâu huyệt cứ
lắng đắng nỗi buồn già
(điểm tựa)

Một đôi khi ta bắt gặp cái tinh nghịch đáng yêu của nhà thơ. Như ban sơ của hồng hoang, như quái chiêu múa gậy đâm trăng của tinh thâm lão thủ cho mây nhốt mùi về xông hương nguyệt khi tà trăng âm u quyệt quái xiên lình. Ông Hoàng nhắc đến mùi gái phải chăng để dẫn đến huyền tẫn, Con Mái Thâm Ẩn, nơi âm dương hội tụ, của càn khôn giao thái ? Của thời khắc dạ thần giao cấu với đêm đen?

mùi gái thoảng qua
mây trời bắt được
đêm
ẩn dưới tà trăng
bàng hoàng
nguyệt
(tưởng hương)

oOo

Những bài thơ trích dẫn trên đây không xuất phát từ một quá trình lựa chọn. Đó là những cánh hoa ngẫu nhĩ vô tình ngắt đưa lên mũi, vốn đã như nhiên đậm mùi quỳnh lự. Xin cám ơn nhà thơ đã dâng đời những nụ. Còn rất nhiều cánh trong vườn, ngát tận chân trời. Có lẽ người yêu thơ Hoàng Xuân Sơn nên ở lại hoa viên để thấy thơ-như-hoa ấy nở cho chính mình từng đêm. Để nghe Thơ Quỳnh xướng lên giữa những giây phút cau mày trong cuộc lữ, một nháy động giữa muôn trùng, không là bất mãn trần gian hay đuổi xua thế cuộc, chỉ là một phút mong manh rất thơ và rất *quỳnh*, hiểu như là một loài hoa mà cũng là một tiếng ưu, tiếng hoài…

Vũ Hoàng Thư
Tháng 7, 2016

NGUYỄN ĐẠI HOÀNG
MÁ ĐỜI XƯA

Tuỳ bút Nguyễn Đại Hoàng

1. **H**ôm nay nhiều việc, nhưng dù thế nào tôi cũng phải viết. Viết vì một bài thơ cảm động, và viết vì một ông thầy già bạn tôi- ông ấy chỉ đọc có mấy câu thơ thôi mà khóc nức nở!

Đó là khổ cuối của bài thơ Chiều trong tập thơ Viễn Phố (1988) của một trái tim Việt Nam ngoài viễn xứ- nhà thơ Hoàng Xuân Sơn:

CHIỀU

Tôi trở về chiều nay xóm vắng
má đời xưa vẫn đứng trông chiều
bầy vịt nhỏ kêu khi chiều xuống
giậu hoa vàng vẫn đẹp phiêu phiêu
Tôi trở về chiều ba bốn bận
giấc mơ thường chỉ có bây nhiêu
tôi ướm hỏi bạn đường xa xứ
lòng tha hương vẫn nhớ chiều chiều?
Con trăng cũ tự hồi đi mất
cây ơ hờ nắng chẳng buồn reo
má ngày xưa mắt mòn dấu lệ
đứa con hư thất lạc bao chiều!
Tôi trở về chiều hôm đổ bóng
tôi đổ dài trên những thân yêu
má đời xưa không còn đứng ngóng
cánh hoa xưa tàn rũ trong chiều…

2.
Ông bạn tôi người Nam, là con cả trong gia đình, dưới ông

còn có 2 em trai và 2 em gái. Mẹ mất sớm nên sau cha đem về một người Mẹ Bắc.

Mấy đứa con còn nhỏ ghét bà mẹ kế này lắm! Thậm chí không gọi là Dì. Chỉ gọi là "bà" - rất xa lạ và hằn học.

Không được bao lâu thì xảy ra biến cố 30.4 năm 1975! Người cha đi học tập cải tạo hơn 9 năm trời!

Một tay người mẹ Bắc tần tảo nắng mưa chợ gần chợ xa chèo chống nuôi đàn con- năm đứa con chồng.

Nhọc nhằn vất vả tủi nhục không sao kể xiết. Gian khổ đau thương là vậy- mà đứa con nào cũng được bà chăm lo học hành tử tế.

Sau người cha về được ít lâu thì mất.

…….

3.

Năm tháng trôi qua ông bạn tôi cũng dần dần thấu hiểu.

Ông đã hộc tốc trở về khi hay tin bà lâm trọng bệnh.

Những ngày ấy ông như người vô hồn. Một nỗi đớn đau thương cảm ân hận tràn ngập cõi lòng ông.

Vậy mà phải tận đến giây phút lâm chung của bà- ông mới lần đầu tiên cầm lấy đôi bàn tay xanh xao gầy guộc chỉ còn da bọc xương đã rũ xuống của người kế mẫu, áp vào trán mình mà khóc nức nở:

- MÁ!...

———

4.

Bài thơ của thi sỹ Hoàng Xuân Sơn có nhan đề là CHIỀU- nhưng tôi chỉ trích dẫn 4 câu cuối nên tạm đặt tựa là MÁ ĐỜI XƯA.

Má đời xưa không còn đứng ngóng
CÁNH HOA XƯA TÀN RŨ TRONG CHIỀU…

Ôi! Hai câu thơ buồn và đẹp hơn bất cứ câu thơ nào trên thế giới này mà tôi biết về Mẹ!

NGUYỄN ĐẠI HOÀNG

LUÂN HOÁN
Hoàng Xuân Sơn,
"Con Đò Khẳm Nặng Tình Ni Nớ"

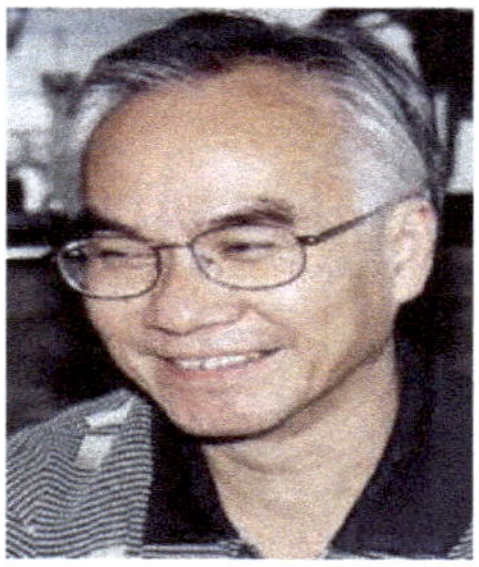

Khởi từ chữ ký vợ chồng em trai tôi, Lê Hân- Trần Thị Bích Vân, đến những chữ ký của giới chức có thẩm quyền Bộ Di Trú Québec, chính phủ Canada, tôi và gia đình, gồm sáu người, bắt đầu bước vào một cuộc sống mới, ngày 30 tháng 01 năm 1985. Trước ngày tháng khó quên này, ở Sài Gòn, tôi lo trước một số việc cần thiết. Nhưng vì nôn nao, hồi hộp, chúng tôi thật sự lúng túng trong sự chuẩn bị. Chuyện mua sắm vật dụng linh tinh để mang đi, vốn không cần thiết theo lời nhắn dặn của chú em, nhưng chúng tôi vẫn thực hiện. Vì không làm việc này, chẳng biết phải làm những gì. Trong niềm vui, người ta dễ trở nên ngờ nghệch. Ngoài khá nhiều bộ tranh sơn mài, đủ cỡ, chúng tôi còn *"chở củi về rừng"* rất nhiều thứ ngớ ngẩn: muỗng nĩa *inoxydable*, ly tách (loại đã theo chân binh sĩ Hoa Kỳ đến Việt Nam), kem đánh răng, xà phòng thơm…Trong mớ hành lý di dân ngàn dặm xa ấy, không có một nhúm đất nào của quê hương, không có một mẩu lá cây nào được ép khô trong vở. Vài con sư tử đá, vài con rùa đồng, vài con cua bằng đất nung… tất cả, mỗi loại chỉ lớn bằng bàn tay. Đó là tài sản chúng tôi đã mang theo, đến một vùng đất khác hẳn về phong thổ, thời khắc, ngôn ngữ lẫn tập quán. Cùng với những di vật này, riêng tôi, còn có một cuốn *Agenda*, khổ 10cm x 19cm, tầm cỡ *livre de poche*, do nhà xuất bản Văn Hóa sản xuất năm 1985. Cuốn sổ tay không có số trang. Phần đầu có 8 trang in dòng kẻ ngang, dùng để ghi chú. Hai trang nói về sự thay đổi ngày tết âm lịch của năm Ất Sửu (1985), 1 trang ghi các ngày tiết trong năm, đại hàn, tiểu hàn vv…,1 trang ghi số những đường dây điện thoại đặc biệt, mà trong bản in dùng hai chữ "máy nói", 1 trang quảng cáo nhà xuất bản Văn Hóa, hai trang in bảng so sánh giờ của Hà Nội với một số thành phố lớn trên thế giới, 1 trang lịch, đủ 12 tháng, chữ nhỏ. Tiếp theo là phần chính: những trang giấy in sẵn tháng, và các ngày trong tuần. Theo thứ tự hàng ngang: thứ…ngày…rồi ô để trống có dòng kẻ để người sử dụng viết ngay thẳng., Sau phần này, hơn nửa cuốn còn lại là những trang có dòng kẽ sẵn. Trong toàn tập có in một phụ bản, ảnh chụp hai cô thiếu nữ trong hai màu áo vàng và đỏ trước tòa đô sảnh Sài Gòn. Hai màu vàng đỏ của hai chiếc áo dài, đã nhiều lúc làm tôi băn khoăn và nao nao buồn. Sự chia cắt tồi tệ của đất nước đã chấm dứt. Nhưng sự thống nhất của tổ quốc lại đẩy chúng tôi ra đi, chẳng thể không ngậm ngùi.

Tôi kể linh tinh như trên chỉ cốt trợ hứng, lấy đà để khai rằng, tôi đã dùng cuốn *agenda* này để ghi khá nhiều tên họ, địa chỉ, số điện thoại những người tôi đã được quen biết, hiện sống tại Canada và Hoa Kỳ. Dĩ nhiên có cả Việt Nam. Những tên họ ấy, tiêu biểu có: Lê Hoàng, Hoàng Thị Liêm, Hoàng Kim Uyên, Huỳnh Thị Tâm, Trương Chánh Học, Hoàng Xuân Sơn, Hoàng Trọng Bách, Hoàng Trọng Thược, Tăng Nhựt Thăng, Đoàn Thị Kim Sơn, Châu Thị Lan, Lê Hân, Đinh Hoàng Huy, Nguyễn Gia Danh…nhiều lắm. Còn dài. Tôi đã ghi đầy đủ, cặn kẽ với hy vọng sẽ liên lạc được khi đã ở trên đất Canada. Sự đơn lẻ nơi xứ người chắc chắn sẽ có được hơi thở đồng hương, đồng bào sưởi ấm

Dự định chu đáo và có mục đích dễ thương như thế, nhưng phải hơn một tuần lễ sau ngày có mặt tại Montréal, tôi mới dám thử thực hiện. Tôi đọc lướt danh sách. Có khá nhiều người ở cùng mã vùng điện thoại, 514, với tôi. Lẽ ra tôi gọi cô cựu á hậu Việt Nam Hoàng Kim Uyên trước, nhưng rồi đổi ý, bấm số của Hoàng Xuân Sơn. Chuông reo…chờ đến hai, ba phút, đang chuẩn bị gác điện thoại, thì nghe được:

- Sơn nghe đây, ai đó, có gì không ?
- Hoàng Xuân Sơn hả ? Anh đây, Châu đây, em mạnh không ?

Có tiếng va chạm nhè nhẹ như tuồng thay đổi tay nắm điện thoại, rồi tiếng hỏi ngắn gọn, thắc mắc

- Xin lỗi ai đầu dây, tôi, Hoàng Xuân Sơn đây. Anh cần gì không ?

Tôi hơi khựng một giây. Rõ ràng cái giọng trọ trẹ, nhưng sao có vẻ là lạ, như khàn hơn…ngờ vực, tôi thăm dò:

- Xin lỗi có phải Sơn em chị Dung đó không ?

Đầu dây bên kia với vẻ vội vã:

- Xin lỗi, ông nhầm dây rồi, tôi là Hoàng Xuân Sơn.

Tôi không kịp nghe hết câu, không nhớ tôi đã gác máy trước hay Hoàng Xuân Sơn bực mình cắt ngang trước. Gác máy rồi tôi vẫn còn băn khoăn. Rõ ràng Hoàng Thị Xuân Dung, một đồng nghiệp của tôi ở Ngân hàng Việt Nam Thương Tín, chi nhánh Đà Nẵng, cho tôi số điện thoại của Sơn. Dung là chị ruột của Sơn. Hai chị em, và cô Hoàng Thị Xuân Ba nữa, đều là em ruột của nghị sĩ Hoàng Xuân Tửu, em họ của Trung Tướng Việt Nam Cộng Hòa Hoàng Xuân Lãm. Dân Quảng Trị. Tôi thắc mắc rồi bực mình về sự thất bại trong lần ra quân tìm bạn đầu tiên của mình. Nhìn những địa chỉ khác tôi đâm ra nghi ngờ, tạm dẹp qua chuyện gọi *phone*.

Kể từ đó đến hôm nay, gần trọn 21 năm dài, tôi vẫn chưa liên lạc được với Hoàng Xuân Sơn, cậu em của thượng nghị sĩ Việt Nam Cộng Hòa Hoàng Xuân Tửu. Nhưng đã thành người bạn khá thân với nhà thơ Hoàng Xuân Sơn, người đã tiếp điện thoại của tôi trong giờ anh đang điều hành công việc tại một hãng may, do chính anh và người vợ hiền Quách Kim Lân làm chủ, hôm nào.

Sự trở thành bè bạn giữa nhà thơ Hoàng Xuân Sơn và tôi, không có gì khó hiểu. Những người cầm bút, đại khái như những nhân vật giang hồ trong võ lâm của truyện và phim kiếm hiệp Tàu. Không Đông Tà, Tây Độc, chẳng Lão Ngoan Đồng, Hồng Thất Công, ...nhưng cùng ở chung một thành phố, cùng gặp tên trên nhiều tạp chí, việc tìm đến thăm nhau, chuyện trò, tán dóc… là chuyện đương nhiên. Ấy vậy, mà bây giờ nghĩ lại, nhớ không ra đầu dây mối nhợ buổi gặp nhau lần đầu tiên như thế nào? Tại đâu. ? Bè bạn khen tôi có trí nhớ tốt, xem ra cần xét lại. (**) Để từ từ đi lần trở về những kỷ niệm đẹp, tôi xin khoe thân thế, sự nghiệp của ông bạn tôi trước tiên:

Hoàng Xuân Sơn tên thật và cũng là bút hiệu. Ngoài ra anh còn có những bút danh rất quen thuộc khác: Hoàng Hà Tĩnh, Sử Mặc. Năm Nhâm Ngọ, 1942, tại làng Vỹ Dạ, huyện Phú Vang, tỉnh Thừa Thiên, bà Nguyễn Thị Bích Châu, tự Mười (qua đời tại Montréal năm 2001)sinh cho ông Hoàng Xuân Hiển (qua đời năm 1951 tại Huế), người gốc làng Nhân Thọ, phủ Đức Thọ, tỉnh Hà Tĩnh, một cậu con trai. Vì thời buổi chiến tranh, phải bôn ba di tản qua nhiều nơi nghèo khó lánh nạn, nên tờ khai sinh của cậu quí tử Hoàng Xuân Sơn bị thất lạc. Và cũng bởi chạy giặc nhiều, chạy luôn qua tuổi cần đến lớp học, nên khi có dịp làm lại khai sinh, ông bà Hiển, Châu không ngại quay lui ngày tháng ra đời của cậu con mình xuống 5 năm, cho phù hợp với trang lứa a,b,c. Năm 1942 trở thành năm 1947 cũng chẳng xê xích bao nhiêu, vì ngày nay nhìn Hoàng Xuân Sơn cũng rất tương xứng với năm sinh 1947. Sự trẻ trung, tươi vui đến độ hồn nhiên đã được ba mạ lo trước cho anh rồi.

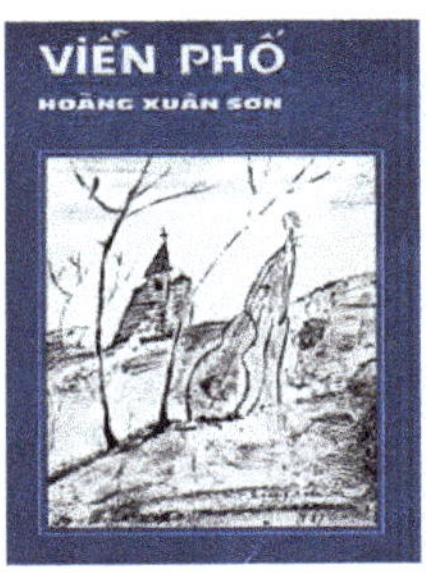

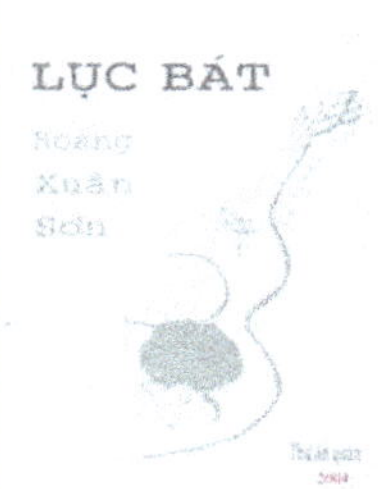

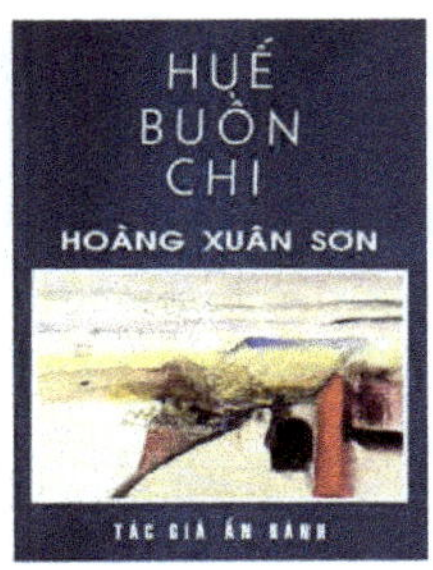

Tuy nhập môn trễ, nhưng Hoàng Xuân Sơn là học sinh xuất sắc của trường Bán công Huế. Anh lấy ngay cái hạng Bình trong kỳ thi Trung học Đệ nhất cấp, và đương nhiên được chọn vào trường trung học công lập Quốc Học. Từ ngôi trường danh tiếng một thời này, Hoàng Xuân Sơn lần lượt lấy về cho mình các văn bằng: Cử nhân Giáo khoa Triết Học Tây Phương của Đại học

Văn Khoa Sài Gòn, Cao Học Chính Trị Kinh Doanh của Đại học Đà Lạt. Thành công trên bước đường học vấn, mở ra cho Hoàng Xuân Sơn một đời sống sung túc, dễ chịu, dù anh thả mình vào cuộc đời công chức. Một cái ghế Thanh Tra của Tổng Cục Bưu Chính Việt Nam Cộng Hòa thuộc Bộ Giao Thông Bưu Điện đã dành cho anh. Trên bục giảng của trường Quốc Gia Bưu Điện, sau đó, cũng có dấu chân anh đứng nhiều năm.

Với bản tính lạc quan, yêu đời, Hoàng Xuân Sơn tìm đến cùng các sinh hoạt văn học nghệ thuật và xã hội tại thủ đô miền Nam Việt Nam. Anh trở thành một thành viên năng động của Chương trình Phát Triển Sinh Hoạt Thanh Niên Học Đường, gọi tắt là CPS. Nhóm Sinh viên Văn Hóa cũng có chân anh. Không dừng lại đây, anh còn cùng bạn hữu sáng lập và điều hành Quán Văn, Quán Thằng Bờm, là những địa điểm rất có tiếng vang thời bấy giờ. Để sinh hoạt sống động, nhịp nhàng hơn, Hoàng Xuân Sơn cùng người em trai, Hoàng Xuân Giang và người bạn, Ngô Vương Toại cho khai sinh ban nhạc tài tử Giang-Sơn-Toại. Đôi song ca Sơn, Giang được giới trẻ Sài Gòn biết đến nhiều từ những buổi trình diễn tại nhiều tụ điểm trong thành phố. Năm 1971, Hoàng Xuân Sơn đã góp tiếng trong băng nhạc ghi âm tại phòng thu Pat Lâm, Chợ Lớn : Kinh Việt Nam, Ta Phải Thấy Mặt Trời, hát cùng chính tác giả Trịnh Công Sơn, Vân Hòa, Vân Quỳnh, Vân Khanh . Băng nhạc này do một số bằng hữu của TCS sưu tập lại được . Quý bạn có thể nghe từ địa chỉ web Saigonline.com, trang Trịnh Công Sơn.

Năm 1970, cùng với ca hát, Hoàng Xuân Sơn làm thơ và gởi đăng trên các tạp chí Văn, Chính Văn, rồi lần lượt theo sự xuất hiện của tạp chí, anh có thơ trên: Diễn Đàn, Khởi Hành, Nghiên Cứu Văn Học, Đối Diện, Thân Hữu, Xây Dựng Nông Thôn, Ngưỡng Cửa, Nhà Văn…

Sau 1975, Hoàng Xuân Sơn được nhà nước xã hội cho lưu dung nhờ có khả năng chuyên môn từ trường ốc. Tuy vậy sự thiếu vắng những sinh hoạt hợp với sở thích, đã đẩy Hoàng Xuân Sơn ra đi và đến Montréal cuối năm 1981. Cùng với vợ, anh bắt đầu tổ chức lại cuộc sống nơi xứ người. Trong gần 25 năm Hoàng Xuân Sơn đã thủ đủ vai, từ chủ đến thợ, lúc lên lúc xuống. Có thời anh phải qua tuốt bên Washington cùng Ngô Vương Toại, Giang Hữu Tuyên làm báo, làm bồi bàn.cho một quán ăn của bạn . Không khá, lại trở về Montréal, ở nhà thuê, đi xe thuê một thời gian, trước khi mua được một ngôi nhà khang trang tại thành phố Roxboro, ngoại vi Montréal. Chị Lân trở thành viên chức thành phố Montreal. Cuộc sống mỗi ngày một ấm áp với sự thành tài nha sĩ của cậu con trai duy nhất, Hoàng Xuân Duy Khiêm. Năm 2005 ông bà Hoàng Xuân Sơn bán nhà, mua nhà mới ở Laval.Và anh chưa thể nghỉ hưu vì cái năm sinh 1947, ngày 01 tháng 01. Lẽ ra bước vào năm 2007 anh đã ung dung ngồi nhận tiền già như tôi, nhưng giờ phải chờ thêm 5 năm rong chơi trong tuổi trung niên nữa !

Một điểm son trong tiểu sử Hoàng Xuân Sơn, anh không buông tay đàn, tay viết, trong cuộc sống chạy đua với thời gian tại hải ngoại. Cảm thấy nơi ăn chốn ở ổn định một chút, anh nắm giữ ngay nhiệm vụ trưởng toán Du Ca Đồng Vọng một thời gian, tham gia tích cực vào các chương trình văn nghệ của cộng đồng người Việt Quốc Gia vùng Montréal và phụ cận, cùng lúc nguồn thơ của anh mỗi ngày một sung mãn. Gần như tuần báo, nguyệt san, tạp chí…ở bất cứ quốc gia tự do nào trên thế giới cũng xuất hiện đều đặn những Sử Mặc, Hoàng Hà Tĩnh, Hoàng Xuân Sơn…không chừng còn nhiều bút hiệu khác mà tôi chưa kịp phát hiện. Anh trở thành quen thân với bạn đọc của các báo: Làng Văn, Văn Học, Văn, Thế Kỷ 21, Chủ Đề, Sóng, Sóng Văn, Nắng Mới, Saigon Times, Hợp Lưu, Phố Văn, Gió Văn, Đi Tới, Tạp chí Thơ… cùng nhiều tờ báo trên mạng lưới điện toán.

Hoàng Xuân Sơn cũng không lười tham gia vào một số hội đoàn như Văn Bút (Trung tâm Québec), Gia đình Cựu Giáo chức, nhóm Việt Thường (giai đoạn đầu với Luân Hoán, Đỗ Quý Toàn, Phạm Nhuận, Hoàng Xuân Sơn, Hồ Đình Nghiêm, Lưu Nguyễn, Lê Quang Xuân / hiện nay với Luân Hoán, Song Thao, Lưu Nguyễn, Hoàng Xuân Sơn, Trang Châu, Hồ Đình Nghiêm)…

Năm 1988, Hoàng Xuân Sơn cho ấn hành tập thơ đầu tiên của anh, thi tập Viễn Phố. Sách dày 140 trang, giấy màu mỡ gà.

Bìa do chính Hoàng Xuân Sơn vẽ và trình bày. Trang điểm thêm cho phần hình thức có các bản vẽ của Võ Đình, Thạch Miên, Đinh Cường, Hoàng Xuân Sơn. Làm duyên cho tập thơ còn hai bản phổ nhạc của Hà Thúc Sinh và Phan Ni Tấn ND. Tôi chưa được hân hạnh góp tay trong thi phẩm đầu của Sơn nhưng được anh đề tặng ở một bài mang tên Phong Thổ. Nguyên bản:

"Nếu ai thấy nắng còn than mệt / qua hết mùa đông tuyết nẫu người/ cái lạnh thổi từ âm phong trắng/ khô khốc đêm dài cánh cửa tôi.

Có một đôi khi đời khóa trái/ làm sao nhốt được cõi mây ngoài/ như nắng chứa chan lòng mới gội/ chép được gì giấc mộng vừa trôi ?

Mười hai năm tới còn xô đẩy/ lấn lướt ra đi tận miệt nào/ đất trời bốn phía nắp vung đậy/ sông nước cách lề một hướng sao.

Bình thản trong lòng không dợn sóng/ bạn cứ ngâm đi mấy đoạn trường/ đã quen nếp sống dày phong thổ/ chẳng có gì ngoài chén rượu suông.

Uống nhé đêm nay mừng tĩnh nạn/ hát bạn nghe chơi khúc vô cầu/ những kẻ ngồi không từ sáng sớm/ chiều ngậm ngùi hồn lọt cửa sau.

Thêm mười năm nữa không câu thúc/ đời đã lây chưa cái nợ nần/ kẻ đến người đi dần thưa thớt/ tóc dài treo một sợi nghìn cân.

(Viễn Phố ,

Hoàng Xuân Sơn, trang 66, 67)

Nhận bản tặng Viễn Phố Hoàng Xuân Sơn đề tặng trong tháng 8/1988 tôi không có nhiều ngạc nhiên. Nhưng mở trang trong, đọc được bài đề tặng mình, tôi thật sự cảm động. Chỉ sau ba năm, từ cái cuộc điện đàm không mấy vui trước đây, tôi đã có thêm được một bạn thơ, và nhất là người bạn đó tỏ ra rất hiểu mình, đã chia xẻ với mình nỗi buồn thất thời, thất chí: *Những kẻ ngồi không từ sáng sớm/ chiều ngậm ngùi hồn lọt cửa sau…* đúng là một hình ảnh trung trực của cái tôi thời bấy giờ.

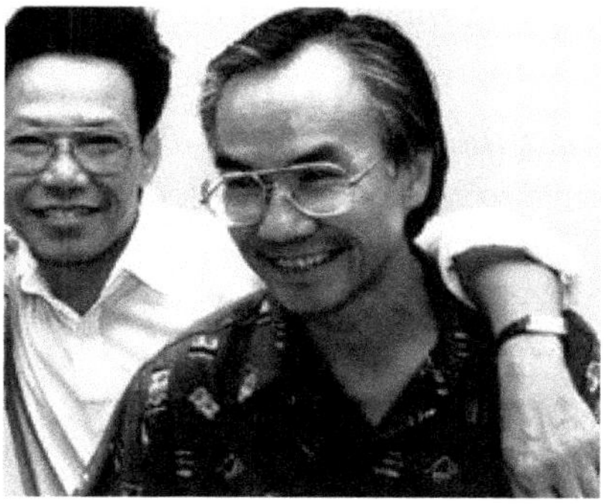

Trong thời gian viết lăng nhăng kiếm nhuận bút của nhà chủ báo Sóng, Nguyễn Tăng Chương, dưới bút danh Châu Ngọc Lê, tôi có thực hiện một bài phỏng vấn tác giả Viễn Phố, loanh quanh về chuyện làm thơ. Xin dồn lại đây ít câu trả lời của Hoàng Xuân Sơn, mà tôi nghĩ có thể nắm bắt được một ít nhận định và quan niệm về thi ca của anh.

… "Trong cương vị một người làm thơ và được đọc thơ mình trước, tôi thấy bài nào tôi "chịu" đều xuất phát từ những cảm xúc ít nhiều có thật. Bởi thế, thơ phải "cảm" trước tiên, tùy tâm trạng, hoàn cảnh mỗi người. Thơ không cần giải thích dài dòng.

...cái hồn thơ trong mỗi người Việt Nam vẫn còn tiếp tục duy trì mãi mãi. Thơ trở thành máu huyết, mà máu huyết thì luân lưu hoài không bao giờ cạn. Và đó chính là niềm tự hào, là điều hãnh diện của dân tộc Việt Nam (tuy nhiên, vẫn có trường hợp ngoại lệ đối với những ai cố tình khước từ Nguồn Việt, đối với mọi chủ thuyết vong bản phi nhân)

...trong văn chương nói chung ,không có sự phân biệt bộ môn nào chủ yếu, thứ yếu. Như bàn tay có năm ngón, dòng sông lớn có những phụ lưu đổ về, hay một khu vườn với trăm hoa đua nở. Thơ, văn, họa hay nhạc hay bất cứ một bộ môn nào khác cũng đều mang một sứ mệnh riêng, một nét đẹp riêng, làm cho khu vườn văn chương khởi sắc, cho dòng sông văn học nghệ thuật tuôn chảy đời đời và cho bàn tay xây dựng tình người, tình đời hướng về chân, thiện, mỹ.

Tôi là một người làm thơ, bởi thế, một cách chủ quan, tôi cho rằng thơ chiếm một vị trí hết sức đặc biệt trong sinh hoạt văn học nghệ thuật. Anh thử nhìn lại xem: giở bất cứ tờ báo nào, một tập san nào (từ trước tới nay), thơ vẫn dồi dào, phong phú không kém văn về phẩm cũng như về lượng. Để không khí buổi nói chuyện bớt nặng và vui đùa một tí, tôi xin trích lại phát biểu của một vài văn hữu cho rằng làm thơ "ngon lành" hơn viết văn:

"Con đường vương giả là phải làm thơ" (Võ Phiến, lời tựa tiểu thuyết Ngựa Nản Chân Bon của Nguyễn Mộng Giác)

hoặc:

"Chính nhiều người kể lại đã gặp và nhìn tận mắt nhiều thi sĩ mặc vét, đeo cà vạt..." (Nguyễn Bá Trạc, Ngọn Cỏ Bồng, trang 32, dòng 10, 11)

Và

"Thơ cao quý, ngắn gọn, chừng hai ba câu, nhà thơ có thể biểu dương sở trường, sở đoản của mình. Còn nhà văn phải viết ít nhất một vài trang mới làm cho độc giả biết tài nghệ của mình" (Hồ Trường An-trích thư riêng)

... Tập Viễn Phố quả được viết dưới nhiều thể loại thơ, tùy tâm trạng, tùy lúc, không có chọn lựa trước. Tôi thấy thơ lục bát dễ làm nhưng khó hay.Thơ thất ngôn âm điệu du dương trầm bổng, quen thuộc, dễ lôi cuốn. Tuy nhiên, nếu phải chọn, tôi sẽ chọn hình thức 6 chữ, vì không cường điệu quá, ngắn ngủi quá, trầm buồn, vừa đủ để tâm sự, kể lể, tỉ như:

"Một hôm ngộ cảm đất trời
Cái thân run đi nhè nhẹ
Quanh ta những cảnh và người
Nhìn ra vô cùng nhỏ bé"

(tạp chí Sóng số 80 Xuân Kỷ Tỵ, 1989)

Trở lại với thi phẩm Viễn Phố. Chúng ta bắt gặp ngay từ những trang đầu, Hoàng Xuân Sơn bày tỏ rõ hơn về quan niệm thi ca:

... " Thơ - những gì hiện ra bất chợt, đôi khi, trong một khoảnh khắc nào đó của đời sống như muốn thầm thì, kể lể về một giấc mơ, một thể tình từ một gặp gỡ, một chuyến đi bên

đường lữ thứ. Tôi làm thơ và ao ước muốn nói lên những điều ấp ủ, khát khao, muốn nói lên tiếng nói Yêu thương, Phẫn nộ từ Tấm lòng chân thật đó. Với tôi, thơ không rao truyền một ngôn ngữ nào to tát, thơ chỉ là tâm sự, là "một chút riêng tư" trao gởi đến người thân, bạn bè, những kẻ đồng hành biết và sẽ quen..."

Tôi nghĩ quan niệm này của Sơn có rất nhiều bạn làm thơ đồng tình, trong số này có tôi. Làm thơ sẽ giản dị như hít, như thở, nếu thật sự mình yêu thích thi ca. Từ sự giản dị này, thơ chỉ là những phát tiết những điều đơn thuần nhất của tâm hồn. Bắt ép thơ vào một cái rọ ngôn ngữ nào đó, dù tưởng rất tự nhiên, không gượng ép, cũng có thể làm cho thơ trở nên hư hỏng. Căn nguyên tình ý, cảm nhận của mình ra sao cứ tùy nghi vào cái hứng để thể hiện. Dĩ nhiên, điều này chỉ dành cho những người thật sự biết làm thơ.

Họa sĩ kiêm nhà văn Võ Đình, *"một người có hân hạnh cùng quê ở Thừa Thiên, Huế với thi sĩ họ Hoàng"*, trong bài viết "Đọc thơ một ngày xuân lạnh" để thay lời bạt cho Viễn Phố, nhận xét:

... "Hoàng cũng nhớ nước, nhớ người, cũng đau sầu viễn xứ, trong thơ Hoàng cũng có rượu, có say, cũng có khi vỗ tay mà hát 'ngửa mặt nhìn trời đất hề'...Nhưng thơ Hoàng bộc lộ nhiều nhất ở chỗ, nói theo kiểu Huế 'da diết dễ sợ'. Thơ Hoàng trĩu nặng u uất,ràn rụa hư hao..."

Viễn Phố được Hoàng Xuân Sơn chia làm 4 phần, mỗi phần mang một tên riêng: Quê Nhà Như Một Vết Thương, gồm 14 bài. Ở Một Nơi Đến, gồm 19 bài. Hoài Niệm, gồm 22 bài.Dù Đường Thiên Lý, gồm 22 bài. Trong toàn tập, 77 bài, Hoàng Xuân Sơn dành một bài tặng vợ con, một bài dành cho cậu em Hoàng Xuân Giang, một bài tặng cho ba người cháu và 16 bài dành tặng bè bạn. Điều này cho thấy anh rất thương quí bằng hữu. Những phóng bút thân thiện này là bản tính đích thực ngoài đời của anh. Khác hẳn với hai câu tục ngữ xưa cũ với quan niệm lạc hậu, hẹp hòi về nam thanh nữ tú của đất *"non bất cao thủy bất thâm"*, Hoàng Xuân Sơn là một người chân thật, thẳng thắn. Lòng tốt của anh dành cho mọi người được hầu hết bè bạn công nhận, tán dương. Trong mọi sinh hoạt văn học nghệ thuật, như đón bạn văn từ phương xa đến, các buổi lễ lớn của người Việt tổ chức, những buổi thuyết trình, ra mắt sách, hầu hết đều có sự góp phần của Hoàng Xuân Sơn. Dù nhận được vô số tràng pháo tay tán thưởng cùng những lời cổ vũ nồng nhiệt, anh luôn luôn giữ được bản tính khiêm nhường trong tài nghệ của mình. Tôi đã đặt câu hỏi về khả năng âm nhạc, được anh trả lời:

- *Tôi không biết một tí gì về nhạc lý nên không có chuyện sáng tác nhạc đâu anh. Hát*

thì có hay hát. Hát cho bạn bè nghe, có tí hứng thì nghe tàm tạm, lên sân khấu thì...dở ẹc...

Nhắc về ra mắt sách, kể từ lúc tôi có mặt tại Montréal, anh em bạn văn của thành phố văn hóa này đã tổ chức được trên dưới 30 buổi. Tôi chưa có tác phẩm nào được trình diện giới ham đọc sách báo tại Montréal, nhưng đã được anh em cho trình diện cuốn sách viết về tôi của nhiều tác giả, đó là cuốn Chân Dung Thơ Luân Hoán, ra mắt tại giảng đường B.421 đại học Montréal, số 200 rue Vincent D'Indy, lúc 19h30 ngày 15-5-1992. Hoàng Xuân Sơn cùng nhiều giọng ca khác đã có mặt trong phần văn nghệ, đi kèm. Riêng với Hoàng Xuân Sơn, anh cũng có một tập thơ được phối hợp tổ chức với hội Văn Bút Việt Nam (Trung tâm Québec) , trình làng trọng thể tại Centre d'Essai thuộc đại học Montréal ngày 04 tháng 12 năm 1993. Đây là thi phẩm thứ hai của Hoàng Xuân Sơn có tên Huế Buồn Chi. Phần diễn ngâm tập thơ trong buổi ra mắt sách do đông đảo giới yêu nghệ thuật đóng góp: Phạm Đình Cường, Tôn Nữ Hương Bình, Lê Phan Lân, Thanh Hằng, Thanh Hà (nay đổi thành Thái Hà), Lê Văn Anh Cát, Diệu Trang, Hoàng Phúc , Kim Tuấn, Võ Anh Tuấn và chính tác giả. Nhà báo Ngô Vương Toại từ Washington DC và nhà văn Hồ Đình Nghiêm, trình bày những nhận xét của mình trong phần giới thiệu tác phẩm.

Huế Buồn Chi, dày 122 trang. Mẩu bìa in một bản vẽ màu rất nghệ thuật của họa sĩ Võ Đình, do Hồ Đình Nghiêm trình bày. Bìa sau in chân dung thi sĩ chụp bắt bởi Hoàng Hà. Bốn phụ bản đen trắng cho tập thơ của hai họa sĩ Đinh Cường, Võ Đình (mỗi người 2 bản). Một ca khúc phổ từ thơ được Lê Văn Thành thực hiện. Đặc biệt nhất là bài viết dài 8 trang của nhà văn Hồ Đình Nghiêm, thay lời bạt: Tạ Lỗi Cùng Huế. Nhìn chung những người cùng đứng trong phần đất Huế Buồn Chi, đều có cội rễ hoặc dan díu đậm đà (con rể, trường hợp Đinh Cường) với Huế. Có thể nói đây là một tác phẩm Huế rặt (theo giọng Quảng Nam của tôi).

Trước khi trích vài bài thơ đọc chơi, chúng ta thử xem Hồ Đình Nghiêm viết những gì trong Tạ Lỗi Cùng Huế:

… "Ông ấy là Hoàng Xuân Sơn ? Hoàng Xuân Sơn nào vậy ? Cái ông đang ôm đàn ngồi hát đó có 'bà con' chi với một ông chuyên làm thơ ?Nhân gian này vẫn thường nghe, vẫn luôn thấy đời nghiêng. Nhưng nhân gian cách trở ở cái Mộng Lệ An (Montréal, chú thích của người viết) *nhỏ bé này có khi nào chứa tới một lúc những hai ông họ Hoàng trùng tên trùng chữ lót phiêu giạt chạy tới xin định cư ?* (điều này có thật, chú thích của người viết*):*

Em qua tới bợt em ngồi
tới bờ em đứng khóc mùi mẫn em...

Không, không, chỉ có một thôi. Sài Gòn, Hà Nội thì răng không biết, chứ Huế mền thì chỉ độc có một ôn Hoàng Xuân Sơn nó đó ni. Ôn hát mùi dễ sợ ôn làm thơ cũng hay ác ôn"

Một đoạn khác:

… "Họ nói tới những người viết gốc Huế, đếm không xuể trên đầu mấy ngón tay đưa ra. Và trên những ngón tay ấy có đậu một cái tên Hoàng Xuân Sơn. Khuất lấp bên trong tường rêu cổ xưa là trường Cao đẳng Mỹ thuật, láng giềng cận kề nó là trường Quốc Gia Âm Nhạc đang có ai ngồi chơi đàn piano thánh thót run lên những cung bậc trong chiều vắng lặng. Những chân mây tím, mặt trời xuống núi như còn gửi lại tia lửa bừng cháy đi viền cam trên đỉnh Ngọ Môn. Tiếng đàn lan man đi vọng dội giữa một vùng đất phì nhiêu lau lách và phượng vĩ và thầu đâu (sầu đông) và mù u. Và hôm nay đây , lần đầu tiên nhìn thấy Hoàng Xuân Sơn trên xứ người, tiếng đàn tịch lặng ấy lại chảy về như nước cuốn cùng với thú hình ảnh của một Huế thoi thóp, của một Huế biến động, của một Huế bị kéo phăng đi về phía bên kia vĩ tuyến của tối tăm, xóa nhòa, xa cách, đày đọa…"

... "Và cuối cùng, tôi đã được nhìn thấy ôn, được quen ôn mà không cần tới sự giới thiệu của Mường Mán. Ôn hay yên ?

Cặp gương trắng như lòng yên trắng
Yên lên ngàn có chộ hồn quê ?

...

Tôi yêu biết mấy những câu lục bát của ôn, như từng yêu Mường Mán, từng yêu Phạm Nhuận, từng yêu Huỳnh Liễu Ngạn. Những đứa con Huế thất tung kẻ ở người đi...

...

Nhà thơ họ Hoàng là người nặng lòng với Huế. Tôi là kẻ lòng nặng mà bất tài. Vừa có tài vừa có lòng như thế thì tôi mong Huế Buồn Chi sẽ không chỉ loanh quanh ở sông Hương núi Ngự mà nó còn bước chân qua đèo Hải Vân để xuôi Nam hay sang cầu Hiền Lương mà ngược Bắc. Nó không là 'văn chương miền trung' mà nó phải là một cái gì hơn thế..."

LUÂN HOÁN

Danh Ngôn

Nếu bạn đang tức giận với một người mình yêu thương, hãy ôm người đó. Và ôm chân thành. Bạn có thể không muốn ôm - và đó là lý do vì sao lại càng nên làm như vậy. Thật khó để tiếp tục giận dỗi khi ai đó cho thấy họ yêu bạn, và đó chính xác là điều sẽ xảy ra khi chúng ta ôm nhau.

If you're angry at a loved one, hug that person. And mean it. You may not want to hug - which is all the more reason to do so. It's hard to stay angry when someone shows they love you, and that's precisely what happens when we hug each other.

Walter Inglis Anderson
(1903 - 1965) Họa sỹ và nhà văn người Mỹ

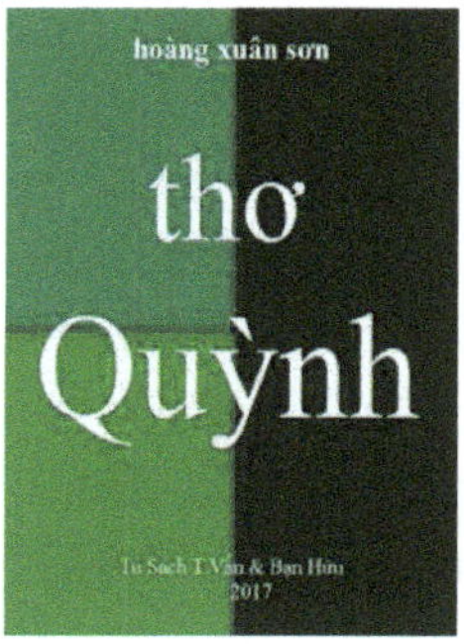

PHAN TẤN HẢI

NHÀ THƠ HOÀNG XUÂN SƠN VỚI THƠ QUỲNH

Mở ra trang đầu thi tập "Thơ Quỳnh" chúng ta gặp ngay lời tự tình của Hoàng Xuân Sơn:

.

. . . quỳnh ám ảnh suốt một đời anh
có thể là một đóa quỳnh nào đó
nhú mớm từ vườn đêm thẳm sâu
có thể là một dáng quỳnh nào đó
vừa thức giấc vừa tan biến đi
trong giấc mùa đông côi góa
có thể là giọng điệu thơ quỳnh lơi lả
khỏa thể vào âm nghi. . ..

Đó là một dòng thơ sang trọng, quý tộc trong cõi đời rất bình thường này. Và những hình ảnh cực kỳ thơ mộng trong chữ đã biến đời thường này trở thành một cõi thơ dị thường, tinh khôi. Thơ Hoàng Xuân Sơn lúc nào cũng thế, như trong cõi mộng, một nơi ẩn mật của ngôn ngữ.

Thơ của họ Hoàng y hệt như những gì anh kể trong thơ, rằng đó là những dòng chữ "vừa thức giấc vừa tan biến đi," và là những hình ảnh tuy lơi lả nhưng lại cô đơn như bóng trong gương, tuy khỏa thể nhưng lại vang vọng ngoài tầm tay nắm bắt. Thơ Hoàng Xuân Sơn như thế đó, cũng là mộng từ vườn đêm thẳm sâu.

Tập Thơ Quỳnh của Hoàng Xuân Sơn vừa phổ biến tuần qua, với ấn bản điện tử do T.Vấn & Bạn Hữu thực hiện.

Đọc lời "Tản mạn về Thơ Quỳnh bản thảo" do chính nhà thơ Hoàng Xuân Sơn tâm sự — chúng ta có thể suy đoán rằng có những câu thơ được họ Hoàng suy nghĩ, cân nhắc, lựa chọn trong thời gian lâu tới 25 năm. Cần tới 25 năm để suy nghĩ về một chữ, về một câu, về một đoạn thơ? Bạn hãy hình dung thế này: câu thơ viết xuống từ thời tóc xanh, và khi tóc bạc rồi mới kết thúc bài thơ. Những người biết tính Hoàng Xuân Sơn sẽ không ngạc nhiên. Hoàng kỹ lưỡng tới từng chữ, chớ không nói chi tới toàn thi tập.
.

Hoàng Xuân Sơn viết:

"*Bản thảo tập Thơ Quỳnh được hoàn tất vào mùa thu năm 1991, đến nay đã tròm trèm hai mươi lăm năm; một quãng thời gian khá gọi là dài cho sự chuẩn bị và ra đời một tập thơ. Cũng giống như đời sống, tất cả sự kiện, sự vật đều có cái duyên của nó. Trong trùng trùng duyên khởi cuộc nhân sinh, những hạt mầm vay mượn có hạt chắc và lép. Hạt chắc có cơ duyên nẩy mầm sinh sôi góp mặt với đời. Hạt lép đành làm phận lẻ loi ngậm ngùi nơi cõi tối. Nhưng có hề gì phải không?*" (Thơ Quỳnh, trang 1)

.

Về cơ duyên để thi tập "Thơ Quỳnh" ra đời, Hoàng Xuân Sơn viết:

"*Tạ ơn họa sĩ Đinh Cường đã vẽ tranh bìa, họa sĩ Trương Vũ phác họa chân dung kẻ viết; và dược sĩ Mai Tâm cất công trình bày bìa tập Thơ Quỳnh.*

Gần đây nhất, một người bạn mới, anh T.Vấn; tuy sơ giao mà tâm ý đã tương tri nghìn dặm. Cảm ơn bạn hiền đã có hảo ý trình bày và cho phép Thơ Quỳnh được góp mặt trong Tủ Sách T.Vấn & Bạn Hữu dưới dạng e-book để giới thiệu với bạn đọc trong thời buổi in ấn cực kỳ khó khăn.

Rất cảm kích quý bạn văn Nguyễn Thị Khánh Minh, Vũ Hoàng Thư, T.Vấn, Duyên, Trần Vấn Lệ, Trần Thị Nguyệt Mai. . . đã bảo ban lời lời châu ngọc hàng hàng gấm thêu cho Thơ Quỳnh được thêm hương sắc..." (TQ, tr. 2)

Tập "Thơ Quỳnh" hình thành trong lựa chọn như thế, nên

mang những mảng sáng tạo khác nhau trong đời nhà thơ họ Hoàng. Bạn có thể gặp những bài thơ không vần, những bài thơ có khi một dòng chỉ một chữ… và rồi nơi trang gần đó sẽ gặp một bài thơ có vần, có khi là thơ năm chữ mang hồn cổ phong, có khi từng nhóm thơ bảy chữ rất mực cẩn trọng, và có khi tám chữ hay nhiều hơn.

Thí dụ, mấy dòng thơ kiệm lời trong bài có nhan đề "**thơ ngắn**" — chỉ ba dòng thôi:

tựa như mình
khóc
rồi.

Hay như khi Hoàng Xuân Sơn viết thơ năm chữ với bài nhan đề "hoa" — chỉ bốn dòng thôi:

.

một buổi mai tịnh độ
vân yên hà đương say
mộng đời không ai giữ
thức dưới tạng hoa gầy

.

Chữ dùng có vẻ nhà Phật (tịnh độ) nhưng lại rất đời thường thi sĩ, khi nói về khói mây lãng đãng (vân, yên). Khi nhà thơ thức tỉnh dưới hoa, có phải Hoàng Xuân Sơn ám chỉ rằng hoa nhưng không thực là hoa, rằng "hoa gầy" phải chăng là một đóa quỳnh nào trước giờ vẫn "*ám ảnh suốt một đời anh*"… Thế đó, họ Hoàng không nói minh bạch, nhưng lời rất mực thiết tha.

.

Nhưng Hoàng Xuân Sơn không giấu được trong thơ nét lãng mạn, nét say đắm của ông. Bạn hãy hình dung rằng vào một đêm trăng có vài vầng mây, nghĩa là, trăng bị mây che bớt để khi tỏ, khi mờ, thế rồi một mùi hương thoảng qua, họ Hoàng thấy ngay là "mùi hương con gái"… Trời ạ.. sao mà nhìn trăng và ngửi mùi đêm nhạy cảm lạ lùng như thế.

Xin mời đọc họ Hoàng qua bài thơ nhan đề "*tưởng hương*" chỉ có 6 dòng ở trang 24:

.

mùi gái thoảng qua
mây trời bắt được

đêm
ẩn dưới tà trăng
bàng hoàng
nguyệt

.

Một điểm nổi bật khác nơi Hoàng Xuân Sơn là tấm lòng với bạn hữu. Độc giả có thể thấy trong tập "Thơ Quỳnh" nhiều hình ảnh bạn hữu của anh. Thí dụ, thơ tặng Hồ Trường An ở trang 21-22. Hay như bài thơ ghi lại hình ảnh họ Hoàng đi bên thi sĩ Bắc Phong và chợt thấy một giai nhân tóc vàng ở trang 26, bài "**ngồi với bắc phong ở van houte**" với 4 dòng gói trọn trong chữ cả gió bay, cả tuyết đẫm, cả tóc vàng, và cả mùi hương thoảng qua:

.

gió thổi vào trong em tóc vàng
chợt thấy mình: hai đứa lang thang
má em thơm hay mùi son phấn
áo dạ mềm. tuyết. đẫm vai ngang

.

Thơ Quỳnh của Hoàng Xuân Sơn hay dị thường như thế… Cho nên, nhiều bạn văn nghệ đã có lời rất mực trân trọng.

Nhà thơ Nguyễn Thị Khánh Minh viết về thi tập Thơ Quỳnh:

"*Thơ bát ngát niềm trân trọng và hân thưởng. Tôi được học rằng, biết hân thưởng là một mỹ đức…*

Ngoài trời, đang buổi xuân mưa thong thả, những hạt nhẹ như không kia là tơ trời? Và tiếng hát bao la, là mầu xanh mải miết trôi? Xanh cao chỉ lối. Xanh tơ ban tặng. Xanh đong đầy đổi, Thơ cũng mở ra niềm hy vọng." (TQ, tr, 230)

T.Vấn, người trình bày thi tập cho Hoàng Xuân Sơn, đã viết:

"*Một đời người. Một đời thơ. Dù cho có phải cạn sức, cạn lực, cạn hơi, cạn thở, cạn tiền, cạn túi vì thơ thì cái nghiệp ấy đã vận vào người, chắc thi sĩ Hoàng Xuân Sơn khó tránh khỏi. Thôi thì nếu ông đã chọn sống cho hết nghiệp của mình thì tôi cũng hoan hỉ mà giúp ông một tay cho những chùm thơ Quỳnh này theo gió bay vào hư vô, để tiếng hót con chim Sơn đến được với nhiều người, nhiều nơi, nhiều lúc. Đến cả nhiều thế hệ đời sau.*" (TQ, tr. 236)

Vũ Hoàng Thư ghi nhận:

"*Có lẽ người yêu thơ Hoàng Xuân Sơn nên ở lại hoa viên để thấy thơ-như-hoa ấy nở cho chính mình từng đêm. Để nghe Thơ Quỳnh xướng lên giữa những giây phút cau mày trong cuộc lữ, một nháy động giữa muôn trùng, không là bất mãn trần gian hay đuổi xua thế cuộc, chỉ là một phút mong manh rất thơ và rất quỳnh, hiểu như là một loài hoa mà cũng là một tiếng ưu, tiếng hoài…*" (TQ, tr. 248)

.

Duyên ghi nhận:

"*cơ duyên lạ. được làm quen, người thi sĩ*
bạn Đinh Cường. mình, bạn nhau thôi…
anh nói vậy, và tôi hạnh phúc.
rất tuyệt vời. thi sĩ, Hoàng Xuân Sơn."(TQ, tr. 250)

Trần Vấn Lệ ghi nhận:

"*Năm nay, 2016, Hoàng Xuân Sơn để cho đời thi phẩm mới, Thơ Quỳnh. Nó không hẳn là Thơ mà nó là Hoa, nghĩa là nó vừa là Thơ vừa là Hoa, trước ngọn gió mới tôi nghe một mùi hương thanh khiết tỏa ngát dưới ánh trăng Rằm. Đọc thơ Hoàng Xuân Sơn, thấy thú vị. Hít thơ Hoàng Xuân Sơn, thấy mình như chu du không bờ không bến…Hoàng Xuân Sơn xa chính mình, kéo theo Huế xa cùng với người. Đời người ta có ai gần với ai mãi! Cõi người ta có chỗ nào không vướng víu tâm hồn!*" (TQ, tr. 254)

Trần Thị Nguyệt Mai ghi nhận:

"*Cách đây hơn 30 năm tôi mới được dịp xem hoa quỳnh nở, tình cờ trong một ca trực đêm tại cơ quan. Từng cánh quỳnh như chờ đợi kẻ tri âm bung ra tỏa hương thơm dịu nhẹ. Hoa trắng, sang trọng, đẹp. Chỉ nở một lần rồi tàn tạ.*

"Thơ Quỳnh" của Hoàng Xuân Sơn có phải cũng như đóa quỳnh kia chỉ dành cho người tri kỷ?"(TQ, tr. 256)

PHAN TẤN HẢI

SA CHI LỆ
GỌI NHỚ CHIỀU SAY

Sờ đầu năm tháng run run gậy
Bằng hữu tình thân rớt ngoài song
Thở dài nước mắt cay cay thấm
Tình đời xứ lạ đếm hư không

Ta nói nhiều cũng như không nói
Không nói mà sao lại ứ tràn
Trăm năm chắc cũng không bằng nửa
Cái mỉm cười ta hận trăm năm!

Từ lúc nào ta gọi em là rượu?
Từ lúc nào ta tập nhấm môi cay
Từ lúc nào ta càng uống càng say
Vác mộng mị trèo qua triền mê ảo

Mân mê sương khói sóng tầm dương
Tâm nở hoa trang điểm cuối đường
Một cõi đi về còn chưa thỏa
Làm sao níu lại bóng em vương

Tình bật hỏi điều gì đang dậy sóng?
đớp hương rừng nhỏ giọt điệu kiêu sa
nàng bước vào đời ta ôm thiên đường bất trắc
Bởi tình yêu không mặc áo nhân gian
Em trong ta nhập mê cung tình sử
nhiệt tình say ngây ngất lạc tuổi đời
mây chết đuối rủ nhau về trẩy hội
  gọi vô thường cài lại tóc thương vay…
hôn em gọi nhớ chiều say
kể nhau hơi thở đong đầy trăm năm

SA CHI LỆ
MÙA VU LAN
*DÒNG SỮA MẸ, CÙ LAO KẾT

Chim vỡ cánh bạt ngàn quê cũ.
Tuổi nhừ, gối mỏi. mắt nhòa rơi.
Cõng mỏi hành trang rưng hỗ thẹn.
Nghẹn lời trước mộ mẹ đầy vơi…

Nợ hiếu, nợ tình, hồn sông núi.
Trĩu nặng ơn đền tóc gió bay
Làm gì với những ngày còn lại
Vui sao trước bi kịch giăng đầy?

Ký ức bám theo đời gót bụi.
Tiếng động canh thâu bóng mẹ về
Quanh năm dệt cửi, Cù-lao-kết
Dòng sữa Chợ Vàm thấm trong mơ.

Giặc Tây ruồng bố tiêu làng xóm.
Bồng con xuôi ngược mãi Tân Châu
Mẹ Mỹ Luông quên thời son trẻ
Hy sinh, gồng gánh vạn nỗi đau…

Ray rức lưu vong hờn mất nước
Đứa con bất hiếu vọng cuối trời
Gom chút tàn hơi như cánh gió
Buồn rơi theo bóng gậy chơi vơi…

SA CHI LỆ

mùa Vu Lan

NGUYỄN KIẾN THIẾT
KỶ NIỆM VỀ HOÀNG XUÂN SƠN

Hoàng Xuân Sơn bắt đầu nghiệp thơ từ hơn nửa thế kỷ nay. Ngoài tên thật – bút hiệu, anh còn ký dưới nhiều bút danh khác như Hoàng Hà Tĩnh, Sử Mặc, Vô Định... Trong nước trước 1975, thơ anh xuất hiện trên *Văn, Chính Văn, Nghiên Cứu Văn Học, Khởi Hành, Thời Tập, Nhà Văn* ... Sau khi định cư tại Montréal, Canada (từ tháng 11/1981), cái tên Hoàng Xuân Sơn bắt đầu tỏa sáng trên thi đàn. Tại hải ngoại, thơ anh đăng trên các báo *Làng Văn, Văn Học, Văn, Thế Kỷ 21, Chủ Đề, Sóng, Sóng Văn, Nắng Mới, Saigon Times, Hợp Lưu, Phố Văn, Canh Tân, Đi Tới, Ngôn Ngữ, Văn Học Mới*, v.v... Thi phẩm đã xuất bản: *Viễn Phố* (Việt Chiến, 1988); *Huế Buồn Chi* (Tự ấn hành, 1993); *Lục Bát Hoàng Xuân Sơn* (Thư Ấn Quán, 2004); *Thơ Quỳnh* (Tủ Sách T. Vấn & Bạn Hữu, 2017). Về cuộc đời và thi nghiệp của anh, bạn đọc có thể tham khảo qua các trang mạng xã hội cũng như những bài viết đăng trong số báo chủ đề nầy.

Tôi "biết" anh Hoàng Xuân Sơn lúc còn phụ trách tòa soạn tạp chí *Nghiên Cứu Văn Học (1971-1972)*. Trong số hàng trăm bản thảo đánh máy và viết tay gởi về tòa soạn hằng tháng, tôi "cảm" được bài thơ tám chữ "*khi còn sống*" của anh nên đã chọn đăng trên *NCVH* số **4** tháng 6/1971. Từ đó tôi đã "quen" anh qua mục *Tin Thơ* của báo, rồi *Thư đi tin lại* vài lần, nhưng vẫn chưa "kiến kỳ hình". Bẵng đi một dạo, từ khi *NCVH* bị đình bản và cho tới sau biến cố tháng Tư năm ấy, chúng tôi đã hoàn toàn mất liên lạc nhau. Nhờ một duyên may lạ lùng, chúng tôi được dịp gặp lại nhau trong một kỳ Đại hội Giáo chức Québec tại Montréal. Hôm ấy tôi đi từ ngạc nhiên nầy sang ngạc nhiên khác vì mục kích được một Hoàng Xuân Sơn bằng xương bằng thịt đang cất cao giọng hát khỏe khoắn, nồng ấm như hớp hồn người nghe. Đó là "giọng hát khi đầy khi vơi, khi lên núi khi xuống đồi" như một nhà thơ xứ Huế khác đã nhận xét (Hồ Đình Nghiêm). Gặp nhau tay bắt mặt mừng, chuyện cũ chuyện mới chúng tôi tha hồ hàn huyên tâm sự. Hoàng Xuân Sơn không chỉ biết làm thơ, còn hát hay nữa. Từ ấy chúng tôi đã nung đúc cái tình văn nghệ giữa những người cùng mang nặng nghiệp dĩ văn chương. Tôi vốn sống khép kín, ngại giao tiếp nên ít bạn bè, kể cả bạn Facebook. Do vậy tôi và Hoàng Xuân Sơn mặc dầu cùng sống trên đảo Mộng mà chưa hề gặp gỡ riêng tư để trà dư tửu hậu. Nhưng tình bạn giữa chúng tôi vẫn nồng ấm. Tôi viết về nhà thơ xứ Huế như để gợi nhớ tới kỷ niệm tuy ngắn ngủi nhưng rất đẹp bởi *cái tình văn nghệ* vừa mới đơm bông, giữa người phụ trách một tạp chí văn học với một cộng tác viên – một nhà thơ-ca sĩ.

Hoàng Xuân Sơn làm thơ gồm đủ mọi thể loại: khởi đầu từ thơ năm chữ, sáu chữ đến thơ lục bát, rồi thơ bảy chữ, tám chữ và về sau rất "sính" dùng thơ tự do, thơ tân hình thức. Hình như anh không mặn mà với thơ Đường luật (tứ tuyệt, bát cú) vốn đòi hỏi phải tuân thủ các quy luật nghiêm ngặt như niêm, luật, vần, đối. Đặc biệt về thơ lục bát, ngoài những câu tròn trịa sáu tám, anh chọn cách *ngắt nhịp* như một thứ *"trò chơi chữ nghĩa tùy hứng"* (Du Tử Lê). Chẳng hạn bài:

Chương Sông

(Áo trắng dài như biển
như sông lồng lộng nước hờ. Chau)
đi đi
mây phất tang. Đâu
còn chi mong, ngó
sầu âu một mình
xuống ngôi đời chùng chình
mưa mưa
chiều. xó – làm thinh bữa, rời

Cách *ngắt nhịp* thơ sáu tám theo trường phái Hoàng Xuân Sơn và cả Hà Nguyên Du mà chúng tôi gọi là *lục-bát-cắt-vụn* nhằm cắt đứt *mạch thơ* để diễn tả hoặc nhấn mạnh đến nhiều dạng cung bực khác nhau của tình cảm. Hình như cách ngắt nhịp bỏ lửng, mạch thơ bị đứt thường diễn tả tâm trạng uất nghẹn, tức tửi, con đường thơ trở nên khúc khuỷu, gập ghình. Nhưng đối với nhà thơ họ Hoàng, đó là *tiếng lòng* của người yêu thơ, là *tình cảm* chân thật nhưng vô cùng cảm động của con người được thể hiện bằng ngòi bút tài hoa của thi nhân!

Cũng trong một lần họp mặt giáo chức (2007), sau khi nghe tôi trình diễn tiết mục Vọng cổ "Nhớ Mẹ" nhằm đề cao tình mẫu tử thiêng liêng, Hoàng Xuân Sơn đến gặp tôi và nói: "*Bản vọng cổ anh hát khiến tôi lại nhớ đến mẹ tôi nay không còn nữa...*". Khoảng 1993-1994, tôi có đăng một số bài thơ gồm nhiều thể loại trên báo *Nắng Mới* ấn hành tại Montréal, chính Hoàng thi sĩ đã chịu khó đọc và nhận xét: "*Tôi rất thích bài thơ bảy chữ Đồng Muối của anh*"... Ngần ấy thứ chứng tỏ nhà thơ họ Hoàng đã dành cho tôi bao mối cảm tình nồng hậu. Tôi nghĩ đem *cái tình* để đáp lại cái tình thì cái tình sẽ nhân lên, nhân lên mãi. Chúng tôi đã thể hiện văn hóa "cho" và "nhận" một cách cân xứng, hài hòa, xuất phát từ đáy lòng, không xởi lởi môi mép. Để đáp tạ *tấm lòng* của nhà thơ, trong bài "Tổng Kết Về Diễn Đàn Giáo Chức Thời Corona", tôi đã viết về Hoàng Xuân Sơn: "*Giữa anh và tôi đã có mối duyên văn nghệ từ những năm 1971-1972 lúc tôi phụ trách Tòa soạn Tạp chí Nghiên Cứu Văn Học ở Sài Gòn. Tôi đã "cảm" được bài thơ 8 chữ "Khi còn sống" của anh đăng trên NCVH số 4 từ đó. Qua mấy bài thơ trong DĐGC như "Cần thiết", "Bóng thơ", "Đạp thanh" người đọc như bị cuốn hút bởi từng lời từng chữ điêu luyện, mượt mà, thấm đẫm tình cảm, đầy tính nhân văn: "**Chúng ta cần có nhau**": Ta cho nhau chính mình / tình cho ta rộng mở / cánh tay, và trái tim / lúc này, từng cộng khổ (Cần thiết)...*".

Sau biến cố tháng 4/1975, trải qua bao cuộc bể dâu, tôi không còn giữ được bất cứ số báo *Nghiên Cứu Văn Học* nào. Nhờ một duyên may, GS Nguyễn Văn Trung còn giữ được và đã mang đầy đủ các số báo từ Việt Nam qua rồi giao cho ông Trịnh Viết Đức, nguyên Giám đốc nhà xuất bản Nam Sơn lo việc sao chụp xuất bản tại Montréal, năm 2000. Tôi nhận được tương đối đầy đủ báo Nghiên Cứu Văn Học sao chụp lại (chỉ thiếu các số **3, 8** và **13**, bạn nào còn giữ xin vui lòng nhượng lại. Rất cám ơn).

Có báo trong tay, tôi dò được bài thơ "khi còn sống" của Hoàng Xuân Sơn đăng trên *Nghiên Cứu Văn Học* số *4 tháng 6/1971 nên đã* sao chụp và gởi đến anh để *lưu niệm. Bài thơ* tám chữ hai mươi bốn câu ấy như sau:

khi còn sống

khi anh về hãy cầm tay mà nói
em còn lại gì trong nỗi thương đau
trong đôi mắt sâu và tiếng thở dài
hãy nói hết cho lòng anh chai đá
hỏi giùm anh cây hoàng lan trước ngõ
hoa còn thơm như thuở mới yêu người
lối đi nào khi tựa ngực kề vai
khi anh nếm mùa xuân hơi thở ngọt
em hãy nói vì sao cha đã mất
mẹ thấy đời già trên tóc điểm sương
nói cho anh nghe những chuyện tầm thường
dù nhỏ nhặt như đầu rơm cọng cỏ
chỉ giùm anh con sông mùa nước lũ
chẩy về đâu và trôi mất về đâu
ôi chút bình yên tuổi nhỏ phương nào
hồn khép lại lênh đênh đời sách vở
khi trở về dù cuộc tình bỡ ngỡ
cầm tay anh mà nói chuyện yêu thương
để một mai trên trái đất không còn
những giọt nước, từ hồn em rất khẽ
thôi tất cả hãy bắt đầu em nhé
ta bước đi từ những luống đất khô
từ con đê xưa - hạt lúa mơ hồ
và tập tểnh vào đời khi còn sống

hoàng xuân sơn

*Để ý sẽ thấy nhà thơ họ Hoàng kiệm viết chữ hoa tên họ và những chữ đầu câu; cũng không thấy một dấu chấm câu nào suốt 24 câu bài thơ 8 chữ.

Ngay sau khi nhận được món quà tinh thần nầy, Hoàng Xuân Sơn đã viết: *"cảm tạ anh Nguyễn Kiến Thiết đã sưu tầm lại"*.

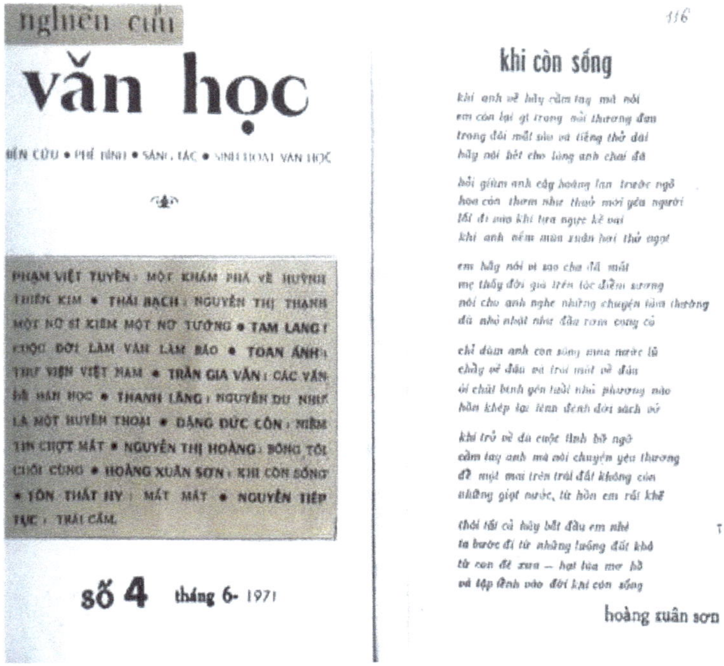

nghiên cứu

văn học

BIÊN CỨU • PHÊ BÌNH • SÁNG TÁC • SINH HOẠT VĂN HỌC

PHẠM VIỆT TUYỀN: MỘT KHÁM PHÁ VỀ HUỲNH THIÊN KIM • THÁI BẠCH: NGUYỄN THỊ THANH MỘT NỮ SĨ KIÊM MỘT NỮ TƯỚNG • TAM LANG: CUỘC ĐỜI LÀM VĂN LÀM BÁO • TOAN ÁNH: THƯ VIỆN VIỆT NAM • TRẦN GIA VĂN: CÁC VẤN ĐỀ HÁN HỌC • THANH LÃNG: NGUYỄN DU NHƯ LÀ MỘT HUYỀN THOẠI • ĐẶNG ĐỨC CÔN: NIỀM TIN CHỢT MẤT • NGUYỄN THỊ HOÀNG: BÓNG TỐI CUỐI CÙNG • HOÀNG XUÂN SƠN: KHI CÒN SỐNG • TÔN THẤT HY: MẤT MÁT • NGUYỄN TIẾP TỤC: TRẢI CẢM.

số 4 tháng 6- 1971

116

khi còn sống

khi anh về hãy cầm tay mà nói
em còn lại gì trong nỗi thương đau
trong đôi mắt sâu và tiếng thở dài
hãy nói hết cho lòng anh chai đá

hỏi giùm anh cây hoàng lan trước ngõ
hoa còn thơm như thuở mới yêu người
lối đi mà khi tựa ngực kề vai
khi anh nếm màu xuân hơi thở ngọt

em hãy nói vì sao cha đã mất
mẹ thấy đời già trên tóc điểm sương
nói cho anh nghe những chuyện tầm thường
dù nhỏ nhặt như đầu rơm cọng cỏ

chỉ dùm anh con sông mùa nước lũ
chảy về đâu và trôi mất về đâu
ôi chút bình yên tuổi nhỏ phương nào
hãy khép lại lênh đênh đời sách vở

khi trở về đã cuộc tình bỡ ngỡ
cầm tay anh mà nói chuyện yêu thương
để một mai trên trái đất không còn
những giọt nước, từ hồn em rất khẽ

thôi tất cả hãy bắt đầu em nhé
ta bước đi từ những luống đất khô
từ con đê xưa — hạt lúa mơ hồ
và tập tành vào đời khi còn sống

hoàng xuân sơn

Tôi còn nhớ trong một điện thư gởi Hoàng Xuân Sơn và thân hữu để Chúc mừng Giáng Sinh và Năm Mới 2013 kèm tấm lịch 12 tháng (ảo), anh đã cảm tác hai câu lục-bát-cắt-vụn với lời cám ơn và chúc mừng như sau:

"Đầu năm. ngắm một cành đào
chớm. lung linh nụ
hớt nhào
thinh không
Cám ơn anh Nguyễn Kiến Thiết . Chúc mừng giáng sinh và năm mới quý thân hữu và bửu quyến.
HoàngXuânSơn/KimLân
2012/12/21"
vân vân...

Một vài kỷ niệm nhỏ lưu lại cái tình văn nghệ với nhà thơ đất Thần kinh mà tôi yêu mến "Chúng ta cần có nhau".

NGUYỄN KIẾN THIẾT
Montréal, VIII.2024

NGÔ NGUYÊN NGHIỄM
LÃO HỌA SĨ NHÀ VĂN HÓA
HOÀI NAM
(1930-2020)

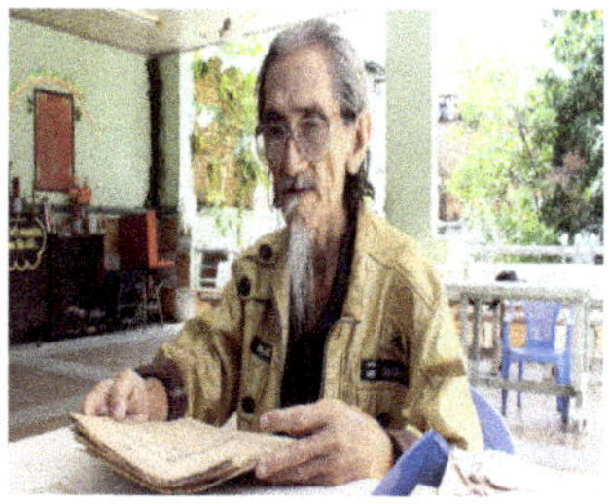

Lão Họa sĩ, Nhà văn hóa Hoài Nam tên họ thật là Đặng Hoài Nam.
Ông sanh ngày 18/10/1930 tại Nam Vang
Quê nội: Thủ Thừa, Long An
Thập niên 40' thế kỷ XX, Ông đã là sinh viên khóa I trường Mỹ Thuật Trang Trí Gia Định
(1947).
Năm 1954, Hoài Nam trở lại học khóa I trường Cao Đẳng Mỹ Thuật Gia Định.
Năm 1958, Ông vào học khóa I trường Quốc Gia Âm Nhạc Kịch Nghệ Sài Gòn.
Ông là cổ thụ của sân khấu Cải Lương, với hơn 60 năm theo nghệ trang trí, thiết kế sân khấu.
Ông là người tiên phong vẽ tranh sân khấu
Ông mất ngày 07.01.2020 tại Viện Dưỡng Lão Nghệ sĩ Sân Khấu Quận 8.

TÁC PHẨM TIÊU BIỂU HOÀI NAM:

Tác phẩm đã in:
1/ Giải Mã Hán Việt Nôm Theo Phương Pháp Họa Tự, tập 1 (NXB Trẻ 2010)
2/ Bộ sách Hạnh Phúc Khổ Đau (bút hiệu Từ Thiếu Thất, gồm 8 quyển: Đau Khổ Và Hạnh

Phúc (tập 1); Diệt Khổ (tập 2); Bước Đầu Của Thiền (tập 3); Câu Lạc Bộ Già Và Trẻ (tập 4); Tận Thế Có Hay Không (tập 5); Thành Công Và Thất Bại (tập 6, 7, 8)

Thi phẩm (7 tập):
1/ Túy thi
2/ Tình thi
3/ Lãng thi
4/ Thủy mặc thi
5/ Điền dã thi
6/ Thơ đường phố
7/ Ngũ âm
Mỹ thuật:
Tác phẩm sơn dầu **Thông Điệp Hòa Bình** của lão họa sĩ Hoài Nam được ghi vào Bách Khoa Tự Điển Pháp (phần Mỹ thuật). Ông là một trong 9 họa sĩ (như Ngô Viết Thụ, Tạ Ty…)được vinh danh Hội Mỹ Thuật Việt Nam.

LÃO HỌA SĨ HOÀI NAM, GIẢI MÃ HÁN VIỆT NÔM THEO PHƯƠNG PHÁP HỌA TỰ

NGÔ NGUYÊN NGHIỄM

Phong cách hoạt bác lãng bạt trong một nhân dáng phiêu bồng đầy vẻ đạo vị, họa sĩ Hoài Nam vuốt chòm râu bạc trắng, hào hứng phát biểu cùng tôi, về ý nghĩa của Hà đồ Lạc thư, mà cách nay đã mấy ngàn năm, còn nằm trong một bí ẩn nan giải. Theo ông, sự lầm lạc trong nhận thức về hai ấn tượng tiêu biểu, ngoài việc những mê số kỳ bí, của những đồ hình quá đơn giản, nên sự suy luận lệch lạc làm ý nghĩa sâu rộng trở thành một dịch lý bói toán tầm thường. Một mặt, sự khuếch trương bá quyền của phương Bắc, điều trước tiên là xóa sạch nền văn minh văn hóa của phương Nam, nên vận dụng tất cả thâm ý diễn giải Hà đồ Lạc thư theo tạp luận, tạo sự rối loạn hiểu biết ảo giác đối với truyền thống văn hóa Lạc Việt. Truyền thuyết, về tiên thiên bát quái ám chỉ bản hoa văn mà Trung Quốc cho rằng nằm trên lưng long mã xuất hiện trên sông Hoàng Hà, nên gọi là Hà đồ, cũng vậy, hậu thiên bát quái là định danh cho những nét vạch trên mai rùa sông Lạc nên gọi là Lạc thư. Lão nghệ sĩ Hoài Nam cật lực phản bác, vì ông cho rằng chữ Lạc là Lạc Việt, chứ không phải sông Lạc, và hai đồ hình cũng chỉ là duy nhất thể: *Thật ra hai đồ hình này là một. Vì bản thứ nhứt (được gọi là Hà Đồ) là bản đồ tổng thể của giải Thiên Hà. Còn bản thứ hai (được gọi là Lạc Thư) là bản chi tiết vị trí của trái đất trong giải Thiên Hà. Vì thế, cho nên nếu ta lấy số chẵn của các chấm này, tiếp theo số chẵn khác như từ số 2 đến số 4, rồi qua số 6 đến số 8, thành một con đường liên tục liền nhau. Và, thêm một con đường khác của số lẻ như: 1, 3, 5, 7, 9 cũng liên tục liền nhau, thì chúng ta sẽ thấy nó có hình xoắn ốc giống như hình xoắn ốc của giải Thiên Hà. (Những cái chấm tròn là tượng cho các vì sao). Cũng như số sao (những cái chấm) của đồ hình Lạc Thư là số sao đúng như chòm sao có tên đó, và ở đúng vào hướng đó so với trái đất của chúng ta. Như chòm sao Hoa Cái có 8 sao ở hướng Bắc (gần sao Bắc Cực). Người Pháp gọi là Couronne Boreale. Còn chòm sao Thiên Hà ở hướng Tây có sáu sao, gọi là chòm sao Gemeause... (xin coi tiếp qua đồ hình).*

Còn vị trí Ngũ Đế Tòa, là vị trí của Trái Đất. Ở giữa có số 5 (nên gọi Ngũ Đế Tòa là số Năm Vua, chữ Vua là chánh, chánh vị của Trái Đất). Vì số của ngũ hành là Thổ, mà thổ là đất (quả đất của chúng ta đang ở). Bốn hướng là bốn hành (1 là Kim, 2 là Mộc, 3 là Thủy, 4 là Hỏa) là Tứ Đại. (Bốn thành phần chánh để tạo nên vật chất là: chất đặc, chất lỏng, chất hơi và điện khí).

Hà Đồ được gọi là tiên thiên, vì trước tiên phải có Thiên Hà, có Thiên Hà rồi mới có Trái Đất sau, nên Lạc Thư mới gọi là hậu thiên. Người ta dùng hậu thiên bát quái để tính toán và bốc dịch, vì nó là chuyện của quả đất, thì phải lấy vị trí của quả đất trong Thái Dương Hệ, mà tính đến sự biến hóa của các chu kỳ của các hành tinh liên hệ ảnh hưởng với nhau, là vậy.

Hà Đồ Lạc Thư là bản đồ thiên văn được đơn giản hóa một cách tối đa, để dễ nhớ các vị trí của các chòm sao trong giải Thiên Hà, được chia ra làm 4 hướng rồi nhơn lên thành 8 (bát quái).

Còn bản đồ Liên Sơn Quy Tàng, là bản đồ vị trí của Trái

Đất, *được nhơn lên từ 8 hướng thành 28 hướng (thành 28 cung…*

Tôn trọng ý kiến của họa sĩ Hoài Nam, nhưng tôi vẫn tâm niệm về một ý thức uyên bác phi thường mà tôi đọc được trong nhiều tác phẩm của ông, từ Giải Mã Hán Việt Nôm Theo Phương Pháp Họa Tự, đến bộ sách giải quyết cùng cực sự sống đầy đạo vị, đi từ đau khổ hạnh phúc đến Thiền học, để khổ-tập-diệt-đạo mà quy bản lai diện mục. Thì tôi chợt nghĩ ra rằng, tất cả việc làm của Hoài Nam, hình thành cái hữu hạn trong ngôn ngữ chỉ để soi rọi tận cùng ngõ ngách, những tinh hoa rơi rớt mà trời đất điểm chỉ, chờ duyên nghiệp rót cho đầy ngõ tới. Ông đồn hết kiến thức mênh mông để suy luận cho mọi việc ngẫu nhiên trong vũ trụ, trong tâm linh và trong bản thể cá nhân.

Buổi sáng Đoan ngọ tháng 5 âm lịch mới đây, tôi chợt nhớ ra những ngày tao ngộ cùng bằng hữu sang thăm ông tại Viện dưỡng lão Nghệ sĩ, nằm tọa lạc trên cuối đường Âu Dương Lân, Quận8 TP.HCM, để uống từng chung rượu nồng tri ngộ. Vẫn cái hình thể giản dị, đầy vẻ đạo vị, hình như lúc nào lão họa sĩ vẫn tung tăng tươi trẻ, đẩy lùi cát bụi thời gian vẫn bám đầy trên vai áo. Chính nét phương phi, hào sảng của bản tính Nam bộ, cộng thêm số vốn tri thức phong phú tuyệt vời, khiến nhiều lúc cuộc rượu mang dáng dấp tẩy trần chan đầy nét thán phục của kẻ hậu bối quanh ông. Ý kiến của Hoài Nam bao giờ cũng phiêu bạt tận cùng ngõ ngách của cuộc sống, chất ngất những hiểu biết thông thái kỳ lạ. Nhiều lúc, trước câu chuyện tâm giao, tôi cũng sững sờ quanh những kiến thức diệu hoặc, vô cùng xa lạ của họa sĩ. Thực chất, hình như quanh ông chất đầy những kho sách thiên văn, địa lý, văn chương, khoa học, tôn giáo…lẫn thời sự Đông Tây kim cổ. Bản chất lão nghệ sĩ rất khiêm cung, bày giải tận cùng hiểu biết theo quy cách lập dựng bài bản, dù anh em hiện diện bày vẽ chuyện đời để phỏng vấn một cách tra hỏi hơn là học hỏi. Nhưng cái cười giòn giã vẫn là bản chất cố hữu của Thiền tông, như tiếng hú của Không Lộ. Sự vang động thinh không có- không, trong cái chợt ngộ nhận của cuộc đời này, phải chăng chỉ là kết quả ắt có, của một phương trời diệu vợi chất đầy nghiệp duyên.

Cái thoắt đến, thoắt đi, của một nhân dáng phiêu bồng

ẩn sĩ, sẽ chỉ là bóng dáng kỳ ảo trong cuộc hóa thân. Nhưng với Hoài Nam, mây còn vương trên túi áo, gió còn thổi dạt dưới gót chân, nên sự ra đi-ở lại với ông chỉ là một trò đùa nhân thế. Nhiều lúc, hẹn hò giao ước cuộc gặp gỡ, nhưng bỗng nhiên thời khắc trôi lướt qua bóng dáng tịch mịch lãng bạt của ông, thì nên hiểu rằng trên lộ trình xuyên thân qua cuộc hẹn thì ông đã có một sự rủ rê tao nhã khác, hứng khởi đột nhiên giữa đường, khiến nhạn lạc tách bầy. Bản chất nghệ sĩ phiêu hốt, gần như theo đuổi gặm nhấm suốt cuộc đời dằn dặt gần 80 năm nay, họa sĩ Hoài Nam gom tất cả hiểu biết cổ kim sẵn có, thành tinh hoa chất đầy trong ngõ sáng tạo riêng mình. Kiến thức ngồn ngộn trong lộ trình góp nhặt cát đá, giúp Hoài Nam hình thành bộ sách 8 quyển Đạo và Đời, mang đầy phong vị Thiền học, có lúc rất thực tiễn, có lúc chất đầy đạo vị và dịch lý…

Lão họa sĩ Hoài Nam, có tặng tôi 7 tập thơ, gom tụ lại từ những bước phiêu du với thế thái nhân tình. Ngoài 2 thi tập Ngũ Âm và Thơ đường phố, còn lại 5 thi tập mà ông gọi là Thơ rượu (Túy thi), Thơ tình (Tình thi), Thơ lãng du (Lãng thi), Thơ thủy mặc (Thủy mặc thi), và Thơ ruộng vườn (Điền dã thi). Thì ta biết rằng với ông, mọi cuộc đùa chơi trên thế gian này, đều có một ý nghĩa sâu lắng, trầm tịch, đạo pháp…chứ không thể là một kẻ đùa chơi ngông cuồng, như loài thiêu thân chỉ rực rỡ trước ngọn đèn tàn canh. Sự hồn nhiên của một lão phu, đang gánh nặng tuổi trời, đã đem tất cả kiến thúc gần một thế kỷ nay, góp nhặt tinh hoa dâng lên nhật nguyệt, làm bừng sáng riêng một phương trời, chỉ với tâm ý chân thành là góp mặt tâm huyết, để giải mã những ẩn khuất của hiện thể.

Bảy thi tập gói trọn những cảm xúc của lão nghệ sĩ hòa mình, phóng túng, phiêu bạt trên bước đường nhập thể vào thi ca. Dĩ nhiên thơ ông vẫn loang loáng sắc màu của những cuộc điền dã, đi thênh thang giữa gió mây lãng bạt. Đó là một phương cách giang hồ không bến đợi, không ràng buộc giữa những phồn hoa vì "anh là con ngựa hoang/ nên không có đồng cỏ..."

Ông hớn hở đọc tôi nghe vài đoạn thơ với một tinh thần vô úy, không cần khen chê, đố kỵ giữa cuộc sống đầy bon chen, xô bồ này. Tư cách của một trưởng thượng có những nét gì ôn nhu, khuynh khoái lạ kỳ, phong phanh quanh mình y phục giản đơn, hình như còn có lớp phong quang bao phủ, làm tăng vẻ thiện căn diệu vợi. Tám quyển tạp luận của Hoài Nam gồm: Đau khổ và hạnh phúc (tập1), Diệt khổ (tập 2), Bước đầu của Thiền (tập 3), CLB già và trẻ (tập 4), Tận thế có hay không? (tập 5), Thành công và thất bại (tập 6,7,8), là hành giả bước hẳn vào giai đoạn xuất xử với nhân thế. Tất cả kiến thức một đời, hình như được sử dụng trong lộ trình mà ông khiêm tốn bộc bạch giải trình. Bút hiệu Từ Thiếu Thất, ấn chứng trên bộ tác phẩm, theo ông chỉ là ông Từ giữ gìn động Thiếu Thất mà thôi.

Thời gian gần đây, ông tranh đấu với tuổi già và bệnh tật, tất bật viết và hoàn thành những luận lý về Luật Tam Hợp, qua những đồ hình cho Âm nhạc và Tử vi đẩu số. Hay Luật Âm Dương và Hà đồ Lạc thư, sơ đồ những con đường hình chữ S và số 8, đường xoắn ốc trong Hà đồ Lạc thư của Khí Âm Dương chuyển động (xem phần Phụ Luận).

Gần 60 năm rời bỏ học vị, không màng phù danh lợi lộc, ông sống trơ trọi nhưng đầy phong thủy quanh cương thổ mây gió riêng mình. Lúc bay nhảy tận cùng trên sân khấu phông màn, lúc soi mình quang quả giữa khung trời nghệ thuật thứ 7 là đặc thù mới lạ của cuộc rong chơi. Họa sĩ Hoài Nam vẫn canh cánh mang nặng trong tâm thức sự góp mặt cho văn hóa những điều thiết thực, mà hơn nửa thế kỷ ông góp nhặt tinh hoa thế gian, lập dựng riêng cho một khuynh hướng sáng tạo trên lãnh vực văn hóa. Hôm đầu năm 2010, khi tập biên khảo Giải Mã Hán Việt Nôm theo phương pháp họa tự, sắp sửa được ấn hành tập 1, lão nghệ sĩ hào hứng khi công trình hơn 30 năm mài mò nghiên cứu, để hình thành một phương pháp giải mã Hán Nôm bằng hình tượng. Ông lập dựng ý nghĩa và tượng hình cho ngôn ngữ để bước hẳn về một vị trí nghiên cứu sáng tạo một phương pháp họa tự, với phép biến có *17 cách chánh,* trong đó có 310 *hình* và *thức* khác nhau, dựa trên cách biến của Hình, Âm, Ý và Ký hiệu. Với bộ sách Giải Mã Hán Việt Nôm, hàng chục tập mà mới được ấn hành tập 1, đã gây ấn tượng hồ hởi sâu rộng, mang đầy tâm huyết không chỉ riêng ông, mà còn hé mở một cánh cửa kỳ diệu, để phong quang cho một khung trời văn vật đầy dưỡng khí văn minh, và hoa lạ cỏ thơm được chan hòa thêm tri thức.

Lão họa sĩ tâm sự, được tác giả Mễ Thuận ghi lại như sau: *"Tui hi vọng người học chữ Hán hiện thời sẽ dễ nhớ chữ hơn khi nhìn ra được cái gọi là tượng hình của nó mặt mũi thế nào. Tui cố gắng tìm cho mỗi chữ mỗi hình theo cái quy tắc hội họa của riêng mình. Hi vọng sẽ giúp người học dễ nắm bắt, nhớ mặt chữ".*

Hỏi lý do vì sao lại lao vào thứ công việc nhọc công, không lợi lộc này đến hơn nửa đời người? Ông họa sĩ già ngồi vuốt chòm râu trắng lãng tử hồi tưởng câu chuyện: năm 1964, 34 tuổi, ông ra Vũng Tàu thì gặp ông thầy thuốc người Trung Hoa. Vị này châm cứu cực giỏi lại nhân đức nên ông xin theo học. Thầy gật đầu và ra điều kiện: "Đọc hết ngần ấy sách thì ta dạy", vừa nói tay thầy vừa chỉ nguyên một nhà sách chữ Nho (Hán). Hồi nhỏ có học chút đỉnh chữ Nho nhưng anh họa sĩ trẻ Hoài Nam ngày hôm đó đọc vật vã cũng không trôi dù chỉ một dòng. Bực tức với bản thân, ông quyết tâm học lại chữ Nho.

Nhưng năm đó ông đã 34 tuổi, việc học chữ vốn đã khó lại càng trở nên vô cùng khó, cứ học trước quên sau. Chẳng lẽ chịu thua? Một lần ông nhớ lời người thầy đầu tiên dạy chữ Nho cho mình rằng: "Các trò ai muốn nhớ nó lâu thì phải chiết tự được. Biết nó đại diện cho hình ảnh gì vì chữ Nho là chữ tượng hình".

Nhưng thầy ngày đó cũng chỉ dừng lại ở đôi ba dẫn chứng rất đơn giản: như chữ tâm là được cách điệu từ hình trái tim, chữ lâm là hình những cái cây, chữ nhân là hình người... Còn hình của các chữ khác thì hoàn toàn tắc. "Vậy tại sao mình là một họa sĩ lại không tự mày mò tìm kiếm hình cho chữ, phân tích ra chắc sẽ dễ nhớ hơn", năm ấy ông tự đặt cho mình câu hỏi.

Trong khi ông còn mải miết đi trả lời câu hỏi này, vị thầy thuốc ngoài Vũng Tàu đã đi xa. Kế hoạch học nghề thuốc dừng lại, nhưng ông cũng không ngờ chính mình đã lại say mất rồi cái chuyện vẽ hình cho chữ."

Suốt đời ông, nỗi đam mê kéo dài đằng đẳng hơn 30 năm nay, nhào nắn trui rèn học hỏi từ cổ ngữ Hán tự, đem hết tâm huyết đặt lên nghệ thuật hội họa, tìm những tượng hình để suy gẫm và sáng tạo ra phương thức giải mã kỳ diệu, chỉ mục đích duy nhất là trao lại hậu thế một phát minh văn hóa, mà ông mong ước các thiện tri thức sẽ nghiên cứu chỉnh sửa cho hoàn thiện.

Lão họa sĩ Hoài Nam là một hình tượng chân thật, phiêu bồng mênh mang trong cõi thế gian này, với tứ đại giai không. Nhưng quả thật, trí tuệ uyên bác đầy đạo vị của ông đã làm rực rỡ thêm cho tác phẩm nặng phẩm chất con tim và tình người…

(NGÔ NGUYÊN NGHIỄM / TGTPNĐHQT III)
Tác phẩm nhà biên khảo: HOÀI NAM

TÁC PHẨM GIẢI MÃ HÁN – VIỆT - NÔM
THEO PHƯƠNG PHÁP HỌA TỰ (trích)

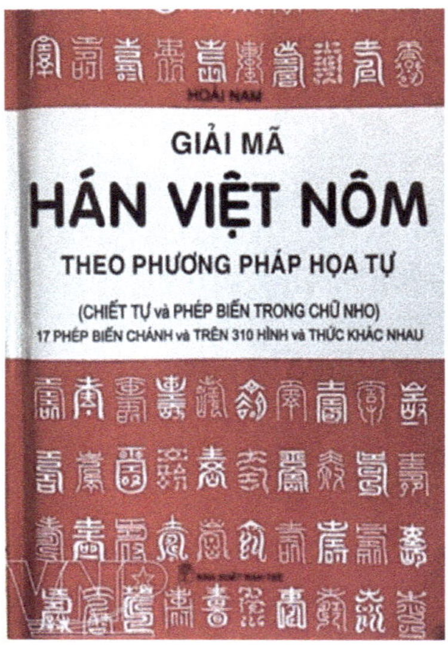

Muốn chiết tự, giải mã, ta phải hội đủ bao nhiêu điều kiện cần biết '? Đó là câu hỏi của nhiều bạn trẻ, cũng như của tôi, khi mới bước vào khu vườn Hán tự - Nhưng, phần đông không thể tìm thấy câu trả lời.

Với phương pháp họa tự, tôi hy vọng rằng các bạn trẻ sẽ không còn bỡ ngỡ, khi đứng trước một chữ Nho đầy những nét lằn quằn, như là bùa treo giữa mê hồn trận.

vậy, phương pháp họa tự là gì?
Xin thưa:

- HỌA là vẽ.
- TỰ là chữ

} = vẽ chữ

Tại sao không nói VIẾT chữ mà lại nói VẼ chữ? vì chữ Nho là loại chữ tượng hình, có nghĩa là dùng hình vẽ để tượng trưng cho một sự vật, sự việc gì đó.

Như ta biết chữ:

NH: là hình ảnh

ỢNG: là tượng trưng

} Hình ảnh để tượng trưng

Ngôn ngữ của tượng hình là ngôn ngữ của hội họa. Hội họa tạo nên hình, hội họa tạo nên chữ. Mà khi muốn hiểu nó, nhiều người lại không chấp nhận tiếng nói của hội họa, thì làm sao hiểu nó đặng?

Tiếng nói của hội họa là gì?

Tiếng nói của hội họa là tiếng nói của hình ảnh, của ký hiệu, của đường nét và màu sắc. Nó như ngôn ngữ của người câm, sử dụng toàn bằng động tác để tạo hình ảnh. Mỗi hình ảnh đều có tiếng nói riêng của nó. Nó như một bức thông điệp, được đánh đi bằng một thứ mật mã được quy ước trước.

Nếu như ta chưa nắm được, hay chưa từng tiếp xúc với loại ngôn ngữ này thì làm sao lại dễ dãi, đòi hỏi nó phải thật dễ hiểu?

Sự dễ dãi nếu có, chỉ khi nào ta nắm bắt được quy luật của sự vật, dù sự vật gì.

chiết tự cũng vậy, ít nhất là ta phải có một ý niệm chung, thế nào là chữ tượng hình?

1. Cách cấu tạo nó ra sao?
2. Sự biến hóa của nó như thế nào?
3. Có bao nhiêu cách biến?

Cái vấp ngã đầu tiên, của một người muốn tìm về với chữ của thánh hiền, mục đích là được tiếp thu một cách thật chính xác, từng lời giáo huấn của tiền nhân, nhưng không tìm đâu ra một quyển sách có lời giải thật cặn kẽ, từng hình đơn, đến hình kép, và sự biến dạng, biến nét của nó ra sao.

Đến phần ký hiệu thì gần như bỏ qua, không hề thấy ai nhắc đến. Mà ký hiệu lại đóng vai trò hàng đầu trong cách cấu tạo của chữ tượng hình.

Số đông soạn giả tránh né và không giải thích. vì ký hiệu thường không có tên riêng để đọc (nếu có thì dễ cắt nghĩa), người ta dùng nó để ghép với các hình khác, ít khi đi riêng rẽ, nên khó cắt nghĩa. Khi ta vừa tìm thấy lời giải ở chỗ này thì lại mâu thuẫn nghĩa chỗ kia, làm cho người giải, lẫn người được giải càng thêm lúng túng.

Đó là vì ta không có bảng phân tích từng hình và từng ký hiệu. Thế nào là hình, thế nào là ký hiệu?

Sự trùng dạng giữa hình và ký hiệu ra sao?

Chữ viết tắt và ký hiệu hay hình, có gì khác nhau?

Một khi ta đã nói đến từ: TƯỢNG HÌNH, thì ta phải hiểu là lấy hình làm chủ, ý là phụ (nhưng ta thường làm trái lại).

Vì, ý là được chuyển từ hình mà ra. Hay nói ngược lại, Là hình sanh ra ý, rồi từ ý mới sanh ra nghĩa.

Vậy, hình là phần nghĩa gốc, nghĩa chính. còn ý, là chữ phát sinh hay chữ biến, của hình gốc sanh ra. và nên nhớ rằng, cùng một hình có thể có nhiều nghĩa khác nhau.

Như thế thì tại sao ta không phân tích rõ về phần hình, sau đó mới đến phần âm và ý? Ta thử hỏi:

l. Có tất cả bao nhiêu hình đơn gốc?

2. Bao nhiêu ký hiệu chưa có tên?

3. Giữa hình và ký hiệu có gì giống nhau và khác nhau?

4. Sự biến hóa ra sao của một hình?

5. Sự biến hóa của một ký hiệu?

6. Sự biến hoá của một âm?

7. Sự biến hóa từ một ý trở thành nghĩa?

8. Mỗi thứ có bao nhiêu cách biến?

9. Chiết tự có bao nhiêu cách?

Nếu trả lời được hết 9 yếu tố trên, thì ta mới qua phần chiết tự. vì chiết tự không phải chỉ có chiết ra phần ý là đủ, mà nó phải có 4 cách:

l. Chiết hình (chiết hình ra từng cái để giải nghĩa).

2. Chiết âm (chiết từng âm để giải).

3. Chiết ý (chiết từng ý để giải). »

4. Chiết ký hiệu (phân tích từng ký hiệu một).

Nếu hiểu được như thế thì khi tra cứu, học hỏi, ít ra ta mới giảm được nhiều khó khăn. vì không nắm được quy luật, nên ta không thể chiết tự được. Mà không chiết tự được, tất nhiên ta sẽ không hiểu rõ từng nghĩa thật của chữ. Mà không hiểu rõ từng nghĩa thật của chữ, tất nhiên ta sẽ khó nhớ được mặt chữ. và cái tai hại thứ hai, là rất dễ hiểu sai ý của tác giả. Nhất là theo lối viết ít chữ của cổ văn, sẽ trở nên tối nghĩa.

Như ông bà ta thường nói:

- Nhứt tự lục nghì (nghĩa): Là một chữ có 6 nghĩa. có thật một chữ có 6 nghĩa chăng?

- Xin thưa không phải một chữ có 6 nghĩa, mà nó còn có đến trên 20 nghĩa khác nhau là thường (nhiều khi đến 40 - 50 nghĩa)

Vì sao?

Chữ Lục như ta thấy:

Nghĩa thật của nó: đâu đâu cũng có, khắp cả Đông, Tây, Nam, Bắc và Trung ương.

Ta thử phân tách chữ LỤC 六 tại sao nó có nghĩa như vậy. Hình này xuất xứ từ hình (năm mũi tên chĩa ra 5 hướng). Nó là ký hiệu, được tượng trưng cho sự bao trùm tất cả. Từ Đông, Tây, Nam, Bắc đến cả Trung ương đều có mặt (Nên nó có hình 5 mũi tên chỉ ra 5 hướng). Và nhờ tựa vào nghĩa của chữ Lục, mà người ta thêm ý vào (gọi là mượn ý thêm ý) để biến nó thành ra chữ ƯƠNG: 央 = TRUNG ƯƠNG (là khoanh vùng trung tâm lại, bằng một hình vòng cung) là cái vùng. Cần phải nhấn mạnh để chỉ cái nơi mà mình muốn nói đến. Phần muốn nói đến ở đâu? - ở giữa trung tâm của các hướng Đông, Tây, Nam, Bắc. Tức là Trung ương vậy. cách nói của người xưa Nhứt tự lục nghì - là cách nói theo lối tượng hình - ý muốn nói của chữ LỤC = có nghĩa là một hình tượng (chữ) có thể chuyển nghĩa ra nhiều ý, nhiều mặt của nhiều chi, nhiều nhánh, rồi có thể qua cả nhiều nhóc của 5 loại hình. Tính, ‘Tình, Hình, Thể, Dụng - Nghĩa chánh của nó ví như một thân cây, từ cây biến ra cành (chi), từ cành biến ra nhánh, rồi từ nhánh biến ra nhóc (thằng nhóc con, là thằng cháu 3 đời của dòng họ đó) qua mỗi một đời, là cả một bầy con cháu.

Học chữ Á Đông, ta phải có một tinh thần phương Đông, thì mới lãnh hội được hết ý của người nói. Như ta thấy Việt Nam có mấy cách nói?

Đây, các bạn hãy đếm thử xem có bao nhiêu cách, tất có bao nhiêu nghĩa khác nhau, dù cùng một câu nói đó.

Ví dụ: nói cạnh, nói mé, nói né, nói tránh, nói chanh, nói chua, nói thua nói được, nói lướt, nói lóng, nói bóng, nói gió, nói xỏ, nói xiên, nói đen, nói trắng, nói đắng, nói cay, nói sai, nói xéo, nói kéo mây rừng v.v... (chỉ nói cho vui vậy thôi). Thật ra, người phương Đông khi nói hoặc viết, hay dùng cách gợi ý để ta liên tưởng đến một nghĩa khác, một đối tượng khác, mà người ta không muốn chạm đến hoặc để cập trực tiếp. cả phương pháp giáo dục cũng thế, phần việc của ông thầy là chỉ gợi ý, để rồi học sinh tự khám phá, tự tìm hiểu. Rồi cũng tự giác ngộ lấy, tùy căn duyên, trình độ của mỗi cá nhân.

PHÉP BIẾN

Học chữ Nho, cái khó nhất là phép biến.

vậy phép biến có bao nhiêu cách?

Xin thưa có- tất cả là l7 cách chánh (trong đó có trên 310 hình và thức khác nhau). cách biến của HÌNH, ÂM, Ý và KÍ HIỆU:

HÌNH ÂM Ý KÝ HIỆU.

1 Hình biến hình l. Âm biến âm l.

Mượn ý biến ý l. Mượn hình

2. Hình biến nét 2. Âm thêm bộ 2.

Mượn ý thêm bộ 2. Thêm ý

3. Hình biến thể 3. Âm bớt bộ

3. Mượn ý thêm hình 3. Biến ý

4. Hình biến ý 4. Âm thêm hình

4. Mượn ý đảo ý

4. Biến nét

5. Âm hình

Nếu đứng trên thuần lý thuyết thì mỗi hình, mỗi chữ chánh đều có thể biến thành 17 cách khác nhau. Như vậy, thì ta chỉ cần có 500 chữ căn bản (nghĩa gốc, vì căn là rễ, bản là gốc) là ta sẽ chuyển nghĩa, chuyển ý ra thành 8500 chữ khác - Nhưng trên thực tế, trong chữ Nho còn nhiều chữ gốc (chánh) chưa hề được khai triển ra thêm một chữ nào khác - Vì vậy, mà ta phải cần có từ 5000 đến 6000 hình của chữ (đã được chiết tự) thì ta mới hiểu được từ 7000 đến 8000 chữ, thường thấy trong các từ điển hiện nay, đang được thông dụng - còn các từ thuộc về kỹ thuật, chuyên môn, thì cũng nằm trong 6000 chữ này mà ra (trên 150 000 từ)… Muốn dễ hiểu, dễ phân biệt trong khi học, ta nên phân ra làm 5 loại chữ:

- 1. Chữ cái.
- 2. Chữ mẫu (mẫu tự)
- 3. Chữ gốc (chảnh) -
- 4. Chữ biến
- 5. Ký hiệu

1. Chữ cái:

Là loại chữ gốc, hình đơn (1 hình). CÁI là tiếng gọi chung của tất cả những chữ gốc căn bản, không phân biệt là có sanh ra các chữ khác hay không, hoặc có được chuyển nghĩa từ chữ này ra chữ khác.

2. Chữ mẫu:

MẪU TỰ là loại đơn gốc (1 hình). Từ ý của chữ này được chuyển nghĩa, chuyển ý thành ra chữ khác, nó là chữ mẹ (mẫu) nên sanh ra cả đàn con lẫn cháu, chắt, sau này lập thành một cánh họ riêng.

3. Chữ chánh:

Là loại chữ kép (từ 2 hình trở lên). Nó thuộc về phần ý. Người ta mượn từ ý của nó để chuyển nghĩa, chuyển ý, tạo thành những từ mới.

4. Chữ biến:

Là chữ được biến từ ý của một chữ khác mà ra... Gọi là chữ phát sanh (hay là chữ biến). Biến nghĩa này thành nghĩa khác.

5. Ký hiệu:

Là hình thật đơn giản, để tượng trưng cho các sự việc hay vật gì đó. Tôi xin lập lại, để có một số từ mới do nhu cầu đòi hỏi, người xưa đã phải dùng đến phép biến từ (chữ biến). Phép biến từ là dùng nghĩa, hình, hoặc ý của một từ để chuyển hình, chuyển ý thành ra nghĩa khác. Từ được mượn ý, mượn hình, gọi là từ gốc. Còn từ được chuyển nghĩa qua một từ khác, gọi là từ phát sinh, hoặc là từ biến. - Vậy, làm sao chuyển nghĩa từ một hình này, vật này, qua nghĩa của vật khác, từ một nghĩa cụ thể qua một nghĩa trừu tượng? Bây giờ tôi xin lấy ví dụ về phép biến âm:

Để triển khai nghĩa của một từ, thì có nhiều cách. Trước tiên, người ta hay dùng là phép so sánh. chúng ta so sánh giữa 2 sự vật, có những điểm tương đồng nào của nội dung, hoặc hình thức qua 5 loại hình: Tính, Tình, Hình, Dụng, Thể. Mỗi phần nghĩa của một trong năm loại hình gọi là nét nghĩa hoặc gọi là nghĩa chi (chi là cành cây. Cành cây do từ thân cây mà ra. Còn nhánh cây, do từ cành mà nên). Nếu đối tượng nào có 1 trong 5 nghĩa (của 5 loại hình: Tính, Lĩnh, Hình, Thể, Dụng) trở lên, đều có thể dùng nghĩa gốc, để biến âm, mà tạo ra từ mới. Còn sự vật nào trùng cả nội dung lẫn hình thức, thì được dùng cả âm gốc. Tức là dùng cả âm lẫn từ.

BẢI GIẢI CHỮ NHO VỀ HÌNH ĐƠN VÀ KÝ HIỆU

Trước nay, ta thường lầm tưởng 212 bộ là 212 chữ chánh. Thật ra, 212 chữ này không phải là những chữ chánh (chữ gốc, chữ cái, hay chữ mẫu (mẫu tự)). Vì mẫu tự, hay chữ cái phải là loại chữ đơn (không thể có hình kép). Và vì nó là hình đơn nên người ta mới ghép thêm nhiều hình đơn khác, để tạo thảnh từ mới. Như hội họa, chỉ có 3 màu gốc là vàng chanh, lam da trời, và màu đỏ cánh sen; 3 màu căn băn để pha trộn thành nhiều màu và sắc khác nhau. Người ta gọi đó là hợp sắc, hay hợp màu (sự hòa hợp của sắc và màu). Nhờ thế mà nó tạo ra trên 200.000 sắc màu khác nhau mà ta có thể phân biệt được. Bên bộ môn âm nhạc cũng thế, nó chỉ có 7 âm thanh, nhưng khi đã được kết hợp lại thành hợp âm, thì hợp âm này không thể gọi là âm gốc được (Như hợp âm Do mi sol, thì gọi là hợp âm toàn hảo hay hợp âm Do mi sol). Cũng thế, nên bất cứ chữ nào được kết hợp lại từ hai hình trở lên đều không thể gọi là chữ gốc hay chữ cái.

Nếu phân tách kỹ ta sẽ thấy với 212 bộ, trong đó đã chiếm hết

- 44 chữ kép
- 74 chữ biến
- 32 ký hiệu
- 7 chữ đồng âm hoặc biến âm
- 2 chữ âm hình (âm + hình)
- l chữ viết tắt
- l chữ mượn ý (dẫn ý)
- 51 chữ có hình đơn gốc

Trong 212 bộ có đến 8 loại khác nhau. Mà trong lúc đó, chúng ta cứ tưởng rằng bộ là cũng một loại chữ cái như nhau, cũng là hình đơn gốc. Có người hỏi, tại sao có kỳ quái như vậy? Xin thưa: Chỉ vì chúng ta cứ tưởng rằng, bộ là do cổ nhân khi xưa đã cố ý tạo nên một lớp chữ góc đầu, rồi mới từ đó làm cái móc để phát triển dần lên, và làm ra các chữ khác. Trái lại, quá trình hình thành từ ngữ hôm nay, không phải do một ông thầy nào, nhà ngôn ngữ học nào, vì muốn sáng tạo cách ghi chú bằng hình tượng, với một phương pháp khoa học nhất, hợp lý nhất, bác học nhất cho toàn bộ hệ thống này. Mà đầu tiên chỉ vì nhu cầu đòi hỏi của cuộc sống, bắt buộc phải ghi chú bằng cách đánh dấu để khỏi lộn, khỏi quên, trong sự trao đổi, xuất nhập, vay mượn qua lại hằng ngày. Từ trao đổi đến buôn bán, từ buôn bán nhỏ đến giao thương từng vùng, từng nước, rồi từ kinh tế đến văn chương nghệ thuật, cứ tuần tự mỗi thời kỳ đều phải có những vấn đề mới, từ ngữ mới. Cách ghi chú cũng phải chạy theo cho kịp nhu cầu đòi hỏi, nên phải nảy sanh những sáng tạo riêng rẽ của từng vùng, từng Bộ lạc, từng Quốc gia lớn nhỏ khác nhau. Nên chữ Nho không có một quy luật nhất định nào cho việc ghép hình. Nói thế, cũng không đúng lắm, dù sao nó cũng vẫn có một mớ quy luật nào đó, nhưng không nhất quán. Vì đó là do sự sáng tạo từ thời cổ đại, phát triển lên từ từ theo đà tiến hóa. Một lối sáng tạo tập thể, dù có được chọn lọc nhưng cái chọn lọc của những cái đã có rồi, trong mớ bòng bong phức tạp. Vì thế, đến đời đức Khổng Phu Tử, ngài mới phải bỏ công ra để san định lại, nhưng cũng không ngoài những gì đã có, vì những cái đã có cũng đã quá dư thừa đến rối rắm. Sau khi san định, chữ Nho mới có quy cũ và trong sáng hơn. Nhưng cũng không phải vì thế mà không còn những cái lộn xộn, như ta thấy. Nếu một chữ có nhiều hình, thì người mới học không thể biết chỗ nào là bộ, chỗ nào là nghĩa và chỗ nào là âm?... Bộ không có một chỗ đứng nhất định, chỗ nào cũng có thể là bộ được.

Như các chữ sau đây:

- 句 - CÚ = câu (có bộ khẩu ở giữa)
- 另 - LINH = riêng (có bộ khẩu ở trên đầu)
- 叨 - THAO = mang lấy (có bộ khẩu ở bên trái)
- 古 - CỔ = Xưa (có bộ khẩu ở phía dưới cùng).

Như đã nói, vì nó phải qua nhiều người, nhiều trình độ, nhiều quốc gia tham gia đóng góp, nên chúng ta không thể đòi hỏi phải có một sự nhất quán được.

Ta thử nghĩ làm sao không phức tạp, vì trước khi Tần Thủy Hoàng thống nhất nước Trung Hoa, thì các nước lớn gom thâu những nước nhỏ lại thành sáu nước (lục quốc), nếu kể luôn nước Tần là 7 nước. Mà chỉ riêng nước Sở, đã có hàng trăm tộc Việt, gọi là Bách Việt (chưa kể các tộc khác), thì làm sao thống nhất hành động, trong một quá trình mấy ngàn năm tự do sáng tạo. Với một nước quá rộng lớn, giao thông đầy khó khăn, thông tin lại thiếu phương tiện, nên muốn tiếp xúc để trao đổi hiểu biết, là một điều rất khó thực hiện. Còn sự sáng tạo ra bộ, là vì số từ mỗi ngày một nhiều, không thể nào nhớ hết được; để dễ truy tìm, người ta mới chia ra từng nhóm, từng cụm, từng loại, sau cùng đến từng bộ (cho cách lập từ điển). Ta thử hỏi: chức năng của bộ là gì? có đến trên 20 loại bộ khác nhau, vậy chức năng nào là chính? Chẳng qua, đầu tiên nó chỉ là đại diện cho một nhóm, một cụm, một loại từ nào đó, hoặc bị gán ép, đôi khi như miễn cưỡng. Nên lắm lúc muốn tra một từ, không phải là không vất vả, vì nó chưa được sáng tỏ lắm. Một bằng cớ, là nếu dùng bộ mà tra không được, thì phải đếm nét để tra. Nếu bộ có một chức năng rõ rệt thì tại sao ta không tra được dễ dàng? (đến phải đếm nét). Ở bước đầu, muốn phân ra cho thật dễ hiểu, chúng ta tạm chia như sau:

l/ l09 hình đơn
2/ 26 hình không có đồng âm (trong l09 hình)
3/ 9 chữ trùng hình (khác âm)
4/ l6 hình trùng âm, hoặc trại âm
5/ 9 hình trùng dạng (vừa hình vừa ký hiệu)
6/ 6 hình bị biến dạng
7/ 5 hình bị biến nét
8/ 7 hình bị bớt nét
9/ 5 hình cắt đôi.
l0/ 6 hình bị đảo
ll/ 35 hình bị thêm nét
l2/ 310 cách biến hóa chung trong chữ Nho
l3/ 2 cách viết tắt
l4/ 6 trường hợp ghép đôi
l5/ Cùng một nghĩa mà có nhiều cách vẽ khác nhau
l6/ Cùng một hình mà có nhiều nghĩa
l7/ 20 bộ khác nhau
l8/ Giữa hình và ký hiệu (sự giống và khác nhau)
l9/ 6 hình đơn (bị đảo 180 độ)

Tất cả những hình được phân tách trên đây, chỉ hạn chế trong 109 hình đơn (và chỉ nằm trong 8000 chữ thông dụng trong các từ điển trước năm l975 ở Việt Nam). Và kèm theo đây, là bốn bảng phân tích sự biến hóa của một ký hiệu làm điển hình, được đánh dấu I, II, III, IV là bốn trường hợp của một ký hiệu khi kết hợp với hình (ký hiệu chữ thập +), và một bảng vẽ 109 hình đơn. Để các bạn có một ý niệm thế nào là một ký hiệu trong chữ Nho. Chúng ta thử hỏi: ký hiệu là gì?

Theo nghĩa của người xưa, ta nên lấy ngay chữ ký hiệu trong chữ Nho để giải thích

Đây, chữ HIỆU =  (Hiệu là dấu hiệu, Ký là ghi) 号 號

(2 chữ cùng 1 nghĩa)

Tại sao chữ HIỆU lại viết như thế?

Nó có bao nhiêu hình hợp lại?

Ta thử phân tích:

 = hình vuông

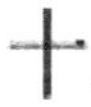 = Hình chữ thập

Hình cánh cung

Ba hình này phần lớn trong chữ Nho luôn luôn ta gặp nó, thường được kết hợp với các hình khác, và chúng ta nên nhớ rằng, một ký hiệu hay một hình thường biến hóa ra hàng chục ý nghĩa khác nhau. Và cái hạn chế sự hiểu biết, là tại ta tự gò bó mình trong một cái khung nhất định, đôi khi quá nghèo nàn và hạn hẹp. Vì khi ta nhìn vào một chữ, đầu tiên ta chỉ thấy nghĩa, mà không chịu thấy hình. Như chữ HIỆU, có 3 hình nhập lại - l/ Hình vuông - 2/ Hình chữ thập - 3/ Hình cánh cung. Chứ không phải như cách thấy trước đây, là nó được kết hợp bởi 3 chữ = l/ chữ KHẨU: có nghĩa là cái miệng - 2/ chữ THẬP: l0 - 3/ chữ BAO: bao vòng. Nếu nhìn như vậy, ta chỉ nhìn thấy cái vô nghĩa của câu = l0 cái miệng bao vòng. Vậy l0 cái miệng bao vòng là cái gì? - Ta phải thấy, là nhìn theo kiểu đó là sai hoàn toàn.

Như ta biết, cách viết chữ Nho ngày nay, là kết hợp các hình lại trong một khuôn vuông góc. Tất cả hình tròn, cũng được vẽ bằng hình vuông, nên hình vuông mà ta gặp, cũng có thể là hình tròn. Vậy hình vuông (của chữ HIỆU) phía trên được tượng cho 2 hình: l/ hình vuông 2/ hình tròn.

Đại diện cho hình vuông thì có các nghĩa sau đây:

Cái bàn, cái cửa, cuốn sách, tờ giấy, quyển tập, 4 bức tường rào, 4 vách thành, ranh giới của một nước, hay ranh giới của một khu vực, một mảnh vườn, 4 bức tường nhà, 4 bức tường giam cấm, 4 bức tường kho, chu vi, v.v...

Đại diện cho hình tròn, thì có các nghĩa sau đây: Đồng tiền, mục tiêu, bao gạo, tô chén, chiếc nhẫn, hòn ngọc, miệng hang, một lỗ trống, bánh xe, v.v…

Hình chữ thập ở giữa (của chữ hiệu) đại diện cho các nghĩa sau đây: Ngã tư, sự ngăn cách, sự cản trở, sự trồi lên, chôn xuống, cây kim, hàn cho dính lại, đông tây nam bắc, địa bàn, ảnh sáng các vì sao v.v...

A các bạn hãy xem hình vẽ sau (của ký hiệu chữ. THẬP)

= Ngã tư = Ánh sao

= Người đứng dang ta = Hàn gắn

= Cây kim đâm xuống đất = Chôn xuống

= Sự trồi lên = Sự cân bằng

= Đông Tây Nam Bắc = Địa bàn

= Sự ngăn cách = Cắt làm tư (cắt ra nhiều phần)

= Bờ ruộng = Ranh giới v.v...

Hình vòng cung (phía dưới) đại diện cho các nghĩa sau đây = người đứng khom lưng, lưỡi câu, cánh cung, sức bật, cái bụng, lồng ngực, sự mềm yếu, ngọn cây non, bao vòng, vòng hoàng đạo v.v...

Như các bạn thấy, nếu chúng ta không hệ thống hóa được các ký hiệu này, thì kể như không thể nào hiểu được ý nghĩa của một chữ Nho, cho đúng nghĩa của nó.

HÌNH TƯỢNG

Để có một ý niệm rõ rệt thế nào là hình tượng (đối với chữ tượng hình) ta thử đặt 2 câu hỏi:

1. HÌNH là gì?

2. TƯỢNG là gì?

Muốn trả lời cho thật chính xác theo ý của người xưa, ta hãy lấy 2 chữ TƯỢNG và HÌNH để phân tách, tất ta sẽ có ngay lời giải đáp:

1/ Chữ HÌNH - = chữ này ta thấy có hai hình =

a) = = Hình vuông( )

b) = Hình lăng quăng( )

Nghĩa thật của nó:

Một cái hình do họa sĩ vẽ, được tạo nên bằng nhiều lần ngay, và nhiều lần cong hợp lại - Chỉ cần nhiều lần ngay và cong, người họa sĩ có thể tạo ra muôn hình vạn trạng khác nhau. Vì thế, muốn nói đến muôn hình nghìn ảnh, người xưa chỉ cần vạch ra 4 đường ngay và 3 đường cong -là đủ nói lên muôn hình ảnh trên thế giới này. Ngoài ra, nó còn nhắc cho ta nhớ rằng một khi ta đã thấy hình gì, tất nghĩa của nó là vật đó, như:

HÌNH CON CHIM ĐIỂU = con chim

HÌNH THẰNG NHỎ TIỂU = thằng nhỏ.

HÌNH VUÔNG = là hình vuông.

HÌNH LĂNG QUĂNG =là hình lăng quăng.

Tóm lại, ta thấy hình gì là nghĩa nấy, không có nghĩa nào khác.

2 - Chữ TƯỢNG

Chữ này là hình vẽ anh kép hát:

= Anh kép hát đang múa

= Hình anh kép hát cầm cờ

Anh kép hát này có 2 chức năng khác nhau:

Anh kép hát, là đại diện cho ngành ca múa; hoặc anh đang đại diện cho chính anh: Tôi, là kép hát, hoặc kép hát là tôi (đó là phần hình). b/ Phần tượng (tượng trưng) của nó là phần đang diễn trên sân khấu: Có thể là, một ông vua phong kiến độc ác và tham tàn. Hoặc, một hàn sĩ si tình lãng mạn. Hôm nay, anh đóng vai một lão cái bang chánh hiệu, nhưng ngày mai anh ta có thể là một tên lái buôn đầy mưu lược, của đời nhà Tần, là cái lão Lã Bất Vi siêu hạng. Tất cả đều tùy thuộc vào cái vai trò (vai là vai diễn, trò là trò tuồng) mà đạo diễn đã giao cho anh. Những vai diễn đó đều được thể hiện qua cái áo mà anh đã khoác bên ngoài. Nếu là, cái áo cẩm bào, thì đó là vai vua. Còn nếu là cái áo rách te tua, tất thị là vai ăn mày. Đến vai anh hùng dân tộc, thì phải là cái áo chiến binh đúng hiệu.

Nếu ta hiểu chữ TƯỢNG như thế, thì mới hiểu tại sao chữ Y là cái áo được tượng cho chức phận, quyền hành. Dù người ta thường nói 1 cái áo không làm nên thầy tu. Nhưng, ta phải chấp nhận là, người đang mặc áo cà sa đó đang làm nghề thầy tu, hoặc đang chơi trò chơi thầy tu. Đó là cái điểm mà ta không thể chối cãi. Còn anh ta có làm được ông thầy tu hay không là một chuyện khác.

Và sau đây, ta sẽ thấy người xưa đã cho cái áo (chữ Y) với những vai trò nào.

Ta bắt đầu lấy chữ BIỂU (biểu lộ) làm ví dụ:

Chữ BIỂU = Biểu lộ

- Tại sao chữ này có nghĩa là BIỂU LỘ?
- Và, cái gì chỉ sự biểu lộ?
- Xin thưa:

Cái áo (chữ Y) chỉ sự biểu lộ.

- Tại sao cái áo được tượng cho sự biểu lộ?
- Vì, nếu anh đang bận một cái áo rách, cái áo vá, tất nhiên anh đã tự biểu lộ cho mọi người thấy rằng, anh là hạng người nghèo khổ, thất bại. Còn nếu, anh lại mặc một cái áo gấm, thì ai cũng biết anh là người đang gặp vận phát tài. Là hạng người thành công trong xã hội. Còn nếu trên mình anh mặc một cái áo cấp bậc đại tá, thì không ai dám có gan gọi anh là ông đại úy. Và cũng chẳng có người nào thèm gọi anh là ông đại tướng đâu. Như thế, không giống với anh kép hát là gì? (chữ TƯỢNG, qua hình ảnh anh kép hát). Như vậy, cái áo chưa đủ nói lên sự biểu lộ giả trị của nó. Với người đang mặc nó sao?

Ngoài ra, chữ BIỂU còn có thêm một ký hiệu chỉ sự biểu lộ, để nhấn mạnh thêm phần ý nghĩa của cái áo (cái áo biểu lộ).

Nghĩa của ký hiệu BIỂU LỘ ( ):

Ký hiệu nãy được chia ra làm 2 phần:

l/ Hình 2 vạch, là tượng cho 2 bức tường rào ngăn chặn, hoặc 2 cái lề của con đường đi. (Ngăn chặn mọi sự thoát ra, cũng như xâm nhập vào, nó vừa có nghĩa che dấu, vừa có nghĩa bảo vệ những quyền lợi và bí mật - bên trong).

2/ : Hình l gạch giữa (1) là tượng cho mũi tên thoát ra từ bên trong tất nhiên là sự che chắn của bức rào bảo vệ đã rò rỉ, để thoát ra ngoài những điều đáng lẽ không nên thoát ra.

Trên đây là ý của ký hiệu BIỂU LỘ muốn nói. Vì thế, mà chữ Y (cái áo) được biến ra thành hai nghĩa nữa:

l. Chữ Y ( ) = dựa vào, y theo.

2.Chữ Ỷ ( )= ỷ lại

- Hai chữ này được viết giống nhau, nhưng nó biến thành hai nghĩa khác nhau. Mỗi chữ được phân ra như sau

l. Nghĩa của chữ Y ( ) = dựa vào, y theo. Chữ này chia ra hai phần:

a/ - NHÂN = Người (vẽ người đang chạy tới( ). Tượng

cho sự hoạt động, hành động, chạy theo mục đích đang theo đuổi. Nói lên phần hình tướng (cương, nhu) và nghề nghiệp, tư tưởng.

b/ - Y = cái áo. (cái áo nghề nghiệp).

Nghĩa chung: Người thợ may cũng như người khách hàng (người sắp mặc nó) đều phải dựa vào.

- Dựa vào cái gì?

- Nếu là người thợ may, thì phải dựa vào hình vóc của khách hàng, mà may cắt rộng hẹp, dài ngắn khác nhau. Còn nếu là khách hàng thì cũng phải tùy theo chức phận, nghề nghiệp, địa vị của mình (dựa vào nó) mà may mặc cho đúng kiểu cách xứng hợp.

Nó cũng giống với người đạo diễn, phải tùy theo tài nghệ, tuổi tác, tướng tá của diễn viên, mà trao cái áo của các vai diễn xứng hợp cho từng đào kép vậy, người đạo diễn cũng phải dựa vào tài năng, dáng của diễn viên mà trao vai, cũng như dựa vào điều kiện đòi hỏi của vai trò, mà trao cho diễn viên. Trong giới sân khấu gọi là 2 đo ni đóng giày (là dựa theo kích cỡ của bàn chân (tài năng) mà đóng đôi giày cho vừa vặn). Còn nghĩa của chữ Y THE0 là y theo kích cỡ mà làm.

2. Nghĩa chữ Ỷ ( ) = ỷ lại, ỷ vào (hai chữ cùng một hình mà khác đọc). Chữ này được vẽ thảnh 2 hình:

a/ = Hình người đang chạy tới

Người chạy theo cái áo.

b/ = cái áo

Nghĩa chung: chữ này cũng có nghĩa là đang dựa vào. Nhưng, không phải dựa vào kích cỡ, mà dựa vào quyền lực của cái áo. và, có thể là quyền lực của cái áo của chính mình, hay là quyền lực của cái áo của kẻ khác.

Theo các nghĩa của ba chữ trên đây, nên chữ Y ( ) được chia ra làm 3 cấp, cho 3 cấp người trong xã hội. Như ta thấy, trong nước thì có: vua chúa, quan quyền, và dân thường. Trong nhà thì có: cha, mẹ, và con cái. Con cái thì có: Anh cả, em giữa và em út. Trong làng thì có: Trưởng lão, kỳ lão và bô lão. Vì, người sống đến 60 tuổi thì gọi là kỳ, 70 tuổi gọi là lão. Kỳ lão là người từ 60 tuổi đến 70 tuổi. Còn 50 tuổi gọi là bô lão (bố già, vì chữ

Bố do chữ Bô mà ra). Đến tuổi 80 trở lên thì phải gọi Là trưởng lão... vì chữ Trưởng là lớn, bậc huynh trưởng (của các ông lão).

HOÀI NAM
Trích "Giả Mã Hán Việt Nôm Theo Phương Pháp Họa Tự"
(Chiết tự và phép biến trong chữ Nho)
17 phép biến chánh và trên 310 hình và thức khác nhau

HÀ ĐỒ LẠC THƯ LÀ GÌ?
HOÀI NAM

Hà Đồ Lạc Thư.

Bốn chữ này là một câu, nó có nghĩa như sau:

- HÀ: giải Thiên Hà
- ĐỒ: bản đồ
- LẠC: Lạc Việt
- THƯ: sách

Về sau các sách tách ra làm 2, thành hai phần của hai vấn để khác nhau, và của hai thời kỳ khác nhau. Nên phần đông bị hiểu một cách sai lệch.

Ta phải hỏi, tại sao lại có việc làm một cách tai hại như vậy?

Có 2 giả thuyết như sau:

1. Sách này đã có từ hơn 6000 năm trước, nên hậu thế sau này vì không đủ trình độ nắm bắt được ý nghĩa của đồ hình quá đơn giản, cũng như câu văn quá ngắn gọn, nên bị hiểu một cách lệch lạc, vì không ai nắm bắt được ý nghĩa sâu rộng của nó. Rồi chỉ coi như một loại sách bói toán bình thường.

2. Vì, sau khi dân tộc phương Bắc thôn tính phương Nam, cái điều đầu tiên hơn hết cần phải làm, là xóa sạch những gì là truyền thống văn hóa Lạc Việt, để dễ dàng đồng hóa sau này. Cái gì của Lạc Việt đều không được nhìn nhận, nếu không thì cũng phải tìm mọi cách để đánh lạc hướng, để biến dần thành sản phẩm của phương Bắc. Nên người phương Bắc mới tạo thành 2 truyền thuyết khác nhau, về chuyện xuất xứ của Hà Đồ Lạc Thư, để làm rối loạn sự hiểu biết sau này của hậu thế, như cho rằng: Vì vua Phục Hy được con long mã ở sông Hoàng Hà dâng

cho bản đồ hình (nên được được gọi là Hà Đồ, là bản đồ ở sông Hoàng Hà). Và vì nó có trước Lạc Thư nên được gọi là tiên thiên bát quái. Về sau vua Vũ được con rùa ở sông Lạc dâng cho bản đồ hình được khắc trên mai của nó nên được gọi là Lạc Thư, (Lạc là sông Lạc chứ không phải Lạc Việt), và vì có sau nên gọi là hậu thiên bát quái. Vì cắt nghĩa như vậy nên về sau không ai còn biết nó xuất xứ từ đâu, và nghĩa thật của nó ra sao. Càng hiểu sai càng có lợi cho phương Bắc.

Thật ra hai đồ hình này là một. Vì bản thứ nhứt (được gọi là Hà Đồ) là bản đồ tổng thể của giải Thiên Hà. Còn bản thứ hai (được gọi là Lạc Thư) là bản chi tiết vị trí của trái đất trong giải Thiên Hà. Vì thế, cho nên nếu ta lấy số chẵn của các chấm này, tiếp theo số chẵn khác như từ số 2 đến số 4, rồi qua số 6 đến số 8, thành một con đường liên tục liền nhau. Và, thêm một con đường khác của số lẻ như: 1, 3, 5, 7, 9 cũng liên tục liền nhau, thì chúng ta sẽ thấy nó có hình xoắn ốc giống như hình xoắn ốc của giải Thiên Hà. (Những cái chấm tròn là tượng cho các vì sao). Cũng như số sao (những cái chấm) của đồ hình Lạc Thư là số sao đúng như chòm sao có tên đó, và ở đúng vào hướng đó so với trái đất của chúng ta. Như chòm sao Hoa Cái có 8 sao ở hướng Bắc (gần sao Bắc Cực). Người Pháp gọi là Couronne Boreale. Còn chòm sao Thiên Hà ở hướng Tây có sáu sao, gọi là chòm sao Gemeause… (xin coi tiếp qua đồ hình).

Còn vị trí Ngũ Đế Tòa, là vị trí của Trái Đất. Ở giữa có số 5 (nên gọi Ngũ Đế Tòa là số Năm Vua, chữ Vua là chánh, chánh vị của Trái Đất). Vì số 5 là số của ngũ hành là Thổ, mà thổ là đất (quả đất của chúng ta đang ở). Bốn hướng là bốn hành (1 là Kim, 2 là Mộc, 3 là Thủy, 4 là Hỏa) là Tứ Đại. (Bốn thành phần chánh để tạo nên vật chất là: chất đặc, chất lỏng, chất hơi và điện khí).

Hà Đồ được gọi là tiên thiên, vì trước tiên phải có Thiên Hà, có Thiên Hà rồi mới có Trái Đất sau, nên Lạc Thư mới gọi là hậu thiên. Người ta dùng hậu thiên bát quái để tính toán và bốc dịch, vì nó là chuyện của quả đất, thì phải lấy vị trí của quả đất trong Thái Dương Hệ, mà tính đến sự biến hóa của các chu kỳ của các hành tinh liên hệ ảnh hưởng với nhau, là vậy.

Hà Đồ Lạc Thư là bản đồ thiên văn được đơn giản hóa

ĐỒ HÌNH LẠC THƯ CỬU TINH ĐỒ (*)

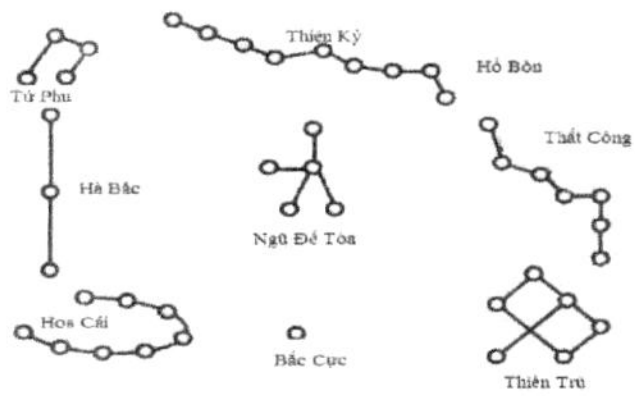

4	9	2
3	5	7
8	1	6

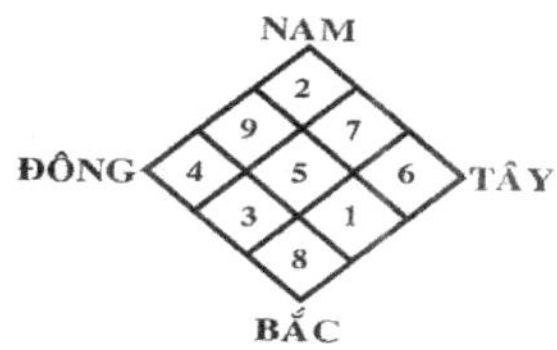

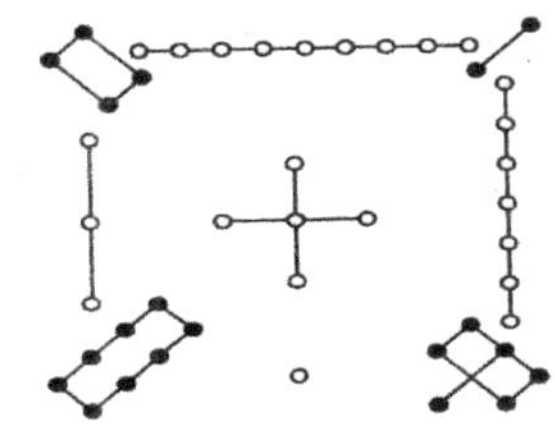

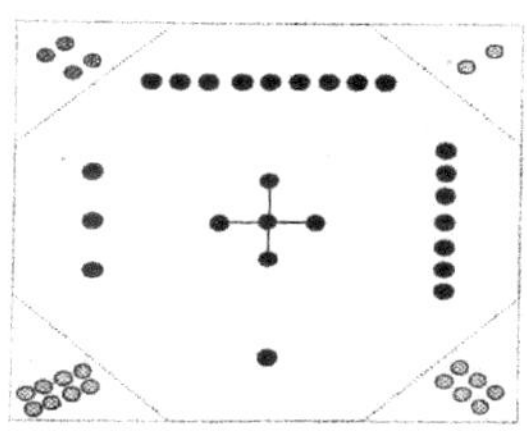

Đồ hình Lạc Thư Hà Đồ và Bát Quái

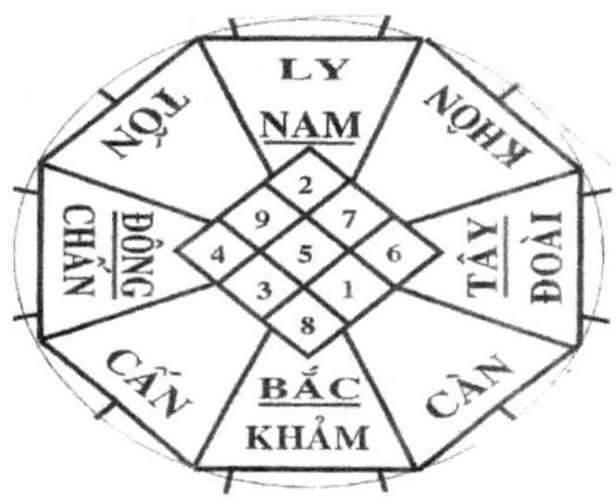

vị trí của trái đất trong 8 hướng (bát quái)
trong giải Thiên Hà

Bản đồ Liên Sơn Quy Tàng

là bản đồ vị trí của Trái Đất (ở giữa với số 5) với 28 hướng của bầu trời
trong Giải Thiên Hà

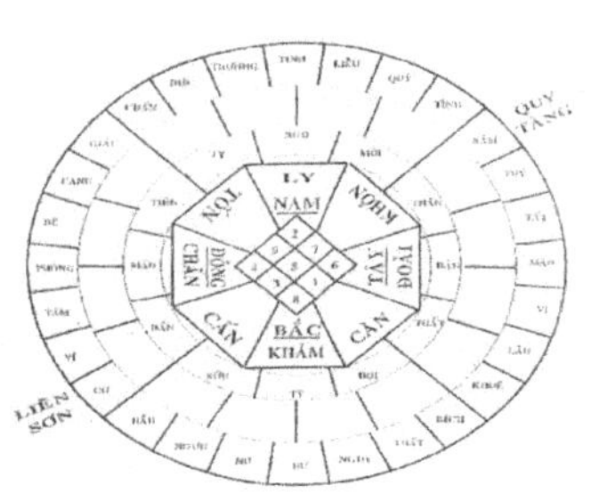

Dịch Liên Sơn Qui Tàng chia ra làm 5 vòng :
1/- Vòng ngoài 28 sao (28 cung).
2/- Vòng kế là 16 thần (16 cung).
3/- 12 cung giờ.
4/- 8 quái (8 cửa, 8 quẻ, 8 hướng)
5/- 9 cung (từ 1 đến 9).

Bảng Đồ Thiên Văn

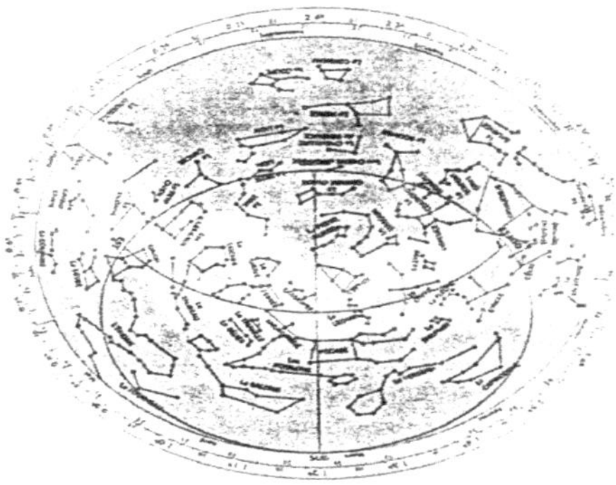

BẢNG SO SÁNH ĐỒ HÌNH LẠC THƯ CỬU TINH ĐỒ

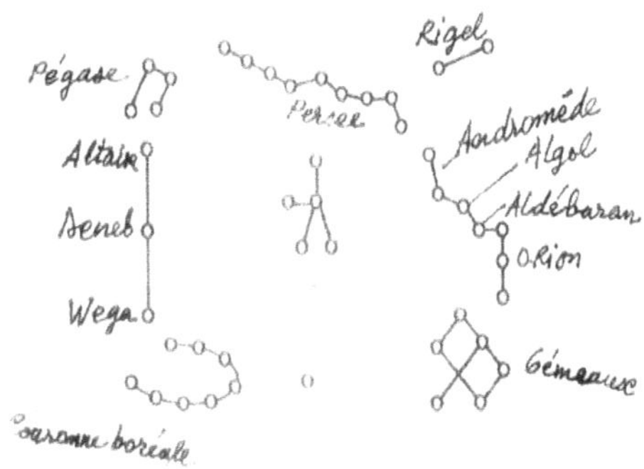

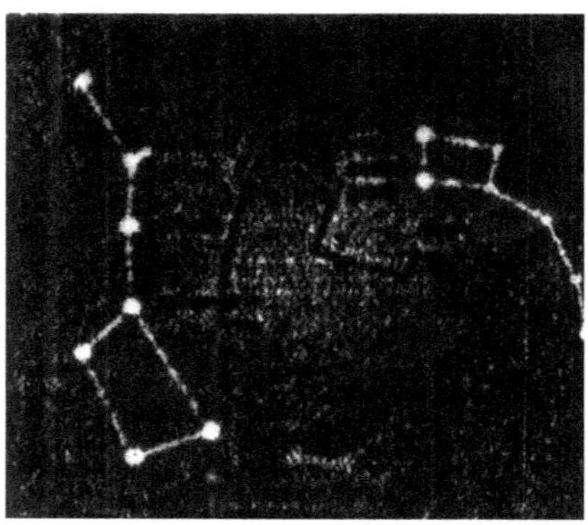

PHỤ LUẬN

1/ Tài liệu về Hà Đồ - Lạc Thư và Luật Âm Dương (sơ đồ những con đường chữ S và số 8, đường xoắn ốc trong Hà Đồ - Lạc Thư của khí Âm Dương chuyển động

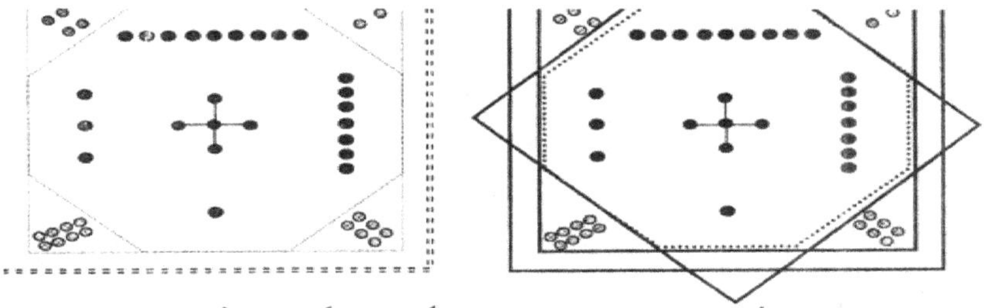

HÌNH BÁT QUÁI - TRONG LẠC THƯ

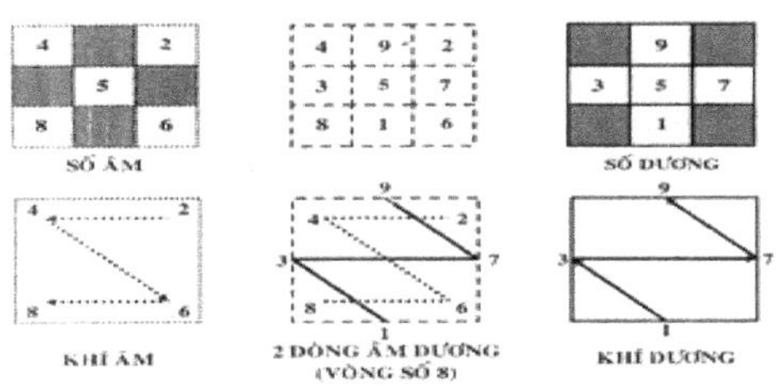

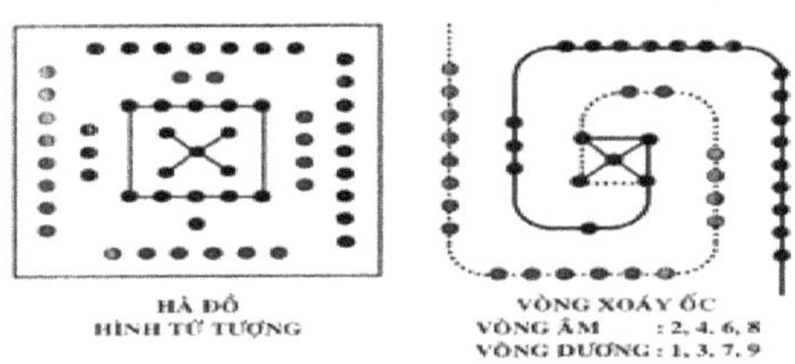

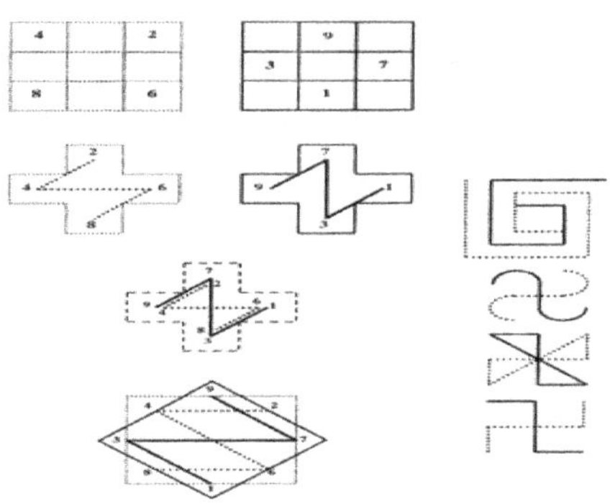

6	1	8
7	5	3
2	9	4

HÌNH VUÔNG
CỦA DO THÁI

4	9	2
3	5	7
8	1	6

HÌNH HÀ ĐỒ
CỦA LẠC VIỆT

CỘNG TẤT CẢ TÁM HƯỚNG VẪN RA SỐ 15

CÁC HÌNH VUÔNG KỲ DIỆU CỦA THẤT TINH
(trong nền văn minh Do Thái cổ)

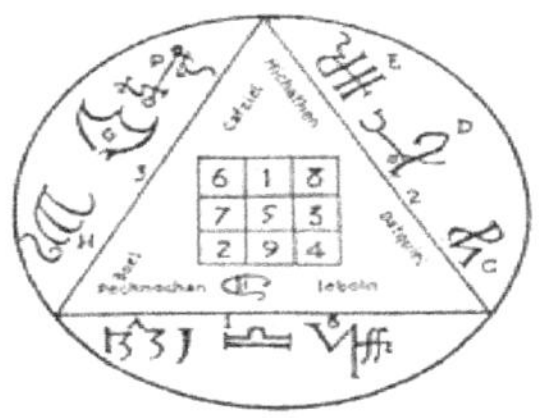

HÌNH VUÔNG KỲ DIỆU CỦA SAO THỔ

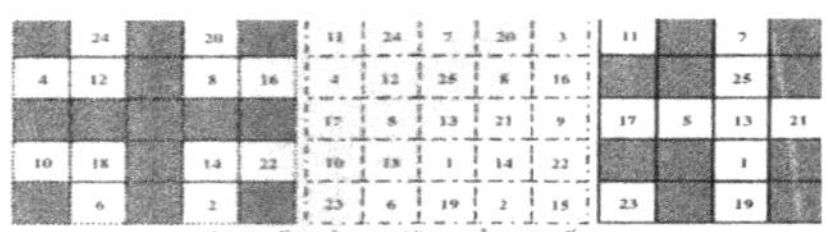

CỘNG TẤT CẢ 12 HƯỚNG VẪN RA SỐ 65

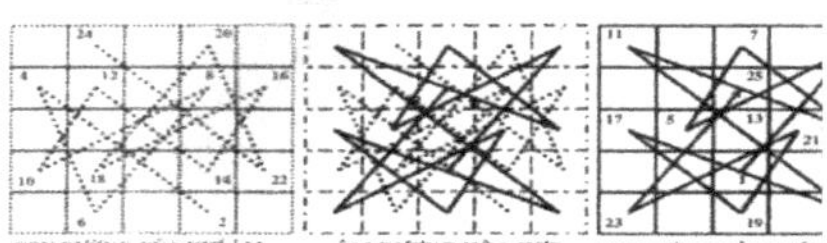

CON ĐƯỜNG CỦA KHÍ ÂM
ÂM DƯƠNG HÒA HỢP
CON ĐƯỜNG CỦA KHÍ D

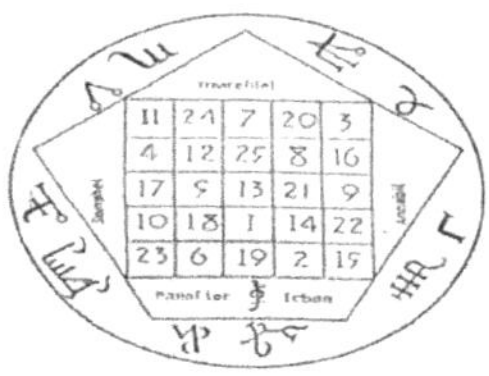

HÌNH VUÔNG KỲ DIỆU CỦA SAO HỎA

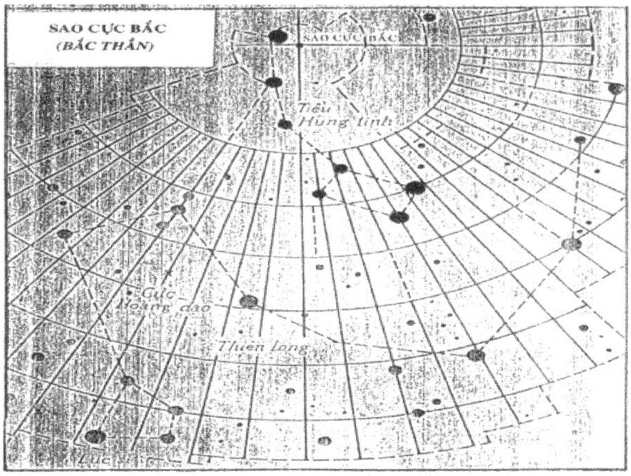

GIẢI THIÊN HÀ

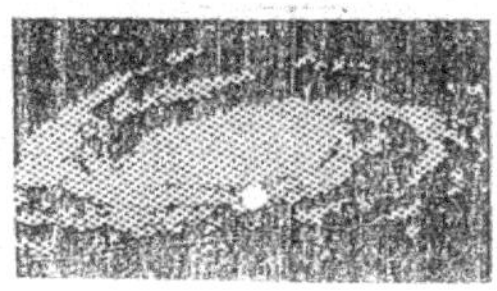

BẢN HỢP ÂM ĐO MI SOL và TỬ PHỦ VŨ TƯỚNG cách

So sánh luật hòa hợp của ÂM NHẠC và ĐẨU SỐ *

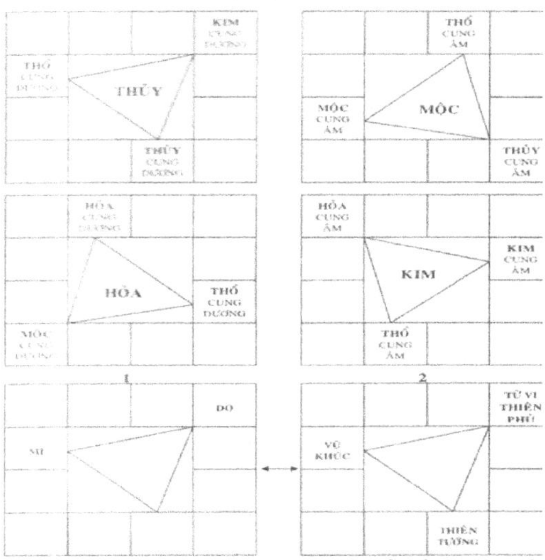

NGÔ NGUYÊN NGHIỂM

TUỆ TRUNG
Cuộc Tình Rời

YÊU
Hết rồi những khổ đau,
Qua đi thời cô độc
Đã yêu và được yêu.
Chưa để rơi nước mắt
Ôm ấp mộng ban đầu
Ước ao niềm hạnh phúc
Nhớ và thương dài lâu.

QUÊN
Vì nói rằng đã quên,
nên suốt đời lặng lẽ
Ẩn trốn trong màn đêm
tối tăm và quạnh quẽ.
Chất chứa bao nỗi niềm
Lũ yêu ma ác quỷ
khiến cuộc tình đảo điên.

NHỚ
Lỡ làm kẻ đa tình,
Thương yêu và đau khổ
đầy một cõi nhân sinh.
bao nhiêu cuộc tình lỡ
Cuối cùng thôi cũng đành
bỏ quên vào nhung nhớ
Cúi đầu và lặng thinh.

HẬN
Đã không còn yêu nhau,
Không còn gì vướng bận
Bởi lỡ mối tình đầu
cuồng si và bi phẫn.
Đã nếm thử thương đau,
đắng cay và ân hận
Giữ lại thì để đâu?.

ĐỢI
Sáng, trưa, chiều rồi tối,
Vòng quay của đất trời
Trách nhau sao quá vội
để giọt lệ tình rơi.
Không kịp giờ hấp hối
Không kịp một tiếng cười
Chưa nghe lời thú tội
đã từ bỏ cuộc chơi
Hỏi nhau sao không đợi?.

TUỆ TRUNG

TUỆ TRUNG
Dang tay níu thời gian

Ta dang tay níu lại
quãng thời gian đã qua đi,
mang theo nhiều nuối tiếc
về quá khứ của một thuở vàng son
của yêu thương, sướng vui, đau khổ,
và nước mắt rơi tuôn.

Ta dang tay nâng niu từng giây từng phút
giữ chặt lấy âm thanh
của những tiếng cười,
để sẽ không bao giờ
cho nỗi mừng vui phải chấm dứt,
không còn những nỗi buồn tha hương và
những thở than
ngậm ngùi cho phận đời lưu lạc.

Ta dang tay níu thời gian ở lại
thời gian khi rời xa quê nhà mà ta đã bỏ quên
với bao dĩ vãng sầu đau
và những kỷ niệm chưa kịp vỡ tan.

Ta cũng đã chưa kịp dấu đi
nỗi bàng hoàng sau cơn địa chấn
chưa kịp nuốt trôi
bữa cơm ân huệ sau cùng

Ta dang tay níu lấy thời gian
để tuổi thơ sẽ không bao giờ tan biến
vì ta đã mong tìm lại
ánh hào quang rực rỡ
của những dại khờ,
để không vuột mất tình yêu ngày xưa cũ
đã một thời
đẹp như chuyện thần tiên
và hạnh phúc thì hình như
không ngoài tầm tay với.

Trong những bước khổ nạn của đời ta,
xin em hãy
nâng niu từng mỗi lúc
quãng thời gian khi mình còn bên nhau.
Vì ta vẫn cố dang tay níu lấy thời gian đã qua,
dù vẫn luôn biết là
không thể.

TUỆ TRUNG

HOÀI VŨ
SAY

Ta say trong cõi vô thường
Ta buồn như bát lư hương khói đầy
Ta say mà khóe mắt cay
Ngẩng đầu mà cảm đọa đày tâm - thân

Sao không như áng phù vân
Bồng bềnh lãng đãng ru vầng thái dương
Ta say tâm mãi vấn vương
Nhân tình thế thái nhiễu nhương sự đời

Rượu cay ! Ta rót...ai mời !?
Độc tình đối ẩm, chén đời với ta
Ta cười nửa miệng xót xa
Nghe giọt nước mắt ta bà thở than

Ta say...đâu ở...thiên đàng
Bồ đào, mỹ tửu cao sang...cõi thiền
Ta say...nơi chốn ưu phiền
Say sầu nhân thế...say điên với đời !

HOÀI VŨ

NGUYỄN NGUYÊN PHƯỢNG

THƠ TÌNH MÙA HẠ

Hoài niệm nhuộm mê trang lưu bút
Ve ngân chào Hạ mấy bâng khâng
Rung động đầu đời sầu mực tím
Miền xưa dâng nhớ gọi bao lần.
Áo tiểu thư nghiêng nghiêng nắng mới
Bất chợt niềm yêu thơm tóc bay
Khúc tương tư ngân cùng đêm trắng
Trôi ngàn, chìm nổi có hao gầy?

Cứ giấu cánh hồng trong trang vở
Chụm đầu tên khắc mơ thành đôi
Giờ cuối tiếng thầy còn thương vọng
Đá mềm, chân sóng mới nên người!
Mộng lướt trời xanh. Mộng bay cao
Những chân trời mới vẩy tay chào
Làm sao buông bỏ tình một thuở
Đường về chung lối chờ mưa ngâu.
Ai níu thời gian hờn dâu bể
Chạm bóng hoàng hôn lấp lánh xuân
Một đời ta viết trăm dòng lệ
Thơ tình mùa Hạ mãi trong ngần.

NGUYỄN NGUYÊN PHƯỢNG
Núi, 1/5/2024

TIỂU LỤC THẦN PHONG
LỠ ĐỜI LẠC NHỊP

Thương em đâu đã đên bờ
Con tim ràng rịt có ngờ ngợi ca
Rằng tình tạng mặt hai ta
Ái ân một mực ấy là diệu thâm

Lồng lộng bóng dáng uy âm
Nửa thần thánh thiện nửa dâm ngự tiền
Nước đời hành hoạt vô biên
Ngoài trông thơ thới torng phiền não tan

Bao nhiêu nắng sớm chiều vàng
Ngày tung tẩy hướng đêm tàng ủ hơi
Cơn mơ rong ruổi cuộc chơi
Rằng thương thương thế rằng nơi tình trường

Lỡ đời
        lạc nhịp phách sênh
Xướng lời em nhé
                mình
                        lênh đênh đời
Lung linh biết mấy nụ cười
Tận tâm can
            nhớ lấy người
                        em ơi

TIỂU LỤC THẦN PHONG
(Du Tâm Lãng Tử)
Ất Lăng thành, 0724

HÀ NGUYÊN DU
Đọc thơ "Lục Bát Nguyên Xuân"
Duyên khởi - thêm mới hồn thơ.
Cảm thức *" sáng hoá " sinh hiện tượng ...

SAN PHI

Duyên khởi đi từ một người làm thơ rất trẻ... Là một cô gái thật xinh với nét phúc hậu ơi dễ thương làm sao ...

Trên bước chân độc hành trường, đã như một mặc định khiến cho cô gặp được một tài năng *"ngôi sao"*, một nhân tố *"đậm muối mặn"* của biển... Đó là cô gặp được *Thi sĩ Hoàng Xuân Sơn*

… Một bước chân lão thành thuộc bậc cha anh đi trước... Từ đó cô Nguyên Thu, "*với bản thể sẵn vốn giàu tính đột phá,* tính hiện đại và *cách tân. N*ên bước chân đi hia của cô dễ dàng nên danh là ***Nữ sĩ San Phi*** bây giờ..."

Với trí tinh thông nhanh nhẹn, cô bước đi dưới lung linh sáng soi của vầng trăng tin yêu.... Chỉ có thể gọi là *"song bước"* … Bước song bước ấy chỉ trong phút chốc thôi ... *Cô đã đốn ngộ nhập đạo thi ca.* Mọi kiến giải của cô như một chìa khóa khai mở, có thể gọi là ngón đả thông tạo nghiệp cho bước *"*sáng hoá"* theo phong cách ** *"chế tác* " mọi loại hình nghệ thuật như trong sinh hoạt hằng ngày của mình.

Qua những dòng dẫn nhập trên, tôi rất mạnh dạn để tin rằng: Với tư cách *** *"chính nhân" hay "chứng nhân"* của mình để ca ngợi … Nữ sĩ San Phi : *"một hiện tượng"* , một xuất hiện *hy hữu trong phong cách diễn đạt, làm mới ngôn ngữ Mẹ của mình, một cách nhiệt quyết và chân chính:*

Mới, Lạ, Riêng, Độc đáo ... đến không ngờ, có khi kèm theo chút kinh ngạc nữa là khác!!

(chỗ bất ngờ hay kinh ngạc nhất chinh là tuổi tác trẻ trung của nàng Nữ sĩ này. Hồi đầu, tôi cũng như nhiều người, khi đọc

thơ nàng cứ tưởng nàng già dặn lắm cơ!)

Điểm nổi bật nhất để *(không chỉ riêng tôi) mà cò rất nhiều người trên các diễn đàn thơ*, cũng mạnh miệng khen cô: "còn lắm trẻ trung, mà tạo được nhiều *"điểm son nét sáng"* để có thể không ngại gọi cô là một *"hiện tượng"* có thật!!

Với Bút Pháp, với Thi Lực, với Phong Cách riêng biệt *"ắt có và đủ"* để phải thốt lên rằng *San Phi* là một tài năng hy hữu ở trong nước. Cô được sinh ra ở giữa thời kỳ của hậu bán đầu thế kỷ 21, sau sự kiện thay ngôi đổi chủ của quê Mẹ Việt Nam gần đến 20 năm. *Dù phải trải nghiệm bao thăng trầm hay qua nhiều thử thách nào, hậu vận cô cũng* có tính *biểu tượng là "con số đỏ"!!*

Xuyên suốt qua những sáng tác của cô, cách cô dùng những con chữ, phát ra từ tâm Phật, rất *giàu cảm thức nghệ thuật thi ca*. San Phi có phong cách *rải chữ, gieo nghĩa … thật lung linh như ánh sáng, mát tay như lụa và mềm mại* "như trăng"*(chữ khen cô của Poet HXS)* …

Một lời khen chân thật phát tâm từ bước song hành của Hoàng Thi Sĩ … Ông như *"Tượng trưng là vì sao long lanh trên bầu trời thi ca!!"* (Nhất là có vẻ như độc tôn về thể 6/8 đi kèm với tên tuổi của ông) .

*Thế n*ên cả hai nhân tố như một hòa lẫn, như một song *ứng, như một họa vận* … Nhất là như một phong cách trộn lẫn *giữa bán cổ điển, giữa nửa hiện đại và hâu hiện đại*. Lưu ý đặc biệt là trộn lẫn *giữa trường phái tượng trung, giữa siêu thực* và hiện thực … Phát sáng và lan tỏa nhất là *"Ấn Tượng"* phái!!

SAN PHI & HOÀNG XUÂN SƠN CÓ TÍNH NHẤT QUÁN:

Minh chứng rõ nét nhất là phong cách : Thường xuyên áp dụng các phép tu từ rất hiệu quả, làm tăng tính xúc tác và thăng hoa ngữ nghĩa của mỗi con chữ .Những phép rất căn bản của **Hai Thi nhân** luôn dùng như phương thức giải mã Thi Ca.

Với **San Phi** dường như cân bằng như hai cánh chim lướt

gió. *(Cánh* gây Ấn Tượng và cánh tạo Nội Lực*)*

A/ Tìm chữ, chơi chữ, như tìm *"hạt giống chữ để gieo nghĩa"*, chừng như khéo tay

B/ *"cấy" ẩn dụ hay hoán dụ sâu sắc với tính như lí lắc, vui đùa*

C/ phép so sánh hay cách tỉ lệ, cùng với phép hình dung, phép liên tưởng … Tất cả các phép đều mang tính chất hơi lạ lùng mà kỳ thú!!

D/ *Dùng nhiều phép nhân cách hóa, nặng tính siêu thực*

E/ *Phép điệp ngữ, điệp từ hầu như ít khi sử dụng*

F/ cách nhả chữ có tính sắp xếp nhưng cũng lả lướt, mềm mại, đôi khi dễ dàng mà cũng thật bất ngờ làm người thưởng thức đọc thơ tưởng chừng hụt hẫng

G/ *nêm vị ngọt ngất, có khi khéo "lắc léo" qua cách* đối xứng câu chữ và *luyến láy mang tính "sex" rất gợi cảm, mà ý* nhị và kín đáo!! (tôi rất thích lối **hâm nóng** sinh năng lượng này)

H/ tạo ấn tượng ngay vài dòng chữ đầu như món ăn vật chất, gắp đủa đầu tiên là hợp khẩu ngay!!

"*Tôi, rõ ràng là, qua xuyên suốt bề dầy văn nghệ, không hề có vai trò hay áo thụng vái nhau, hay phê bình gì trọng chốn lao lung nhiều háo danh, bon chen này!!*"

Vì vậy, tôi không chút ngại ngùng khi vui vẻ viết bài này theo yêu cầu, nhất là cũng không ngại ngùng khi nghĩ đến câu "*múa rìu qua mắt thợ* " với Thi huynh Hoàng Xuân Sơn...

SAN PHI:

Khi nghĩ đến lời khen ngợi của tôi với Nữ sĩ San Phi, thì phải: *Nói có sách và mách có chứng như sau:*

Tình Như Vạt Nắng.

Hột sương đêm
Giọt nắng ngày

Mong manh
Chỉ một phút say **ngật ngầy**
Cánh hồn nhiên lạc mắt ai
Để cho núi. cũng biết ngồi ngẩn ngơ
Cái chớp của một khắc chờ
Mà sao cảm tưởng như thơ lạc vần
Nghe tuồng như rũ rượi trăng
Va nghe như hạt nhớ luồng vào tim

Anh ơi!
Cuộc đuổi bắt. tình
Khởi từ điểm xuất em xin được hàn
Anh. Huyền ảo như sao trăng
Con tim khắc bỗng lạc vùng thiên thai
Ở…
Thì xa tựa trời mây
Hãy tin
Nhật nguyệt vẫn say giấc tìm
Ta và nhau một chút tin
Chỉ một chút đã rình rang yêu.
Yêu như **hạt nắng đã chiều!**

Từ thời của Đại Thi Hào Nguyễn Du, xuyên suốt bao thế kỷ, văn nhân thi sĩ dùng biểu tượng: **trăng, hoa, ong, bướm, mây, gió, tuyết, núi, sông hồ, biển cả**..v..v..*Nghĩa là dùng ngoại cảnh diễn đạt nội tâm. Mỗi người mỗi khác…*

Riêng với San Phi:

Người nữ thi nhân này, tôi cho rằng nàng dùng ngôn ngữ rất đỗi bình thường, nhưng nàng đan đan dệt dệt hay gieo cấy trong ngụ ý, trong ẩn mật như thế nào đó … như một tay *có phù phép ma thuật* với con chữ:

Tình Như Vạt Nắng… *(mỗi tựa thơ nàng dùng đều gây ấn tượng) Tôi, dù có làm vai trò phân tích thơ cho bất cứ ai,* là cũng *như một người cất công "đãi cát tìm vàng"*

Qua với San Phi, vàng của nàng rải đều trên lớp mặt rồi. Nếu ****"*vạch mây tìm trăng*" nữa thì tuyệt hơn ơi hỡi!!

Tại sao tình mà như "vạt nắng" ? *(Vạt nắng… đối ứng với những cái không toàn thể, như tà áo, mảnh lụa, chùm tia, góc trời, mãng, miếng ..v..v..*

Trong thiên nhiên, luôn hài hòa giữa mưa và nắng. Nhưng người ta thích chọn, thích hưởng, thích nói về **nắng** hơn là để cập đến mưa bay gió cuốn mang tính bi qua sầu thảm.

Chính ***"Nắng"*** mới mang năng lượng tích hợp cho muôn sinh. Nhất là ***"nắng"*** được diễn cảm trong văn chương thi phú thì quá tuyệt vời. Vì ***"Sức nắng"*** – sức gây *sinh sôi cho dung nạp năng lượng* cho nguồn nhựa sống, nhất là trong tình yêu giới tính). Nói đến *sức nắng* chói chang là nói đến tình anh "anh yêu em", một mối tình si!

!

Tình Như Vạt Nắng (trích)

Anh ơi!
Cuộc đuổi bắt. tình
Khởi từ điểm xuất em xin được hàn
Anh. Huyền ảo như sao trăng
Con tim khắc bỗng lạc vùng thiên thai
Ờ …
Thì xa tựa trời mây
Hãy tin
Nhật nguyệt vẫn say giấc tìm
Ta và nhau một chút tin
Chỉ một chút đã rình rang yêu.
Yêu như **hạt nắng đã chiều!**

Ơi **hạt nắng** (khô nhựa sống) **vì đã chiều**!
(nghe xót lắm như tuổi nắng "giờ hết nóng" vì đã chiều, đã nguội ngắt cong queo, *hết còn làm ăn chi nữa trời!!)*
Hột sương đêm *(của em??)*
Giọt nắng ngày *(của anh??)*

Nhật nguyệt vẫn say giấc tìm
Ta và nhau một chút ***tin*** *(ta và nhau là có sự tan chảy trong nhau, tuyệt ý luôn)*

Chỉ một chút đã rình rang yêu.*(rình rang ở đây không dồng nghĩa với chiêng trống, nàng muốn nói đã yêu nhiều ấy mà)*

Trên đây… chỉ là sơ nét của một ẩn dụ tuyệt vời ấy ạ…

Tôi xin copy nguyên bài thơ "Hái Đóa Trăng" bài thơ rải từng chữ thật ấn tượng với nội lực thâm hậu của bài thơ mà tôi cho rằng" Trên mặt những con chữ bình thường phẳng lặng" … Tầng phía dưới là một cơn sóng ngầm dữ dội). Mời đọc bài thơ dưới đây:

Hái Đóa Trăng
Anh
Ngôi sao đã tượng hình
Khi trời đất
Thổi
phục sinh nắng vàng

(nghĩa là anh, trở thành vì sao trong không gian…
bay bướm của anh)

Khi con chữ biết đi hoang

(nếu là bài thơ của tôi, "đi hoang",
thành " ***truy hoan*****" ơi thích làm sao!!**

Bóng đêm
Anh sáng
Cùng hân thưởng tình
Anh viết sao thức gìn đêm
(gìn vàng giữ ngoc …nhưng gìn - ở đây

Nàng muốn nói rằng khi anh làm thơ cho em, thì em thao thức
canh chừng đến khi xong bài thơ – hay lắm)
Qua khe lá
Em lục tìm trăng hoa
Chia anh chiếc bàn tay xa

Vũ trụ vỡ ối giao thoa nồng nàn
(tôi phải nhắn tin hỏi nàng cho ra lẽ, tại sao cô dùng:
Bàn tay mà gọi rằng **"chiếc b**àn tay" / *À thì ra…*
Tôi không thấy văn nhận thi sĩ nào mà so sánh
thâm hậu như thế.)

Trắng bông tuyết trắng nhỏ xinh
Trổ lên ngọn gió khúc bình minh vang

Vén mây hái vội đóa trăng
Một lần vén đã in hằng
Trăm năm.
San Phi 6.1.24.

Vén mây hái vội đóa trăng
Một lần vén đã in hằng
Trăm năm.

Ơi tôi không có lời khen nào xứng với chất hay của ẩn dụ có sức mạnh gây mê người đọc, qua 4 câu kết của bài thơ Hái Đó trăng như trên.

Kế đến với bài thơ:
KHOẢNG TRỜI YÊU ĐÃ BẮT TIN (trích)
…..
Rót ta nửa chữ đồng dao
Thiền *ta cạn uống người đâu cận người*
Ta từ **thiền tâm** *chơi vơi*
Câu thơ bỏ lửng dòng đời ngã nghiên
Trăm mơ nguyên bản thuyền quyên
Ta khờ, ta nắm, ta lênh đênh tình

(***Thức ta*** nét mực còn in
Thức ta mắt ướt hỏi tình nhân đâu?)
…..
Khát khao từng giọt trăm năm

Thèm tìm con chữ, từng **chăm chút** tình
•*Trong bài "Khoảng Trời Yêu* Đã Bắt Tin" này, *tôi tâm đắc đến những bốn câu:*

1/ **Thiền** ta cạn uống
2/ Ta từ **thiền** tâm
3/ **Thức** ta nét mực còn in
Thức ta mắt ướt hỏi tình nhân đâu?)
4/ **Khát khao từng giọt trăm năm…**

Thiền ta… (San Phi là con nhà Phật, nàng có thời gian theo học Phật, qua lời nàng kể)

Thức ta: (*chúng ta có thể hiểu nghĩa "thức" nàng dùng cho thơ, cũng như đa tầng đa nghĩa trong Phật học, triết học, toán học hay nghĩa trong sinh hoạt đời sống)*

Thức ta nét mực còn in
Thức ta *mắt ướt* … (ý nghĩa thậ*t thâm sâu)*

TRẦM LUÂN (trích)

Cánh *trăng* gầy
Cánh *trăng??* (ơi trăng mà có c*ánh, tuyệt lắm Nữ sĩ ạ)*
Sỏi xanh xao *(Sỏi cũng biết xanh xao?? Ô la la… nhân cách hóa hay lắm luôn!!)* (Nhân cách hóa như Nhạc sĩ Trịnh Công Sơn trong bài Diễm Xưa: Làm sao em biết bia đá không đau?)

Dấu hài đã lặn ***buồng cau*** đã già
Lời ước hẹn, người với ta
Dạ quang *thắp bút bực nhòa nhạt tan*
Khi từng chiếc lá lìa cành
Lặng người từng bước xa dần dấu chán

Đừng. [anh]
Anh đừng bước. **san**
Phía trước vực thẳm sau nàng.
Cõi mê

Dấu hài đã lặn ***buồng cau*** đã già
Dạ quang thắp bút bực nhòa nhạt tan
Ừ nhỉ: Sáng tác mà có ánh dạ quang soi thì tác phẩm mới đúng là ***Sáng tác phẩm***

Đừng. [anh]
Anh đừng bước. **san**

Trong bài Trầm Luân, có 3 câu thật ấn tượng, qua cách diễn đạt cổ điển " *bước chân quá khứ* " như: (***dấu hài đã lặn)*** Và *qua mô tả hiện tại mang* tính *chất vọng cố hương như*: ***(buồng cau đã già)***

***Và một câu tâm đắc nữa*:**

Với:
Đừng. [anh]
Anh đừng bước. san

Nàng như khẽ gọi người đang dõi bước chân tình của nàng, gọi đến hai chữ có tình đảo ngữ rật tình tự **:** đừng anh ***… anh đừng*** *…bước .* ***san*** *(bước có dấu chấm (.) lững … nhưng vẫn lững thững vượt rào cản ngữ nghĩa (cách dùng riêng của một số người muốn tạo cho mình cách tân riêng, trong đó có Thi Huynh HXS, Đức Phổ - nay đến San Phi …*

Nhưng: Anh đừng bước, **san** (chữ **san** viết thường, ngụ ý tạo màn che cho nghĩa chữ **SAN** (viết hoa) … Chúng ta có thể hiểu rằng câu đó nàng nói rằng: Anh đửng bước đến em ***(SAN PHI)***

Tôi có thể nói rằng Nữ sĩ ***San Phi*** là một *Nhà thơ nữ* có đặc điểm nổi trội nhất (*như một one way*) về phong cách chuyển ngôi vị qua ẩn dụ xuyên tầng, vượt qua văn phạm tiếng Việt:

Đã là *(Danh từ, Tỉnh từ)* San Phi biết chuyển qua phái tính hay ngôi vị. Tất cả mang tính **động**: Là *(Động từ)* hay mang tính Action trong tiếng Anh…

Đặc biệt lắm thay như thấy xuất hiện thường xuyên trong thơ của nàng:

TRĂNG, HOA, LÁ, GIỌT, HẠT, SƯƠNG, ONG, BƯỚM

(tôi rất thích cách ẩn dụ đan lưới mang tính Sex rất diễn cảm, *hay cách biểu đạt gợi tình một cách ý nhị, và duyên dáng lắm lắm của San Phi)*

Ô hay… *SƯƠNG ĐÊM* đâu mà thấm đầy … ngực??

Ô hay sao mà gọi là “ *CHIẾC LÁ*” … *Lá gì mà treo*
… sao lại treo lá … ơi chiếc lá phải yêu đến ngất
người (phải không?)

Một trong những ***trọng điểm đắc địa nhất*** của *San Phi* là áp dụng cách **“giật tít”** *(nhưng không câu view đâu nhé)* theo *“tam giác đáy đi trước”* của nghệ thuật viết tin cho người làm báo tin tức là :

Đặt cái tựa (như một kết luận sớm, chứ không phải đưa tinh hoa lên trước mà gọi là *xuất tinh sớm* đâu nhé quý vị)

Như: **Hái Đóa Trăng…** *(làm sao ta diễn giải cho hết* ***“ấn tượng phái”*** vô *cùng sâu sắc của* 3 chữ trên: gợi tình và gợi dục không sao kiềm lòng!!)

Thiền Mơ (trích)
Người đi để lại chút tin
Để ta ôm lấy lòng mình**. thiền mơ**

MƠ: *là mơ mộng, là giấc mơ, mộng mơ, ước mơ, mộng mị, là chiêm bao (tôi chỉ giải theo động từ mà thôi)*

San Phi … *yêu đến cực đại dẫn đến phải dùng thiền định là cô* ***“thiền mơ”*** *là dữ dằn quá luôn á!!*

Và thử đọc bài thơ này xem có “Lạc Hồn” không?

LẠC HỒN
Gió thổi mây
Gió thổi hoa
Thổi tôi giấc ảo sa đà
Khúc mê
Vào anh quên **bẵng** lối về
Gió ơi đừng thổi
Ta nghe **lạc hồn**
Ta như nghe thấu cô đơn
Ta rưng rưng sợ hoàng hôn **tan ngày**

Ta khóc khi chiếc lá bay
Ta đau khi đóa trăng gầy ruột
Quên
Lạnh lùng như chưa từng quen
Điếng lòng một thuở nào nghèn nghẹn xa
Ừ, còn ta và chỉ ta!
Níu- Buông- Mê- Tỉnh, thức
Là cơn mơ

Trong nguyên bài Lạc Hồn này, đọc lên từng câu nghe ơi thương ơi xót quá về: *tính cực kỳ lãng mạn của nàng :*

***Vào anh** quên **bẵng** lối về*
Gió ơi đừng thổi
*Ta nghe **lạc hồn***

*Nghe thấy thích lắm với chữ **Vào anh** (kia ơi)*
Hay:
Lạnh lùng như chưa từng **quen**
Điếng lòng một thuở nào **nghèn nghẹn** xa
'

Và một điểm son đáng lưu ý nhất của nàng San Phi là ngoài cách nhả chữ "*buông lơi lơ lơ lững thững*", cách *ghép từ xuôi ngược*, nhất là cách ưa dùng câu tám của lục bát : Sau chữ thứ 5 là "động từ kép" rất phấn kích với tính mướt mượt ý nghĩa thôi thúc, dù chữ thứ hai chỉ là chữ đệm thôi, nhưng đọc nghe hay hay làm sao: (San Phi dùng nhiều cách này…)

*"Nhất là ai có dịp đọc 10 bài **"Tản Thơ" … Tản thơ*** là sở trường nổi bật nhất, *một dấu mộc vàng*, một ấn tín đậm son … *đống dấu ấn tín* vào chương sử thi ca của Nữ sĩ San Phi)

Lạnh lùng như chưa từng **quen**
Điếng lòng một thuở nào ***nghèn nghẹn*** xa
…

Tóm lại với Thơ Nữ sĩ San Phi:

Chữ nghĩa mền mại ***"như trăng"***, *đẫm lãng mạn gây sóng ngầm, ướ(c)t sũng đam mê.* Sức hút và sóng rung con chữ **như**

bùa chú làm lạc *"hồn"*, làm quên "bẵng" lối về…Những con chữ **thật ấn tượng…**

Khi đọc lên "món chữ" qua đôi đủa cảm thức, thì tôi tin rằng ai cũng phải gật đầu Ok !!

Còn một bài thơ sau cùng người Nữ sĩ:
HÌNH NHƯ HAO GẦY TRĂNG (trích)

Ba cười Ba khóc, từ con
Hằng tâm nghe thấu công ơn ngập tràn
Muốn dìu Ba trốn thời gian
Nhìn qua khung cửa lá vàng ngợp buông

Con chẳng tìm thấy con đường
Vượt qua thiên kết tròn vuông cửa trời
Còn phải làm sao ba ơi!
Con thơ trẻ. bước trợt. đời rêu thêm

Làm sao thắp nắng cho đêm
Làm sao trân trọng dìu êm nguyện đời
Và xanh thêm chiếc lá cười?

Giá trị đích thực của mọi con người sống trên trần gian này vượt qua hết để đạt được **"ĐẠO LÀM NGƯỜI"** Nếu gọi là NGƯỜI hay là NHÂN, điều tất yếu không thể không có đủ hay không hội tụ được những TỐ CHẤT CĂN BÀN nhất, để xứng đáng gọi là người NGƯỜI, NGƯỜI CÓ ĐẠO LÀM NGƯỜI, NGƯỜI CÓ CĂN CƯỚC HAY CÓ NHÂN CÁCH:

Người sống có *"đạo làm người"* là người sống với nhân nghĩa, sống với lòng ***tử tế.*** với sự độ lượng, với vị tha, sống với hy sinh giữa cho và nhận. Nhưng gom lại tất cả những đức cao đẹp trên … Chỉ có một Đức cao quí nhất dẫn đến đạt đạo làm người, chính là chữ Hiếu. Chỉ một yếu tố lớn lao và trọng đại nhất là ***Sống Hiếu…***

Bài thơ **HÌNH NHƯ HAO GẦY TRĂNG** này tôi chọn để

kết luận cho những dòng viết về Nữ Sĩ San Phi … Một Nhà thơ Nữ có lòng **HIẾU THẢO** được xếp vào hàng đầu, của những người làm thơ Việt Nam…

Xin mời quý vị đọc kỹ bài thơ "Hình Như Hao Gầy Trăng" trên. *(tôi xin miễn diễn giải nữa, vì* bài viết về thơ Nàng cũng khá dài.)

Xin trân trong cảm ơn quý vị kiên nhẫn đọc. Và xin hiểu cho rằng tôi không phải là một nhà phê bình, mà chỉ thể hiện vai trò của người giữ vườn thơ, *thấy hoa đẹp hoa thơm là khen thật, chỉ thế thôi!!*

Bây giờ thì tôi xin "mạo muội" đọc ddđến*(hoàn toàn không dám múa rìu)* qua Thi Huynh Hoàng Xuân Sơn, một Thi sĩ đã thành danh sáng lóa, nhất là thể loại Lục Bát, một thể loại được kèm theo tên của Thi sĩ đi vào chương sử văn Học Việt Nam thời Hậu Hiện Đại…*(Lục Bát Hoàng Xuân Sơn)*

II. HOÀNG XUÂN SƠN

Như tôi đã dùng cái tựa cho bài viết về hai Thi sĩ San Phi và Hoàng Xuân Sơn:

Duyên khởi thêm mới hồn thơ…
Cảm thức * "sáng hoá sinh hiện tượng" …

Duyên khởi đi từ **(hai)** người làm thơ, **một** đi trước và **một** đi sau. **Một** đi trước xuyên qua hai thế kỷ, có bề dầy cộm lịch sử với ngập tràn biến động và sôi sục thăng trầm…

Hai đi sau, sau rất xa thời gian là người Nữ Thi Nhân được sinh ra trong thời kỳ *"ngừng biến động máu lửa"* chuyển sang giai đoạn *"Thử thách với thiên đàng địa ngục"* qua xây dựng và cải cách …

Điểm qua hai thế hệ của người làm thơ, tôi tìm thấy rõ nét về ***cả hai*** như một mối *"duyên kỳ ngộ"* của sự mặc khải linh diệu *… Cả hai, như tôi đã kể trên về những điểm chung sáng ngời như một thuộc tính có chất hy hữu…*

Với Thi sĩ **Hoàng Xuân Sơn**, qua từng con chữ, từng cách

ẩn dụ, cách diễn cảm hay biểu đạt đều mang dấu ấn nặng tính triết học nhiều hơn người Nữ Sĩ mang tên San Phi trong bài viết này… Với Hoàng Thi sĩ có điểm son nổi trội mang ngữ nghĩa triết luận là vì ông tốt nghiệp cữ nhân khoa Triết Học Tây Phương của trường Đại Học Văn Khoa Sài Gòn trước năm 1975. Và kiến thức họ Hoàng có thêm bằng Cao Học Chính trị Kinh Doanh nữa…

Sỡ dĩ tôi kể ra hết tài năng của ông nhầm minh chứng cho những điểm son sáng lóa về con đường Thi Ca mà ông dốc hết đời cho từng sát na theo đuổi, không một phút "mệt nghỉ " giữa lưng chừng đổi!!

Trước khi làm công việc đọc thơ qua chân tâm hay lòng thành của tôi khi cảm nhận về chất sáng tạo của thơ, nhất là thơ Lục Bát…*(Tôi không đề cập đến xuất xứ hay quá trình nghiên cứu về sự phát triển của thơ Lục Bát qua hằng thế kỷ)* mà tôi chỉ đề cập đến thời kỳ hiện tại chúng ta đang sống…

Hãy nghĩ một cách đứng đắn mà ai cũng công nhận: **Thơ *Lục Bát*** là quốc hồn quốc túy của dân tộc Việt Nam mình.

Tôi ghi nhận rằng Thơ Lục Bát đối ứng, nhập tâm mỗi sát na trong sinh hoạt hằng ngày của chúng ta, tưởng chừng như lục bát trở thành lời nói của tôi của anh và của em *..v..v..* Nhìn ngoại cảnh hay tiếp cận mọi đối đáp, tự dưng thơ *lục bát* bật ra như lời nói thường ngày trong giao tiếp hàng ngày…

Nhưng không đâu bà con ạ, đừng cứ mãi lầm tưởng rằng Thơ Lục Bát dễ làm *…(lầm hay ngộ nhận về chiếc nôi phát nguồn của thơ Lục Bát,* đã trải nghiệm hằng *thế kỷ qua*:

Phát nguồn từ *"nền văn văn chương bình dân"*, xuyên thấu đến nay đến nguồn *"văn chương bác học* . Chính lãnh địa của nền văn chương bác học này, đã bung tỏa mãnh liệt và sự phát tiết hết sức thăng hoa của *lục bát* … do công lao hết mình ***"cách tân lục bát"*** của *tiền nhân chúng ta, qua bao thế kỷ rồi* … Bây giờ đến thời đại chúng ta … Đã bắt tay vào công cuộc cách tân tiếp theo là " *khoát lên cho mỹ nhận lục bát một xiêm y lộng lẫy hơn*" Bây giờ thì có Nữ sĩ **San Phi,** có Thi sĩ **Hoàng Xuân Sơn** và có cả tôi nữa… *(dĩ nhiên thời hậu hiện đại này có vô số kể luôn)…*

Nếu so sánh theo phép hoán dụ về Văn Chương Thi Phú

như là ***"món ăn tinh thần"*** thì:

Thơ Lục Bát … mới mẻ hay nhất … hay nhất … thì sự biến phát triển từ ***"bình dân"*** nay trở thành ***"sang cả"…*** Sánh như một ***"món ăn vật chất"*** thì như nhà hàng ăn *"thuộc loại sang, đắt tiền"* Người vào cửa hàng này phải dùng tiền "chẵn" như giấy "100 đô" hay nhiều giấy 5 trăm ngàn tiền VN chẳng hạn…*Như vậy mới* đủ tiền để *mua được món ăn mà mình chọn*…***(Nghĩa là trong túi thơ của những nhà thơ làm lục bát cách tân phải có nhiều vốn chữ,*** mới sáng tác ra những bài **lục bát hay ho mới** được công nhận**…** (ý nghĩ so sánh ngộ nghĩnh của tôi đây: Lục bát *cô đọng như viên thuốc Tây* ở các Pharmacy) *Còn lục bát mà làm kiểu của vè bình dân của chị hàng xén,* thì dễ làm quá, xin miễn bàn!!

Có lần trong trà dư tửu hậu, tôi – " *vốn ưa chút khôi hài tan mây":*

Tôi phát ngôn có tính vui nhưng mà là một sự khích lệ cho thử thách:

[Tôi nói: Nếu bạn được người trong chính giới hay ngoại giới, được mọi người vui vẻ. *(*đương nhiên hàng ngày gọi bạn là Nhà Thơ)… mà bạn làm bài thơ lục bát *"như vè"* hoặc sai vần lỗi nhịp , *làm xấu mặt thơ lục bát…* (nếu bạn là quân nhận, có cấp bậc chi đó … tôi – *"nếu có quyền là thượng cấp của bạn"* – tôi sẽ giáng cấp bạn tuột xuống còn là binh nhì cùi bắp]

Ối cha!! Tôi giật mình tỉnh ra mới biết là tôi đang dong dài với mớ lý vụn, tôi ngàn lần xin lỗi người đọc!!

**

Bây giờ đến phần tôi đọc thơ Lục Bát của Thi sĩ Hoàng Xuân Sơn, trong *song tác thứ hai*, (đối với Nữ sĩ San Phi và Thi sĩ Hoàng Xuân Sơn)

Tập**: LỤC BÁT NGUYÊN XUÂN**

Tôi đọc kỹ từng bài thơ đối đáp như *họa thơ* nhau với người Nữ sĩ họ San … Tôi thấy từng câu từng chữ thật hay và thật "muồi" với ý nghĩa xuyên tận đáy tầng sâu của đan chữ, dệt nghĩa *"Rất* mướt rất mượt, có khi cứng cõi *với triết lý, có khi mềm mại* "như trăng" *của ngôn ngữ đời sống.* (chữ ẩn dụ thật ấn tượng) mà Thi sĩ họ Hoàng đã dùng cho ông, *cả cho lời khen đối với thơ của Nhà thơ Nữ San Phi...*

Trích bài đầu tiên của họ Hoàng Thi sĩ như sau:

TRƯỜNG KỲ BẤT BIẾN: (trích)
Ta rồi cứ rượt bắt nhau
Em thoắt biến
Hiện
Tôi **màu cánh cam**
Nằm trong **quả. vỏ**
Phi phàm
Làm sao nghe được già lam
chuyện tình
Nhìn
Một chớp mắt
Đã vin
Sức bật của nắng
Mẹ mìn của âm
Nói. ***gióng*** qua miệt tâm thần
Miểng che kiếng gió
Cũng lần lượt
Rơi
Về đâu
Tấm áo quan hoài
Chút mầu son nhạt
Đã phai cùng mùa

Trong bài Trường Kỳ Bất Biến ...
Tôi màu cánh cam *(tôi phải tra từ và nghiên cứu)*
Nằm trong quả***. vỏ***
Phi phàm
Làm sao nghe được già lam
chuyện tình
Nhìn
Một chớp mắt

Đã vin
Sức bật của nắng
Mẹ mìn của âm *(mẹ mìn thì ai cũng hiểu ngồn gốc chữ sinh ra trước 1975)*

Nói. gióng *qua miệt tâm thần*
Miểng *che kiếng gió*
Cũng lần lượt
Rơi

Miểng: *là những mảnh vụn vỡ, không sao gọi là " che" được, thế nên nó lần lượt rơi là đứng lý…*

Nhưng ý nghĩa là gì, tại sao có những câu trên trong bài thơ?? Phải chăng Thi sĩ muốn nói: (thúng sẽ không sao úp voi , vải thưa không che được mắt thánh, hay không bí mật nào mà không bật mí?? Có phải chăn

Ấn tượng đặc biệt với những chữ nghiêng tô đậm trên:
(**Rõ đây là trường phái ấn tượng của hai dòng thơ gặp nhau: *Duyên Khởi Thêm Đẹp Hồn Thơ…cho hai Thi sĩ.)***

Sự thật, tôi chưa hề bắt gặp câu, hay bài thơ nào, qua phép **nhân cách hóa, ẩn dụ hóa, so sánh hóa …** một cách *không tưởng tượng được hay không lý giải nổi* qua cách dùng ngữ nghĩa cực kỳ phong phú hay vô cùng sâu thẳm như cách của ***Thi sĩ Hoàng Xuân Sơn.***

[*Dù từ xưa nay, sống với niềm đam mê lý tưởng nhất là đọc thơ… (đặc điểm căn bản của tôi là nghiêng hẳn về sở thích đọc thơ người … Vừa bổ ích cho tri kiến thi ca và ngược lại…)*

(Tôi hơi dị ứng với ai chỉ thích đọc thơ chính mình!!). *Tôi thích thú lắm trong cảm nhận hay gặt hái được nhiều cái hay sáng tạo của các loại hình thơ văn nghệ thuật của tha nhận]*

Thử minh chứng cho đôi dòng mô tả trên, qua khái quát nhận định của tôi về những điểm son trong từng ý thơ nghĩa chữ của họ Hoàng Thi Nhân:

Tôi màu cánh cam

(theo tôi tra cứu thì cánh cam của con ***bọ cảnh cam*** mà các nhà nông nghiệp Châu âu, họ dùng như dùng sứ quân dẹp loạn *… Nói cụ thể nhất là dùng* con bọ cảnh cam *tiêu diệt hết những sâu bọ gây thiệt hại mùa màng. Họ dùng "bọ cảnh cam" như một loài cứu tinh cho họ, mà không mất khoản chi phí nào ảnh hưởng đến họ. Vì chính "bọ cảnh cam – thực phẩm chính ngon miệng nó* là bầy sâu bọ phá hoại mùa màng)

(Đọc thơ Hoàng Thi sĩ … là phải áp dụng cách đọc thật chậm và vận dụng hệ giác qua thứ 1 là ***"thị giác"*** *(trong 5 giác quan) Đặc biệt hơn là dùng giác quan mà ông trời cho thêm trong giới VNS…* tùy vào mỗi người, *đó là giác* ***thứ 6*** *(giác quan của* ***cảm nhận*** *- proprioception, nhạy bén nhất trong người nghệ sĩ)*

Còn nhiều chữ rất đáng lưu ý trong bài Trường
Kỳ Bất Biến (tiếp theo)
Hân ly *một chuỗi ban sơ*
Cực kỳ
Trong khuya có sớm
Thôi
Thì
Nhìn nhau **một phút** định kỳ
Thiên thu.
(tôi tô đậm những chữ trên, có chữ **Hân ly,** *(theo*
tôi Hay lắm, ý nghĩa sâu thẳm, nhưng tiếc một
điều là không phải ai cũng hiểu…)

Đến đây, tôi chợt nhớ đến Thầy Nguyên Sa – Trần Bích Lan. Nhà thơ (Thi sĩ) Nguyên Sa (Trần Bích Lan) Du học bên Pháp, đã học triết tại Đại học Sorbonne. Ông là một Nhà thơ lãng mạn nổi tiếng từ thập niên 1950, với những tác phẩm nổi danh như Áo lụa Hà Đông, Paris có gì lạ không em, Tuổi mười ba, Tháng sáu trời mưa, v.v...(có rất nhiều thơ được phổ nhạc đã nhập thấm sâu vào lòng người) Tất cả do khuynh hướng sáng tạo của ông: (là một gạch nối (-) giữa cao và thấp). Nghĩa là với Nhà thơ Nguyên Sa, không chỉ dùng dòng thi ca lãng mạn, dễ hiểu, mà ông còn dùng đến những dòng thơ tư tưởng nữa chứ!!

Ai đọc qua qua bài thơ này mà dám cho là bài thơ *"sến"* hay *"thấp"* không:

Tuổi Mười Ba (thơ Nguyên Sa) – trích:

Chân díu bước và mắt nhìn vương vướng
Nàng đến gần tôi chỉ dám… quay đi
Cả những giờ bên lớp học trường thi
Tà áo khuất thì thầm "chưa phải lúc…."

Áo nàng vàng tôi về yêu hoa cúc
Áo nàng xanh tôi mến lá sân trường
Sợ thư tình không đủ nghĩa yêu đương
Tôi thay mực cho vừa màu áo tím

Và bài thơ **Bây Giờ**… (Nguyên Sa)
(cũng dễ hiểu, nhưng chúng ta hiểu thế nào?)

Bây Giờ *(thơ trich 2 đoạn 8 câu trong bài thơ 20 câu)*

Thế kỷ chúng tôi chót buồn trong mắt
Dăm bảy nụ cười không đủ xóa ưu tư
Tay quờ quạng cầm tay vài tiếng hát
Lúc xòe ra chẳng có một âm thừa.

Cửa địa ngục ở hai bên lồng ngực
Phải vác theo trăm tuổi đường dài
Nên có gửi cho ai vài giọng nói
Cũng nghe buồn da diết chạy trên môi.

Tóm lại, người làm thơ chúng ta, dù có chạy theo hay tự chọn cho mình khuynh hướng sáng tác nào, tôi tin rằng: (Nhà thơ cũng nghĩ đến mình viết không chỉ riêng cho mình đọc, hoặc viết ra như miếng quyền cước để đánh võ với chính giới!!

Nhà thơ nào mà lấy chính nguồn *máu tim mình hóa thành*

mực để viết ra câu thơ, con chữ và biến thơ thành hơi thở của buồng phổi mình, thì việc *"có chỗ đứng"* trong Văn Học Sử … chính là một sự đương nhiên và tất yếu.!!

Trở lại với dòng thơ Lục Bát của Thi sĩ Hoàng Xuân Sơn, tôi đọc qua, hầu như đều có cảm hứng, khi đọc qua bài nào mà tôi có nhiều cảm xúc hơn thì tôi trích dẫn hay để cập đến thôi (vì còn nhiều bài quá, (bài nào xem ra cũng "trọng lượng", nên tôi không nhất thiết tôi phải đọc hết, có thể tôi kết thúc lúc nào không chừng…

ĐÁ TẢNG VÔ BỜ (trích)
(tôi rất thích cái hay tương đối hiểu ý sâu thẳm của bài thơ này)
ĐÁ TẢNG VÔ BỜ

Đá tảng nằm im lâu năm
Vô bờ ***nhiệm ý*** truy tầm vãng lai
Là rêu *của tiếng thở dài*
Trên cung năm tháng mùa mai đợi chờ
Tay mòn một chút ***lửa hơ***

Biết gì cánh gió xô bờ ***lục vong***
Sáng tôi lên một xứ lòng
Từ phiền muộn đã long đong phố người
Tôi chào người giữa xuân phai
Một thiêm thiếp nhớ giêng hai ngùi ngùi
Mơ sống lại một lần vui
Đá muôn thu dậy tảng đời thiết thao
Tháng ba nào vẫy tay chào
Người trao muộn đóa ngọt ngào phù dung
)(
h o à n g x u â n s ơ n
hxs@9jan24

Những chữ nghiêng tô đậm trong bài thơ trên, *hoàn toàn*

thành công với người đọc khi thu nhận được cảm xúc đẹp, sang cả. Và sự thấm hiểu dù đôi chữ mơ mơ hồ hồ. *(cái hay của 1 bài thơ hay chính là "sự ngậm nghe" để thấu cái vị thơm và ngọt của ý nghĩa)*

Cùng với bài:

N H Ắ M

hãy nhắm mắt lại nhìn ra
bóng tối là sáng la ngà lung linh
tôi thấy em nơi tượng hình
mầu trăng diên vỹ câu kinh vào đời
áo vàng nắng của tinh khôi
suối bồng em chải ngọn đồi em qua
nhìn nhau mắt trẻ mắt già
*nheo nhắm một chú*t **sa đà** mênh mông
nhắm mắt lại thấy gì không
thấy mắt và những dòng sông ảo huyền
)(
h o à n g x u â n s ơ n
12 janvier, 24
(Thích ơi cái nghĩa của sự nhắm mắt lại nhìn ra)

Hai người yêu nhau thật sự, hầu như tất cả giác quan đều tinh nhạy. Đến nhắm mắt như người mù mà vẫn thấy, đến như người điếc mà tai vẫn nghe … Đến những tương tác, những giao cảm gì với người mình yêu *thiết tha cả thảy đều rót ngọt vào lòng !!*

Và

áo vàng nắng của tinh khôi
suối bồng *em chải ngọn đồi em qua*

(lãng mạn và ẩn dụ của hai câu thơ đẹp *như ba vòng đo mỹ nhận, thật cuốn vào sức tưởng tượng gây thích thú lắm thay!(ơi hai chữ* ***suối bồng*** và ***ngọn đồi*** *em qua)*

Tóm lại, để kết thúc cho bài viết này, kết thúc đọc và viết về thơ của Thi sĩ Hoàng Xuân Sơn, tôi chỉ nói ngắn gọn vài một đoạn ngợi ca :

Hoàng Xuân Sơn là một Thi sĩ của một viên ngọc, (*viên ngọc Lục Bát*) tỏa ra chùm tia sắc màu có lực từ trường với sức cuốn người đọc, người xem như tăng dần độ sóng rung cảm, khó chế ngự!!

HÀ NGUYÊN DU
12h39' Apr 02/24

** "Sáng hóa"là chữ thường riêng dùng của Nhà thơ Nhà Biên Khảo Ngô Nguyên Nghiễm.*

*** "Chế tác" là ngành học mà San Phi đã tốt nghiệp với cấp bằng mang tên ngành Chế tác.*

**** "Chính nhân" là chính nhân quân tử, (theo văn hóa của Khổng Tử.) Trong văn hóa truyền thống Trung Quốc, quân tử là một mẫu hình của đạo đức cao thượng, hội tụ những tinh hoa của phẩm chất: Nhân, Lễ, Nghĩa, Trí, Tín,...*

***** "vạch mây tìm trăng" là một câu thơ trong bài thơ ngẫu hứng của HND:*

(Vạch mây ... mà
chẳng thấy ... trăng!!
Chỉ thấy "chiếc lá"
in
hằng
trong ...
TÔI)

HÀ NGUYÊN DU

HÀ NGUYÊN DU

Có cần thiết ứng dụng triết học đối với thi ca không??

Ứng dụng triết học vào thi ca có thể không chỉ cần thiết mà còn mang lại nhiều lợi ích quan trọng. Thi ca, giống như mọi hình thức nghệ thuật khác, là một cách thể hiện những ý tưởng, cảm xúc và trải nghiệm của con người. Triết học cung cấp các công cụ hay phương tiện và khái niệm để hiểu sâu hơn về những vấn đề này, từ đó làm phong phú thêm thi ca. Dưới đây là một số lý do tại sao ứng dụng triết học đối với thi ca là cần thiết:

1. Khám Phá Ý Nghĩa Sâu Sắc

Triết học giúp các nhà thơ khám phá và truyền đạt những ý nghĩa sâu sắc hơn trong tác phẩm của họ. Bằng cách sử dụng các khái niệm triết học, nhà thơ có thể phản ánh về bản chất của hiện thực, sự tồn tại, tình yêu, cái chết, và nhiều khía cạnh khác của cuộc sống trầm luân!

2. Tăng Cường Sự Sáng Tạo

Triết học khuyến khích tư duy phản biện và sáng tạo. Các nhà thơ có thể sử dụng các lý thuyết triết học để mở rộng phạm vi tưởng tượng và sáng tạo của họ, giúp họ tiếp cận các vấn đề từ những góc nhìn mới mẻ và độc đáo.

3. Phản Ánh Bối Cảnh Văn Hóa và Lịch Sử

Triết học giúp thi ca phản ánh bối cảnh văn hóa và lịch sử của thời đại. Những biến động xã hội, chính trị và tôn giáo thường được phản ánh qua thi ca, và triết học cung cấp các công cụ để hiểu và phân tích những phản ánh này.

4. Thể Hiện Sự Phức Tạp Của Tâm Hồn Con Người

Triết học cung cấp các khái niệm và lý thuyết để thể hiện sự phức tạp của tâm hồn con người. Các nhà thơ có thể sử dụng những ý tưởng triết học để diễn tả những cảm xúc, suy tư và mâu thuẫn nội tâm một cách tinh tế và sâu sắc hơn.

5. Đặt Ra Những Câu Hỏi Căn Bản

Thi ca thường đặt ra những câu hỏi căn bản về cuộc sống, con người và vũ trụ. Triết học là lĩnh vực chuyên nghiên cứu những câu hỏi này, do đó, việc ứng dụng triết học giúp thi ca có thể thảo luận và khám phá những vấn đề quan trọng này một cách sâu sắc và có hệ thống.

Ví Dụ Về Ứng Dụng Triết Học Trong Thi Ca

Existentialism (Chủ nghĩa Hiện sinh): Các nhà thơ như Jean-Paul Sartre và Albert Camus đã sử dụng thi ca để khám phá các khái niệm về sự tự do, sự cô đơn, và ý nghĩa của cuộc sống trong bối cảnh của chủ nghĩa hiện sinh.

Absurdism (Chủ nghĩa Phi lý): Thi ca của Samuel Beckett phản ánh tư tưởng về sự phi lý của cuộc sống và sự đấu tranh để tìm kiếm ý nghĩa trong một thế giới vô nghĩa.

Romanticism (Chủ nghĩa Lãng mạn): Các nhà thơ như William Wordsworth và Samuel Taylor Coleridge đã sử dụng các khái niệm triết học để khám phá mối quan hệ giữa con người và tự nhiên, cũng như vai trò của cảm xúc và trí tưởng tượng.

Kết Luận

Ứng dụng triết học vào thi ca không chỉ là cần thiết mà còn là một phương pháp hữu hiệu để làm phong phú thêm tác phẩm văn học. Triết học giúp các nhà thơ hiểu sâu hơn về thế giới xung quanh và bản chất con người, từ đó tạo ra những tác phẩm có giá trị nghệ thuật và tư tưởng cao.

Nếu bạn muốn tìm hiểu thêm về vai trò của triết học trong thi ca, bạn có thể tham khảo các tài liệu và bài viết chuyên sâu về chủ đề này từ các nguồn học thuật và triết học như Stanford Encyclopedia of Philosophy hoặc các tạp chí văn học.

HÀ NGUYÊN DU

(Nghiên cứu tổng quát theo những tài liệu sưu tầm}

ĐỨC PHỔ

THUYỀN KHÔNG ĐẬU

- *với hoàng xuân sơn, trần doãn nho, phan xuân sinh,lâm chương, thu thuyền.*

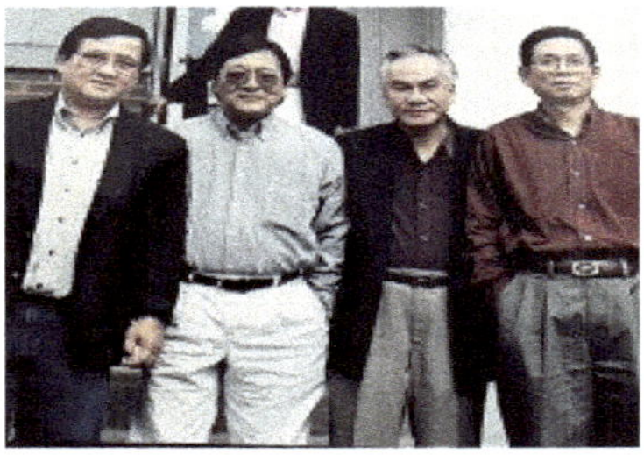

Mút mùa chờ, đời tàn theo năm
cũ. Trong trí nhớ cùn mằn thế
kia, trong mê muội ký ức vẫn
rực lòng mơ sảng bóng hình người
đứt neo giữa đêm lạ mặt. Tiếng
kêu thảm tự lòng thuyền khuấy
động nỗi lạnh căm khi bến bờ
còn câu hẹn thề lưu dấu mộng.

2.

Chỉ là khoảng trống trơ vơ bên
ngàn sóng dội, đưa đẩy bước chân
viễn khách một sớm hồng hào nắng
lạ, với tay ngắt ngọn mã đề
tưởng như đang cùng nhau tìm về
chốn xa lắc xa lơ thành quách,
dựng niềm bi tráng thuở vàng son,
xót buổi cha ông xương phơi máu
đổ, nuôi xanh làng mạc ruộng vườn.
Câu mái đẩy Nguyệt Biều xuôi qua

Cồn Hến lung lay đọt bắp lụa
bay, chiều Vỹ Dạ thấp thoáng dáng

kiều thơm trăng thơ ấu. Thuyền xưa
đưa nhau kịp mùa gió đợi có
đâu như ngày dâu bể thảng thốt
kinh cầu. Nói năng chi cũng lỡ

bến tình thuyền không đậu hết đêm
vui, mai ra đời vẫn thường buồn
hơn thế, khó khuây khi hồn đã
thặng thừa bao nỗi bất an. Mai
về xuôi tình tay vẫy hẹn, như
thể hẹn để làm vui giờ tiễn
biệt, nhục nhằn rồi cũng quen thôi
đời sương gió quen rồi, thuyền ơi…

TRI MÃ LỰC

• *gửi hoàng xuân sơn*

mưa rủ tuyết cùng rơi
ướt tóc người. trắng tuyết
ta rủ nhau rong chơi
tàn đời. chưa đủ mệt.

ngày nào mới lên mười
biết yêu hoa ngắm nguyệt
chừ sắp mãn cuộc chơi
lòng đà đau nguyệt khuyết.

bước tới. khốn nỗi tới
bước lui. nhụt khí tiết
mãi níu đời. hụt hơi
mà buông tay. cũng nghiệt.

thà làm con ma trơi
thà làm con chim kéc
người. xa, quên nguồn cội
sống. cầm bằng đã chết.

đêm buông màn tóc rối
báo một ngày tận diệt
thiên đàng. ôi xa khơi
đường dài. đau nguyệt khuyết.

ĐỨC PHỔ

TRĂNG TIỀN PHƯƠNG
TÀO LAO BÍ ĐAO(U) *(hog-wash - nonsense)*

Cô hồn lũ lượt bể hội
đồng án ngữ chân chính nghĩa
cả thâm môn là kẻ hạ
vi sinh trùng hổ man(g)
rợ bí rợ tào lao bí
đao phi bổng phi tiễn đưa

cô hồn lũ lượt bể hội
tùng bách diệp lục xanh đỏ
bong bóng trẻ * “ai bảo chăn
trâu là khổ” thơ giang nam...
tôi bảo chăn thơ là khổ

thật mà nên tin đi nên
tin vì tôi làm không công
chăn thơ văn học mới cả
văn học cũ nhưng cô hồn

lũ lượt bể hội khanh tướng
tá tiền tá hậu môn là
môn văn môn võ môn lục
vân tiên *cụ nguyễn đình*

chiểu ơi đâm mấy thằng gian
bút chẳng tà thiệt hôn ông
nhà thơ tiền bối ông mù
mà thấy cả thế gian thế

lận tào lao thế bí đao
bí sinh bí lý bí đao(u)

TRĂNG TIỀN PHƯƠNG
** (thơ Giang Nam)*

NGUYỄN ƯỚC
ĐỌC HUẾ BUỒN CHI CỦA HOÀNG XUÂN SƠN

Buổi sáng một kỳ nghỉ thường năm. Ngày dậy muộn. Đêm qua lại mơ thấy mình gánh nước ra biển… Thắp điếu thuốc đầu ngày. Rượu đỏ sóng sánh ly. Trầm Tú hát rất sâu rất nồng nhạc Trịnh Công Sơn. *Người đi phiêu du từ đó chưa thấy về quê nhà… Người chợt nghe mình như đá, đá lăn, vết lăn buồn…* Mở tình cờ một trang thơ Hoàng Xuân Sơn. *Đêm khuya xác bướm trăng tà / trong vườn rụng một bông hoa tưởng người.* Người là mẹ, là em, là Huế? Huế Buồn Chi. Sao lại buồn chi. Buồn chi mô. Buồn làm chi. Buồn chi lạ. Chi cũng buồn. Bướm chết. Trăng tà. Hoa rụng. Người đi mất hút trong đời vì hoa đời vướng lại thành quách cũ hoặc kẻ ở hiu hắt tưởng tiếc người lỡ dại đi.

Nhưng. Đi. Ừ. Thì đi. Lòng đã muốn thì chân phải bước.

Bình minh từ buổi trăng non chết
mà nhớ sông hồ đi cứ đi

Khi mơ hồ cảm thấy vừng trăng thành nội đã khô trên lá s en vàng úa thì tâm không còn tịnh nữa… Gót chân đã giật.

Sinh ra ở Huế
Sinh ra
Sinh ra
Sinh ra làm gì ở Huế
Những cơn mưa

Với lòng trai Huế vướng chút nghệ sĩ trong tính, đọng chút 'bốn phương' trong hồn thì Huế là chốn tụ tập. Qui Nhơn là mé nước giang hồ và Sài Gòn là đất khởi nghiệp. Ra đi

Những chuyến tàu xuôi nam hú hồi giã biệt
đêm-mưa-hư-linh…

Mang theo. Biển biệt trời

Bỏ đi rồi những cơn mưa điệu hò quay quắt.
trời mưa tê liệt nỗi niềm.

Thành quách cũ.
Này hồn rêu cũ đứng bao năm
Đá rữa chân vôi thềm lả tả.
Cha mẹ.
mẹ cha ngồi đứng gập ghình
thuyền cam bến chịu thảo bình trôi sông.
Bạn bè một thuở.
Bằng hữu có thâm tình lâu năm quán chợ
những chiếc ghế cao cẳng đong đưa thời trai
sợi thừng bò quanh miệng tách.
Những đêm sông Hương đu đưa sóng nước.
Đàn nghe vẳng tiếng ru hời
chạnh lòng sóng xưa ca nữ.
Và Em. Có lẽ là nhiều người con gái kết tinh nên hình tượng nữ.
Huế o ở lại Huế tui đoạn đành
o đau sương khói một mình
tui đi ray rứt Nội thành tái tê
Em thuở học trò.
Trời đương nắng răng mà run dữ rứa
nì, tên chi em nói đại cho rồi
không cho biết cứ theo hoài theo mãi
theo răng chừ cho biết được thì thôi.
Em ngày vụng dại.
đường tóc chưa rẽ sầu luân lạc
sợi rối ai làm nên dáng thơ.
Em cho mơ mộng.
anh xin làm sợi tóc bồng
cột giùm o chút buồn không giữa chiều.
Em nguồn thơ.
Từ yêu người biết làm thơ
trăm câu vụng dại khù khờ ngây si
Em phận nữ lao đao giữ thành phố khổ.
Còn gì những giấc mơ quen
trải hồn nhiên rụng xuống hồn khổ đau
lòng anh đây cũng buồn rầu

trói tay nhìn cuộc chìm sâu dưới trời
Em như một ân sủng cứu rỗi hồn người luân lạc
Đời đẩy tôi đi những phố câm
em biết nơi mô tội nghiệp giùm
ôi chút phong tình thơ ấu cũ
là bão tan dần đôi cánh chim.

Chai rượu buổi sáng đã vơi, ánh chút châu sa trong đáy ly. Lại Trịnh Công Sơn. *Tưởng rằng đã quên. Cuộc tình sẽ yên. Thân đau muốn nằm... tay em vẫn còn dựng đời bão lên làm từng vết thương hồn nhiên.* Lại Hoàng Xuân Sơn

Thấy lạnh một bên vai
mới hay đời hụt hẫng
thiếu tóc em gối dài
thiếu cả đời quanh quẩn

Từ người nữ này đến người nữ khác lưu dấu trong nhiều cuộc tình qua, dù Hoàng Xuân Sơn có nâng niu tình cha nghĩa mẹ, đưa vào thơ thấp thoáng bóng thành quách hoặc bằng hữu. Huế Buồn Chi vẫn chỉ là một tập thơ tình: tình yêu người gái Huế và tình mênh mang với Huế.

Hoàng Xuân Sơn đã bỏ Huế mà đi. Có lẽ từ những ngày chiến tranh chưa làm thành quách loang lổ và lửa đấu tranh chưa làm bạn hữu chia lìa. Cũng có lẽ vì thế Sơn vẫn chỉ mang nặng vào thơ mình tình yêu nam nữ theo cung cách một người rất Huế.

Mưa lộ gót hồng chao ơi đẹp
nhánh tóc run run đẫm vai chiều
ba mươi năm lết mòn chân dép
trán lỏng giang hồ chưa hết yêu

Và mong suốt đời là kẻ
ôm mộng thi nhân làm đẹp cho đời
hè phố gieo mòn những bước đơn côi
đi thơ thẩn những chiều lạc lối

Từ khuya xuôi nam trên sân ga Huế. Từ quê nhà ra xứ người, Sơn mang theo trong mình cơn mơ Huế
Khi lá rừng phong dần đỏ thắm
anh nghe hương nồng bách diệp thoảng đâu đây

ôi những hoàng hôn rực rỡ xứ người
anh vẫn nhớ, vẫn mơ mỗi độ thu vàng phố cũ
Thật vậy. Nhớ lắm. Nhớ như nhớ Huế. Như những người con Huế, những trai Huế gái Huế đã đành đoạn bỏ Huế mà đi.
Xa Huế, Sơn lạc đường.
Đời đẩy tôi đi những phố câm
em biết nơi mô tội nghiệp giùm.
Nhớ Huế, Sơn hiu hắt.
Dông bão đất trời mong manh quá
mùa trăng gượng vỡ dưới chân hồng
thương tiếc con đường xanh giáng ngọc
cầm tay phố chợ đứng khóc ròng.
Thương Huế Sơn quay quắt
Huế buồn chi, tội rứa thê
tình xưa nghĩa cũ ngó về tựa nương
trèo tình lên núi mà thương
cỏ cây chất ngất phố phường ở mô
Để cho Sơn
Thưa em chút nắng trên đò
tan sông giờ cũng ốm o gầy mòn.
Rồi khi về lại Huế thì
Anh về lạ cảnh lạ đời
hoa soan đầu ngõ nhớ cười sau lưng
hồn hoang xác lú ngập ngừng
tự nhiên anh đứng lạ lùng trông anh
…
ngồi trên phiến đá xưa ngồi
nghe hơi thấm lạnh vô hồi xót xa
Và Về ngang thành cũ.
gió thốc vai
bóng mưa ngã rạp
đêm nhà trống
đèn trôi đèn trôi dài
mưa mưa hả miệng
lời

tắt ngấm

Người trở lại vườn xưa. Cổng vẫn ơ hờ khép. Nhưng. Không gian không còn mùi hương dĩ vãng. Cảm giác an tĩnh chan hòa trong mỗi giấc mơ quê chỉ là hoang tưởng. Con sông bên lở bên bồi theo đời dâu biển khiến lúc muốn tìm bạn lứa để tắm lại dòng sông cũ thì nay người đã bị lấm bùn dưới bọc hoặc kẻ đang mắc cạn trên bờ. Huế chưa bao giờ là một chỗ để quay về, để sống lại, dù chỉ để an dưỡng. Nông nỗi Huế của Sơn gợi tưởng đến tình cảnh quê nhà, đất nước, vùng đất hẹn bên kia biển.

Buồn lắm mênh mông triền sóng bạc
như người cất rớ đứng cô đơn
bèo trôi ra biển rồi mất biệt
còn chút rong rêu bỏ lại nguồn.

Cứ thế. Huế quê nhà là cội nguồn ray rứt, là nỗi chung thân ám ảnh dị thường. Sao hình như cuộc qui cố hương nào cũng thường mang vị đắng của ki kịch hơn là một kết thúc hạnh phúc. Huế Buồn Chi và Huế mãi mãi chỉ là một cõi hoài tưởng, một mộng mị hành hương.

Trùng lai hẹn với thuyền hư ảnh
chiều ngó cơn mưa ngợp phố dài
buồn đi chết chậm hồn lưu trú
Huế của bây giờ thương nhớ ai?

NGUYỄN ƯỚC
Toronto. Canada

V Õ Đ Ì N H

ĐỌC THƠ MỘT NGÀY XUÂN LẠNH

Mùa xuân năm nay khác thường. Cuối tháng tư, đầu tháng năm dương lịch mà vẫn có những buổi sáng lạnh đến nỗi giá đêm còn phủ trắng cỏ cây. Rồi luôn ba, bốn hôm, gió mưa sấm sét liên miên. Từ xa, thật xa, hai tập thơ đến tay tôi thật đúng lúc.

Thơ Viết Giữa Đường , mới phát hành, của Hà Thúc Sinh, Nam Cali. Viễn Phố, đang còn là bản thảo, của Hoàng Xuân Sơn (HXS), Gia Nã Đại. Hai nguồn thơ, mỗi nguồn một vẻ. Hà có cái hào khí đặc dị. Cao ngạo, sắc bén và thu hút. Có những điểm gần với Cao Tần, tuy phảng phất đôi nét cổ điển. Hoàng cũng nhớ nước nhớ người, cũng đau sầu viễn xứ. Trong thơ Hoàng cũng có rượu, có say. Cũng có khi vỗ tay mà hát " ngửa mặt nhìn trời đất hề". . . Nhưng thơ Hoàng bộc lộ nhiều nhất ở chỗ, nói theo kiểu Huế : "da diết dễ sợ ". Thơ Hoàng trĩu nặng u uất, ràn rụa hư hao.

Tôi mới chỉ gặp HXS có một lần cách đây đã năm năm, nhớ mấy câu thơ mộc mạc hiền lành. Mới đọc chỉ thấy vậy. Nhâm nhi mãi, da diết tận xương tuỷ :

Huế buồn chi Huế không vui
Huế o ở lại Huế tui đoạn đành
O đau sương khói một mình
Tui đi ray rứt nội thành tái tê
. . . . [Huế Buồn Chi]

Sách của Hà Thúc Sinh đã ra đời, là đã thuộc về mọi người, lúc này hãy để dành cho bạn yêu thơ bốn phương. Chỉ xin có ngay đôi lời về những trang rời của HXS, sắp in thành sách.

* * *

Nhà thơ viết : " *. . . tôi làm thơ như tiếng nói của kẻ biếng lười . . . thơ chỉ là tâm sư . . . tôi chỉ là người ghi chép nỗi niềm . . .*

Huế o ở lại Huế tui đoạn đành . . .”

Tui đoạn đành với Huế, mà đã hết mô, tui cũng đành đoạn về cả miền đất hình chữ S bên kia Thái Bình Dương . . . Như Cao Tần 10 năm về trước (mười năm rồi ư?), như Hà Thúc Sinh gần đây hơn, và như một số bạn thơ khác, HXS tiếp nối những dòng thơ phiêu bạt gập ghềnh.

Đầu xuân lạnh tôi ngồi đọc thơ Hoàng, từng trang từng trang, “ thấy niềm đau đớn xót xa: niềm đau của mình, thấy nỗi đắng cay, đắng cay của mình, thấy chán nản mênh mông: của mình ... và trên chừng ấy nét tâm trạng của chính mình là một khí phách hào hùng, dù là cái hào hùng của người lâm vào mạt lộ “ (*)

Tập Viễn Phố mang bốn phần lớn. trải dài định mệnh và hoài vọng :

Phải rồi tôi đang nghe tiếng gào la dậy đường âm thanh man rợ thời khuyết sử

(...)
Chúng ta như bầy thú dưới chân tường máu
dấu nổi đóng ngay trán hằng ngày
cháy khét mùi chủ nghĩa
đàn bò hàm thiếc đeo gong
lầm lũi đi đêm trường vô định

(Vọng Từ Cõi Âm)

Nhà thơ cắt da xé thịt ra đi - như ngàn ngàn chúng ta, cách này hay cách khác, đã ra đi. Hành trình xa hút tạm chấm dứt, để chỉ thấy :

Tội bỏ quê hương tội làm mất nước
Nên vẫn đêm dài mắt trắng buồn lo

(Điều Ghi Nhận Ở Một Nơi Đến)

và :

Ngồi đây lạnh buổi phân kỳ
Vẫn hồn thiếp mộng hồi quy bến nào
Nghe buồn vỡ ngọc trầm châu
(...) (Định Lực)

Xa cách, lẻ loi, thương tiếc, uất hận, không phải là những hoàn cảnh và tâm trạng hiếm có. Cở Kim Đông Tây hễ có thơ là có những nỗi niềm ấy. Nhưng nếu tôi phải gán cho thơ Hoàng một chữ thì tôi sẽ nói đó là tiếng thơ cùng cực "cô đơn". Hoàng không nhớ thương nước mà ngông nghênh như Cao Tần. Không nuối tiếc mà kiêu kỳ như Hà Thúc Sinh.

Hoàng rã rời, tái tê, cô độc :

Tháng tám dầm mưa con đường úng thuỷ
người hỏi thăm người cây cỏ xác xơ
nơi ấy trui sâu công trường nắng đỏ
những đám dây leo mọc kín cơ đồ
sức người bốc hơi bụi bờ sông rạch
cùng tháng năm dài bến bãi buồn xo

Và :

buổi chiều em qua gió đồng than thở
xiêu vẹo cầu ao
đám cỏ rêu nằm ngoi ngóp nhớ
đêm điện tắt xóm não lời kinh
bóng tối đầm đìa thời em tuổi nhỏ

(Nơi Ấy Bây Giờ)

Tôi được cái hân hạnh cùng quê ở Thừa Thiên, Huế với thi sĩ họ Hoàng. Tôi không thể không mềm lòng khi đọc những câu thơ Hoàng viết trong đó có một xứ Huế mà thuở còn niên thiếu tôi đã tưởng như chỉ có Huy Cận mới vẽ lên được hình ảnh và màu sắc : Trên thành son nhạt chiều tê cúi đầu "... Huế của Hoàng có thể không "đẹp xưa" đến như thế, Nhưng Huế của Hoàng vẫn đẹp tàn tạ, não nùng!

Huế chừ cách mấy triệu o
Mưa qua cửa Thượng, chiều co bến Thừa (Huế Buồn Chi)
Về thăm phố của sông đồi
Chiều vô trong Nội khép rồi cửa Ngăn (Mộng Hương Khê)

Và :

Mùa đông xứ Huế chao ơi nhớ
Những đứa con đau thắt nỗi nhà
Hỡi ơi cố lý là quê cũ
Áo trắng qua cầu em có qua?

(Huế, Từ Phong Vũ)

Ấy vậy mà những câu thơ tương tợ, “ dễ thương dễ sợ” không vỗ về, xoá bỏ cái cảm giác cóng lạnh trong tôi khi đọc thơ Hoàng. Nỗi đau ấy tôi đã tìm thấy ở 12 thế kỷ trước, khi Đỗ Phủ, nhà cũng không còn để mà ly biệt (Vô Gia Biệt)

Người sống biệt tăm - kẻ chết thành bụi thành bùn
còn kẻ hèn này thua trận tìm về chốn cũ
đi lâu thấy ngõ trống
mặt trời gầy guộc khí trời thê thảm
chì thấy chồn cái xù lông dựng đứng
hú lên tiếng kêu giận dữ **

(tạm dịch nghĩa)

Thế giới đã mất của Đỗ Phủ tàn khốc và ghê rợn, có tính biểu tượng một cách quái đản. Kẻ hậu sinh tượng trưng hơn, lặng lẽ co rút hơn, Việt hơn : “Đám cỏ rêu nằm ngoi ngóp nhớ ” như một bầy cá lăn tăn mắc nạn. Thế mới biết có hận thù tàn ác, có tử biệt sinh ly : người làm thơ ngàn năm vẫn đau chung cùng với cái đau riêng. Nhìn mặt trời lớn lao mà thấy mặt trời gầy guộc, thấy cỏ rêu hèn mọn mà tưởng bị chà đạp đến mức không hít thở nổi khí trời !

Tuy nhiên, một nơi chốn thân thương mà phũ phàng như vậy, yêu dấu mà tuyệt vọng, chúng ta vẫn nhớ tiếc, vẫn gắn bó, vẫn ấp ủ trong lòng. HXS nói giùm tôi :

Cũng may ta còn giấc ngủ
Còn mơ được thấy quê nhà

. . .

Cũng may ta còn nặng nợ
Không quên đời gửi quê người
Một chút hoài mong còn đó
Để còn ấp ủ đày vơi

(Cũng May)

Thói đời cái “ mất” to lớn bao nhiêu thì cái “ còn “ trân quý chừng đó:

Ừ thì mộng con mộng cả
Cố nhen bằng được chút tình
Ví như đời hành tơi tả
Vẫn còn nguyên vẹn trái tim

(Trái Tim)

* * *

Tôi nghĩ mà cười buồn. Dưới tận San Diego nắng ấm bốn mùa, Hà Thúc Sinh than :

Nắng ấm phương Nam cũng chán dần
Biển xanh càng giục nỗi buồn lên

(Tâm Cảnh)

thì tuốt bên Montreal tuyết phủ 6 tháng 1 năm, HXS oán :

Cái lạnh thổi từ âm phong trắng
Khô khốc đêm dài cánh cửa tôi

(Phong Thổ)

Tôi ở lưng chừng núi đồi Tây Bắc Maryland, bốn mùa ít khi thất thường, ngoại trừ xuân năm nay. Tôi lại không làm thơ, ngoại trừ lai rai dăm bài thơ thẩn. Tôi chỉ nghiệm thấy trong lòng le lói một niềm vui ngậm ngùi : Tôi biết ơn những người hay làm thơ và làm thơ hay. Ấm cũng làm thơ, lạnh cũng làm thơ. Ngán biển xanh cũng làm thơ, mà ghê tuyết trắng cũng thành thơ. Nghĩa là bất cứ ở đâu, làm gì, quay quắt thế nào, loay hoay làm sao; họ vẫn cứ làm thơ. Nghĩa là họ vẫn cứ hoài hoài cười, hoài hoài khóc cho mình, cho người, cho đồng bào, cho đất nước. Bởi vì họ là những người Việt Nam, những người thơ Việt Nam. Những đứa con THƠ của quê hương.

VÕ ĐÌNH,

Mùa hoa cẩu mộc 1988

---

* Võ Phiến, giới thiệu thơ Cao Tần - Văn Nghệ 1987

** Đỗ Phủ (...)

Tồn giả vô tiêu tức
Tử giả vi trần mê
Tiện tử nhân trận bại
Quy lai tầm cựu hề
Cửu hành kiến không hạn
Nhật sầu khí thảm thê
Đản đối hồ dữ li
Thụ mao nộ ngã đề
(...)

Vô Gia Biệt

VĨNH HẢO
ĐỌC THƠ HOÀNG XUÂN SƠN

Thơ ông buồn vời vợi. Buồn từ trong buồn ra. Buồn từ ngoài buồn vào. Ở đâu cũng thấy buồn. Thảng hoặc có vài nơi ông đùa bỡn một chút, cũng vẫn thấy buồn thấm thía thế nào ấy--đùa cho người ta buồn rơi nước mắt.

Tác phẩm của ông, tôi chỉ có duy nhất tập Viễn Phố, xuất bản từ năm 1988, nên không rõ về sau, thơ ông có khác đi chăng? Câu hỏi có hơi thừa. Chắc chắn sẽ khác đi chứ. Mọi người đều khác đi. Nhưng đọc từ Viễn Phố, tôi có cảm tưởng là mọi thứ trong đời sống, trong tư duy của Hoàng Xuân Sơn đều sẽ khác đi, nhưng hồn thơ, tứ thơ của ông... vẫn buồn nỗi buồn lâm râm dai dẳng của xứ Huế. Buồn chẳng giết ai. Chỉ gặm nhấm cho mòn những mảnh hồn muôn đời thơ dại dưới cơn bão xoáy cuộc đời.

Thoảng Tan
Không có gì đâu em
Chiều nay như mọi bữa
Đêm, cái chết êm đềm
Vẫn nuôi ngày sống, thở

Một năm có mấy mùa
Thời gian đâu trẻ lại
Từng ngày qua ngày qua
Tuổi tên không còn nhớ.

Trúc xanh biệt mai vàng
Xui chi mùa gió chướng
Đau xót một cành lan
Hôn nỗi buồn cúc trắng
Từ trăng xưa mệnh yểu
Mồ khuất bóng giai nhân

Bên rào thưa giậu héo
Ngơ ngẩn hồn đông lân

Dấu bụi mờ thư án
Dòng mực cạn khô rồi
Thơ bứt nguồn lá thắm
Nhạt ý tình đôi mươi

Hàng dừa cau lả ngọn
Khóc vận nước ao tù
Cõi mưa chiều nắng sớm
Cũng hao mòn thiên thu

Không còn gì sao em
Ngọt ngào son phấn cũ
Cũng như làn hương đêm
Thoảng tan vào cơn gió.

Mùa Đông
Sáng nay trời đóng băng
Lòng cũng vừa đông đá
Trong đại kiếp hằng hằng
Bước chân còn xiêu ngã

Mùa đông mùa ẩn tự
Trên nóc tháp chuông rền
Bay đi lời sấm ngữ
Tới cõi huyền mông mênh

Người mặc áo dấu đen
Đi giữa trời thinh vắng
Mây ở cuối lâm tuyền
Đẫm sắc chiều vô lượng

Tin ở lòng bằng hữu
Đẹp bốn mùa hoa niên

Lâu ngày không thăm bạn
Như thiếu cả một miền

Có di hành được không?
Những sóng đời chia nhánh
Đã qua rồi phải không?
Những nguồn đời bất hạnh

Về giữa phố băng tan
Khuất một ngày đông chí
Chờ nhau ngọn nắng vàng
Hong mối sầu vạn kỷ.

Tẩy Trần
Bàng hoàng những trận mưa xuân
Đầu niên tắm gội vô ngần nước trong
Sợi nghiêng rượi mát cả lòng
Sợi lâu rửa sạch bụi hồng thâm căn
Cầu mưa ướt ngọn đầu trần
Ướt đẫm khô ải châu thân héo mòn
Mười năm cây cỏ lầm đường
Nhọc lòng đất đá hoài công đợi người
Mưa còn đọng nước trên tay
Tạ ơn vũ lộ một ngày đoái thân.

Quê Người
Nằm đây
xứ lạ quê người
nhìn ra một thuở
đất trời chửa quen!
mưa chi sáu tháng lạnh tràn
thâm chìm dưới áo tuyết dàn trắng mây
buồn trơ trụi mấy hàng cây
về đâu chiếc lá của ngày thu xưa?
Nằm đây
lọt mấy âm thừa

tiếng mưa chẳng ngọt
hiên nhà mái câm
nhìn xuyên thấu kính tâm thần
một cơn bệnh rũ
mộng nằm cố hương.

Quỳnh Hương Một Đóa Vùi Lau Lách

Chiều ba mươi Tết lạnh, về không
Nắng ở trên mây rụng cuối lòng
Nhà ai tiếng pháo mơ hồ vắng
Em từ âm vọng buổi tàn đông?

Cuối một năm hay cuối một đời
Cuối thời trai trẻ biết rong chơi
Từ đây nước đã khô thành cát
Hết một con sông mạch máu người

Bóng lạ gương soi buồn lặng thấm
Sầu che tóc rũ mắt không hồn
Nắng biệt bên trời mây chợt trắng
Lòng đêm cao tới mộng vô thường.

Hết một năm có gì rộn rã
Vậy sao lòng vẫn thấy dửng dưng
Mầu xanh dẫy chết trên cành lá
Tình ái ban sơ khép nửa chừng

Khói sóng chưa tan đường mịt gió
Chiều đi quanh một vẻ thờ ơ
Bóng đuổi tinh vân dài mấy phía
Đời khôn nguôi một phút ơ hờ

Rồi sẽ không tìm ra nữa đâu
Ngày xanh ôm mặt nhật qua cầu
Quỳnh hương một đóa vùi lau lách
Cồn xa cát lạnh biết nằm đau.

Cũng May

Cũng may ta còn giấc ngủ
Còn mơ thấy được quê nhà
Cũng may tay chân còn đủ
Còn lây lất sống phương xa
Trái tim đêm dài trăn trở
Còn mang nhịp đập ngày về
Chìm trong da vàng máu đỏ
Còn hai mắt giấu buồn lo
Nhìn ta bước đi ngày khó
Trông ta thấp thỏm đứng ngồi
Tám năm xa lìa quê cũ
Thấy gì trong bóng chiều rơi?
Tiếc thương mây đùn trắng xóa
Không mưa lòng cũng ngậm ngùi!

Cũng may ta còn nặng nợ
Không quên đời gửi quê người
Một chút hoài mong còn đó
Để còn ấp ủ đầy vơi.

Ngôn ngữ thơ của ông nhẹ tênh. Không sáo ngữ. Không cường điệu. Chữ dùng đơn giản. Thơ viết như nói. Tự nhiên. Nhẹ nhàng. Mà chở một nỗi gì "nặng" tựa hư không.

Bạch Thi

Trắng tinh lòng giấy
những lời thơ trinh nguyên
giữa bờ phúc-nạn
đêm hạ huyền rủ sương
tin trẻ lạc điệu
cây rừng đốt lửa thơ vô ngôn
cười điên mê bầy dã thú
cành nguyệt quế hương thầm
trăng lưỡi liềm quắc mắt

chứng-nhân-thời-phế-sử
mây xuống tóc trên đồi
đêm ơi chao nghiêng...
kỷ niệm đời núi đá xanh
viết Saigon nửa đoạn
những bài thơ trắng
chữ nghĩa thiên-di mùa bão biển
thời-gian bạo-tàn thổi lướt
ngọn tháp chuông rùng mình
chiếc mỏ neo ngoài khơi quăng quật
người-thủy-thủ-cuồng-ngâm-con-tàu-
gào-la-viễn-phố
bên kia ngày vô tận
một kẻ chết đứng trên đường
những tờ thư cuốn đi
tín-hiệu không lời buồn bã
Có những bài thơ trắng
như cõi lòng rỗng không.

Buồn đời. Buồn tình. Buồn cho người. Buồn cho mình. Buồn vì tất cả. Đôi khi gắng gượng ngoi lên bằng thiền tập, nội quán... mà nỗi buồn vẫn cứ bám lấy, bằng một hình thức khác. Nhưng ít nhất thì qua những cố gắng như vậy, người ta hiểu rằng, ông rất vững chãi. Ông ôm nỗi buồn như cái phao, trôi qua dòng sông cuộc đời biến loạn, phù ảo. Ông không oán ghét cái phao. Ông thủ thỉ nói chuyện, tâm tình với nỗi buồn của ông.

Dòng thơ buồn như vậy, không dìm ta xuống mà lại nâng ta lên. Nét riêng của thơ Hoàng Xuân Sơn, theo tôi, là ở chỗ đó.

Định Lực

Ngồi đây định lực hao mòn
Ra vào thấp thoáng tựa hồn quỷ ma
Ngồi đây lẩn bóng dương tà
Ngộ đêm tóc trắng mù sa tuổi đời
Qua đường lánh một niềm vui
Từng khung kỷ niệm buốt trời xưa đi
Ngồi đây lạnh buổi phân kỳ

Vẫn hồn thiếp mộng hồi qui bến nào
Nghe buồn vỡ ngọc trầm châu
Hoa vàng mấy thuở nhành trao lại người
Ngồi đây hẵng một môi cười
Cũng đành vấn lệ sầu nguôi một mình.

Thiên Sử
Lên đồi sương ướt cỏ vàng
Hồi chuông phá tịch vỡ ngàn thông xanh
Bỗng nhiên trời đất trao tình
Con chim ẩn sắc trên cành hư vô
Nhìn nhau khe suối hững hờ
Đêm qua vũ nguyệt dưới bờ trúc hiên
Về thôi một cõi ba miền
Môi đời đã nhạt mầu thiên sử buồn.
****

(viết thêm ngày 6/6/2002)

Tuần trước nhận được tập thơ của thi sĩ Hoàng Xuân Sơn gửi tặng. Thật vui. Tập thơ đẹp, mới toanh trên tay mình, nhưng nhìn lại năm xuất bản thì đã gần 10 năm trước. Té ra mình đọc thật ít, và đọc thật chậm. Thơ người đã có lâu rồi mà nay mới được đọc. Hí hửng lật ra đọc ngay.

Tựa thi phẩm này là Huế Buồn Chi. Nữa, lại buồn nữa rồi. Ông này cứ ưa lấy buồn ra mà giỡn, mà chọc người ta. Vậy mà người ta cứ thích đọc thơ buồn của ông. Đọc tựa đề đã thấy buồn trước rồi, nhưng đâu có ngán, cứ lật ra mà đọc. Cái buồn trong thơ ông... đọc nghe "đã" lắm. Chẳng làm ai sợ cả. Vậy thì, đọc tiếp vài bài lục bát thật tuyệt:

Gọi Vong
một mai cổ tháp lòng anh
đá sầu rêu thảm khóc thành thị em
từ trăng u uẩn xuống thềm
sông gầy kỹ nữ đêm đêm gọi về
gọi buồn am miếu sắt se
gọi vong liễu, hạnh đầu hè thảm thương.

Tỏ Tình
đã nghe trăng hú lần nào
một đêm nằm gối trời sao ngợp hồn
ô thân nhỏ bé như còn
mà chân sương lạc về non cao đầy
em như phiền muộn đông tây
mới đêm hôn nụ đã ngày phất phơ
đã nghe mưa hát bao giờ?
mưa thâm kim chín mưa mưa
tỏ tình.

Thuyền
Thuyền, cầm
ngọn nước thờ ơ
để cho rong tảo lên bờ ngủ hoang
buồn đi quải gió theo đàn
trường thiên thu thủy hồn tan nguyệt biểu
như tình còn chút lửa thiêu
nghe mùa cổ điển dậy triều sóng đưa.

Sương Trắng Đường Quê
Gối hờ lên cánh tay đêm
nhắm mắt còn thấy sao chìm dưới khe
ôm vai hồn mộng nói về
sương em chừ trắng đường quê mấy chiều.

Lượng Biển
Khi về lượng biển bao dung
lòng sông vợi sóng cho trùng hưng lên
em ơi gạch ngói vẫn bền
hàng mai chợ mốt nhà huyên tụ đoàn
xuân về trời mộng đoan trang
những hồn kim thạch nhắc hoàng cung xưa
hồn bông trái giục đơm mùa
cài cho em một nụ hờ nghiêng vai.

VĨNH HẢO

HUỲNH LIỄU NGẠN

HUẾ CÓ BUỒN CHI

(Tặng HXS)

lâu rồi một ngọn gió đưa
buồn qua bên đó trời mưa xuống nhiều
bên cầu em đứng cô liêu
trông như hoài vọng một chiều tơ vương

thuyền em ngã mạn sông hương
anh đi xa huế sầu thương cả đời
rồi mai dặm liễu lơi lơi
tiếng hò khoan có đầy vơi giữa rằm

lâm thâm mưa giọt phù trầm
vai nghiêng chèo nặng lũi lầm mà đi
huế ơi huế có buồn chi
chừ anh bỏ huế mà đi răng đành

nhớ mai về với hoàng thành
cho em vọng nguyệt kinh thành năm xưa.

(Văn Học số 96 tháng 4.1994)

BUỔI NỒM TRƯA. HUẾ. TÔI VÀ...

nhận được thư hoàng xuân sơn
trời cali dầm cơn nóng vào trưa
ngọn gió lào thổi xuyên về tả ngạn
sông hương thả cơn nồm rười rượi

vào đám cỏ lau
xanh lên nỗi nhớ nhà vào xế trưa

cali thẩm lại màu mắt
về cố quận
quê nhà - tôi - thơ - tiếng gọi bên
hàng phượng vỹ
ai - còn ai - đứng đợi con nước ròng
xuôi ra cửa biển

bơ vơ chiều tiếng lá xuyên qua mành
căn nhà trong thành nội
hương ngâu về - ừ - thoảng hương ngâu
trời ngấm lại một màu mưa vỡ
trên không
đám mây xám cứ ùn về một phía
hoang vu đời không vẹn giấc ngủ chiều
mộng mị hai giờ rưỡi
đuổi theo

bên góc phố đôi mắt vờn lên
cơn mộng cũ
cổ tích - cổ tích
hai giờ rưỡi
chiều.

HUỲNH LIỄU NGẠN
(Tạp chí Thơ số mùa Xuân 1995)

TRẦN VĂN TÍCH
Cổ duệ từ

Trong số đông đảo hoàng tử công chúa con vua Minh Mệnh có ít nhất ba người thiện dụng điền từ. Đó là Mai Am công chúa, Tương An quận vương và Tùng Thiện vương. Theo Trần Văn Giáp trong Tìm hiểu kho sách hán nôm thì Miên Thẩm có hẳn một tập từ gọi là Thương Sơn từ tập. Nhưng chúng ta không được nhà thư tịch học quá cố cung cấp dữ kiện cụ thể nào liên quan đến tác phẩm này. Trong khi đó thì những bản Thương Sơn thi tập, Thương Sơn ngoại tập hiện lưu giữ tại các thư viện miền Bắc đều không ghi nhận một tuyển tập từ nào của ông Hoàng Mười, có chăng thì chỉ là sự hiện hữu của một số bài từ trong Thương Sơn ngoại tập, chẳng hạn bài từ mừng sinh con trai, nếu chúng ta căn cứ vào công trình thống kê Di sản hán nôm Việt nam, Nhà Xuất bản Khoa học xã hội, Hànội, 1993, tập 3, trang 298, mục từ số 3671. Hai tác giả Ưng Trình và Bửu Dưỡng, hậu duệ trực tiếp của Tùng Thiện vương, khi biên khảo về thân thế và sự nghiệp của hoàng tử, cũng không nhắc đến tập từ nào do vương chấp bút. Tuy nhiên người Trung hoa đã có cơ hội sao chép và ấn loát một tập từ của Bạch Hào Tử tức Tùng Thiện vương Miên Thẩm. Đó là tập Cổ duệ từ.

Năm thứ tư niên hiệu Hàm Phong nhà Thanh tức năm Giáp Dần 1854, nước ta gửi một sứ bộ tuế cống sang Trung hoa. Một thành viên của sứ bộ có mang theo Thương Sơn thi sao và một tập từ, cả hai đều do Tùng Thiện vương Miên Thẩm sáng tác. Trên đường đi sứ bộ dừng lại tại Quảng Đông. Một viên chức Trung hoa tên Lương Tụy Xa được xem tập từ mang đầu đề Cổ duệ từ và đã chép tay lại. Sau vài chặng trung chuyển nữa, đến năm 1934, các cơ sở ấn loát Trung hoa in ghép Cổ duệ từ cùng chung với một số bài từ của các tác giả đồng văn Triều Tiên, Nhật Bản và đặt tên cho tổng tập là Vực ngoại từ tuyển, nghĩa là tuyển tập từ sáng tác ở ngoài cương giới Trung quốc. Năm 1981,

Nhà Xuất bản Thư mục Văn hiến Bắc Kinh tái bản Vực ngoại từ tuyển. Nhờ một người quen giúp đỡ, nhà nghiên cứu hán nôm Phan Văn Các (hiện ở trong nước) được cung cấp một bản sao phần Cổ duệ từ trong Vực ngoại từ tuyển rồi dựa vào tài liệu này để chế bản vi tính nhằm trình bày phần nguyên tác hán văn đoạn phiên âm, dịch nghĩa, chú thích, dịch thơ và dịch theo nguyên điệu [Bạch Hào Tử (Miên Thẩm) Cổ duệ từ (Khúc hát gõ mái chèo). Phan Văn Các sưu tầm, phiên dịch, chú thích, giới thiệu. Trung tâm Khoa học xã hội và nhân văn quốc gia. Viện nghiên cứu hán nôm. Hà nội. 1999. 164 trang]. Qua ông Phan Văn Các, tôi có dịp làm quen với Cổ duệ từ.

Bài viết hôm nay có nội dung tập trung vào việc tìm hiểu hình thức văn học các bài từ được ghi trong Cổ duệ từ. Phần nhận định về nội dung sáng tác sẽ được trình bày trong một bài khác.

Cổ duệ có nghĩa là gõ mái chèo. Tổ hợp từ ngữ này được ghi trong các từ điển hán-hán phổ thông như Từ nguyên, Từ hải cũng như các từ điển bách khoa như Hán ngữ đại từ điển, Trung văn đại từ điển. Xuất xứ của từ tổ là câu văn thuộc bài Ngư phủ trong Sở từ của Khuất Nguyên :

Ngư phủ hoản nhĩ nhi tiếu, cổ duệ nhi khứ.

Vương Dật chú : Cổ duệ : khấu thuyền huyền giả, diệc cụng vi hành thuyền chi xưng (cổ duệ tức là gõ mạn thuyền, cũng dùng chỉ việc khiến thuyền trôi đi). Chuyển sang Việt ngữ, Trần Trọng San dịch là : Lão chài mỉm cười, gõ vào mái chèo mà đi.(1)

F.S.Couvreur(2) dịch chữ duệ là rame de batelier và dịch câu Cổ duệ nhi khứ là Frappant l'eau de sa rame, il s'en va. Herbert A.Giles(3) dịch cổ là a drum, to drum và dịch duệ là a long oar, a sweep. David Hawkes(4) dịch câu của Khuất Nguyên sang Anh ngữ thành : The fisherman, with a faint smile, struck his paddle in the water and made off.

Từ hải, ấn bản 1999, quyển 1, A-G, trang 708, định nghĩa cổ duệ là khấu kích thuyền huyền (gõ đánh mạn thuyền). Từ nguyên, ấn bản 1983, quyển 4, trang 3592, giảng rằng cổ duệ là dao động thuyền tương (vung vẫy mái chèo). Theo Hán ngữ đại từ điển, quyển 12, trang 1390, thì cổ duệ có nghĩa hoa tương, vị phiếm chu (vung mái chèo, khiến thuyền trôi). Theo Trung văn đại từ điển, quyển 38, trang 17116, mục từ 49321-37, thì cổ duệ là khấu thuyền huyền giã, cổ tiếp giã (gõ mạn thuyền, vung mái chèo).

Ngoài Sở từ với Khuất Nguyên, thư tịch cổ đại Trung văn còn ghi nhận một số trường hợp khác tản văn và vận văn sử dụng từ tổ cổ duệ.

Tấn thư, Dữu Xiển truyện : Trung hưng nhị thập tam tải, dư thiểm thủ Hoành nam, cổ duệ tam giang, lộ thứ Ba Lăng, vọng Quân sơn (Trung hưng năm hai mươi ba, ta trộm giữ Hoành nam, chèo thuyền theo ba nhánh sông, dọc đường nghỉ tại Ba Lăng, nhìn về Quân sơn).

Thơ Đỗ Phủ, bài U nhân (Người ở ẩn) :
Hồng đào ẩn ngữ tiếu,
Cổ duệ Bồng lai trì.
(Trong sóng lũ cười nói,
Chèo thuyền nơi chốn Bồng lai)
Thơ Bạch Cư Dị, bài Đại thủy (Nước lớn) :
Độc hữu dung chu tử,
Cổ duệ sinh ý khí.
(Chỉ có người đưa đò,
Gõ chèo sinh thành ý)
Thơ Sầm Tham, bài Ngư phủ (Ông câu) :
Vu đầu điếu ti trường trượng dư,
Cổ duệ thừa lưu vô định cư.

(Đầu cần dây câu dài hơn trượng,
Gõ mái chèo theo dòng nước không chỗ ở nhất định)

Hai câu này được C.H.Wang dịch sang Anh ngữ :
The line at the end of the fishing pole
Is more than ten feet long.
He rows and rows, following where the river goes,
And he doesn’t have a permanent abode.(5)

Trong bộ trường thiên tiểu thuyết năm mươi hai hồi Hoa nguyệt ngân của Ngụy Tú Nhân đời Thanh, hồi thứ bốn mươi tám cũng có câu văn xuôi :

Lục binh túng mã, thủy sư cổ duệ.
(Lính bộ thả ngựa, lính thủy gõ chèo).

Như vậy, qua thư tịch cổ chữ hán, cổ duệ mô tả một hành động của người sinh sống hay di chuyển trên sông nước, thường là ngư phủ, nhưng cũng có khi là thủy binh.

Cổ duệ từ của Tùng Thiện vương Miên Thẩm qui tụ được mười bốn bài từ, điền theo mười ba điệu : Cán khê sa, Thanh bình lạc, Mô ngư nhi, Pháp khúc hiến tiên âm, Mại bi đường (tức Mô ngư nhi), Kim nhân bổng ngọc bàn, Sơ liêm đạm nguyệt, Tích ngân đăng, Dương châu mạn, Giải bội lệnh, Tây giang nguyệt, Lưỡng đồng tâm và Tiểu đào hồng.

Nếu so sánh với tập thể tương đối hiếm hoi những bài từ do từ gia Việt nam sáng tác còn truyền được đến chúng ta ngày nay thì Cổ duệ từ của Tùng Thiện vương có điểm đặc biệt là vận dụng một số điệu từ ít phổ biến : Pháp khúc hiến tiên âm, Kim nhân bổng ngọc bàn, Sơ liêm đạm nguyệt, Tích ngân đăng, Giải bội lệnh, Lưỡng đồng tâm, Tiểu đào hồng. Ngay các từ gia Trung hoa cũng ít khi sử dụng những điệu từ này, chúng không được các tập từ tuyển phổ thông ghi nhận. Về phần thư tịch Việt ngữ, Trần Trọng San, khi liệt kê "các điệu từ mà người các đời Đường, Tống thường làm" cũng không đan cử những điệu vừa kể(6).

Theo Từ tổng, những tác giả Trung hoa sau đây đã từng điền từ theo bảy điệu chúng ta đang bàn :

Đối với Pháp khúc hiến tiên âm có Chu Bang Ngạn, Khương Quì, Ngô Văn Anh, Trương Viêm và Lâu Thái.

Đối với Kim nhân bổng ngọc bàn có Tằng Địch, Cao Quán Quốc và La Chí Nhân.

Đối với Sơ liêm đạm nguyệt có Trương Tập.

Đối với Tích ngân đăng có Thẩm Tử Sơn.

Đối với Giải bội lệnh có Tưởng Tiệp.

Đối với Lưỡng đồng tâm không có tác giả nào.

Đối với Tiểu đào hồng có Trình Cai, Nghê Toản và Xà Quế Anh(7).

Tham khảo Từ phổ (8) chúng ta gặp một số tác giả quen thuộc hơn. Chẳng hạn điệu Tiểu đào hồng có Lý Bạch bên cạnh Thiệu Thúc Tề; điệu Lưỡng đồng tâm có Liễu Vĩnh, Án Kỷ Đạo, Đỗ An Thế.

Để trình bày thêm chi tiết về thi loại từ trong tập hợp sáng tác của Tùng Thiện vương, tôi xin đan cử bài từ sắp xếp ngay đầu tác phẩm.

Cảnh xuân vào một ngày thức giấc sớm được Mạnh Hạo Nhiên ghi lại trong một bài ngũ ngôn rất nổi tiếng :

Xuân miên bất giác hiểu,
Xứ xứ văn đề điểu.
Dạ lai phong vũ thanh,
Hoa lạc tri đa thiểu?

(Giấc ngủ đêm xuân không biết trời đã sáng,
Nơi nơi đều nghe chim hót vang.
Đêm qua rầm rập tiếng gió mưa,
Chẳng hay có bao nhiêu hoa đã rụng).

Vua Trần Nhân Tông cũng mô tả cảnh xuân vào cùng thời khắc vật lý và cùng thời gian tâm lý :

Thụy khởi khải song phi,
Bất tri xuân dĩ qui.
Nhất song bạch hồ điệp,
Phách phách sấn hoa phi.
(Ngủ dậy mở cánh cửa sổ,
Không ngờ mùa xuân đã về.
Một đôi bướm màu trắng,
Phần phật cánh bay đến hoa).

Cả hai bài, một của nhà thơ lớn đời Đường, một của vị hoàng đế triều Trần, đều mang đầu đề Xuân hiểu (Buổi sớm mùa xuân). Cổ duệ từ cũng mở đầu với bài Xuân hiểu :

Liệu tiếu đông phong hiểu mạc hàn,
Phi hoa hoà lộ trích lan can,
Hà tu bất quyển khiếp y đan.
Tiểu ẩm vi huân hoàn độc ngoạ,
Tầm thi vô kế thúc ngâm an,
Hoạ bình vi chẩm khán xuân san.

(Gió phương đông se lạnh, lạnh cả tấm màn ban mai,
Hoa bay cùng sương rơi giọt xuống lan can,
Rèm chẳng cuốn lên, sợ áo quá mỏng.
Nhắp chút hơi men ngà ngà, vẫn nằm yên một mình,
Không có cách gì tìm tứ thơ trên yên ngựa,
Lấy bức hoạ bình làm gối nhìn núi mùa xuân).

Hai bài Xuân hiểu trước là thi và là hai bài ngũ ngôn tuyệt cú. Chúng tuân thủ luật lệ thơ Đường về áp vận, niêm luật, bố cục v.v.. Bài Xuân hiểu của Tùng Thiện vương là một bài sáu câu bảy chữ và rõ ràng không phải là thi. Nó là từ. Từ theo những luật lệ khắt khe khác mà hoàng tử lúc sáng tác đã phải tuân thủ triệt để bởi hoạt động mỹ học vào trường hợp này là điền từ, tức là đặt lời cho một từ phổ mệnh danh là điệu Hoãn khê sa(9). Đó là một từ bài gồm bốn mươi hai chữ, bố trí thành hai bán khuyết thượng và hạ, mỗi bán khuyết có hai mươi mốt chữ, phân chia thành ba dòng. Những bài từ theo điệu Hoãn khê sa quen thuộc là của Án Thù, Tần Quan :

Án Thù Tần Quan
Nhất khúc tân từ tửu nhất bôi, Mạc mạc khinh hàn thướng tiểu lâu,
Khứ niên thiên khí cựu đình đài. Hiểu âm vô lại tự cùng thu.
Tịch dương tây hạ kỷ thời hồi. Đạm yên lưu thủy hoạ bình u.
Vô khả nại hà hoa lạc khứ, Tự tại phi hoa khinh tự mộng,
Tự tằng tương thức yến qui lai. Vô biên ty vũ tế như sầu.
Tiểu viên hương kính độc bồi hồi. Bảo liêm nhàn quải tiểu

ngân câu.

Tôi không ghi phần dịch nghĩa vì mục đích trích dẫn văn liệu là nhằm so sánh hình thức. Qua so sánh, chúng ta thấy vị hoàng tử từ gia đã rất tôn trọng từ luật, từ phổ, từ bố cục chia đoạn đến ngắt câu gieo vần. Tất cả các bài khác trong Cổ duệ từ cũng đều triệt để tuân theo luật thép của thể từ. Ngoài ra cách lựa chọn chữ cũng tử công phu vì điền từ đòi hỏi khả năng nhạc lý và bản lĩnh thẩm âm, do đó Tùng Thiện vương phải phối hợp thanh điệu của chữ dùng với thanh điệu của nốt nhạc. Cổ duệ từ vô hình trung gián tiếp xác nhận tính chính xác của hai tự hiệu Trọng Uyên và Thận Minh của từ gia Nguyễn Phúc Miên Thẩm. Hơn nữa, khi trả lời câu hỏi của vua Tự Đức về sự khác biệt giữa thi và nhạc, vương từng đáp rằng trong câu thơ câu ca đều phải dùng chữ cho đúng với nhạc âm.

Bàn về mối giao lưu văn học giữa Việt nam và Trung hoa những thế kỷ trước, Lê Quí Đôn viết trong Toàn Việt thi lục lệ ngôn rằng Nam bắc giảng hiếu, dĩ thi từ tương tặng đáp, việc giao hảo giữa nam và bắc thường dùng thi và từ để tặng đáp. Động từ tặng áp dụng vào trường hợp Cổ duệ từ rất sát nghĩa và hợp nghĩa.Qua việc tặng một văn bản thành quả trí tuệ của Bạch Hào Tử tức Tùng Thiện vương Miên Thẩm cho một nhà ngoại giao Trung hoa và nhờ tính chu đáo của người nhận đã tạo cơ hội cho công trình ấn loát tiến hành đến nơi đến chốn; ngày nay chúng ta có cơ may thưởng ngoạn một từ tập tuy rằng có phẩm khiêm tốn về tầm vóc nhưng lại quan trọng về thể tài.

Bản thân tôi chỉ tiếc là chắc chẳng thể nào tìm được nguyên bản chính thức của Cổ duệ từ ;ngay cả văn bản in lại trong Vực ngoại từ tuyển do Nhà Xuất bản Thư mục Văn hiến Bắc Kinh phổ biến, tôi cũng chưa có dưới tay. Tài liệu duy nhất tôi thu thập được là do ông Phan Văn Các cung cấp qua văn bản do ông sử dụng máy vi tính để trình bày.

TRẦN VĂN TÍCH
Westpreussenstr. 3, 09.12.2005

(1) Trần Trọng San.- Văn học Trung quốc đời Chu Tần. Bắc Đẩu xuất bản lần thứ nhất. Sài gòn. 1969. Xuân Thu in lại ở quốc ngoại. 1989. tr. 94-95.

(2) F.S.Couvreur S.J.- Dictionnaire classique de la langue chinoise. Kuang Chi Press. 1966. p. 447.

(3) Herbert A.Giles.- A Chinese-English Dictionary. Second Edition. Ch'eng-wen Publishing Co. Taipei. Taiwan. 1978. p. 691. p. 781.

(4) David Hawkes.- The Songs of the South. p. 207. (Vì mới dọn nhà nên tôi chưa tìm lại được tài liệu tham khảo này và chỉ có thể ghi theo phiếu lược ký).

(5) Wu-chi Liu and Irving Yucheng Lo.- Sunflower Splendor. Three Thousand Years of Chinese Poetry. Anchor Books. Garden City, New York. 1975. p. 144.

(6) Trần Trọng San.- Đường Tống từ tuyển. Bắc Đẩu xuất bản. Ontario. 1995. tr. 13.

(7) Từ tổng. (Thanh) Chu Di Tôn chú. Hạ. Thượng hải Cổ tịch xuất bản xã. 1978. Tác phẩm sách dẫn. Tr. 25, tr. 24, tr. 17, tr. 15, tr. 51 và tr. 4. Chu Di Tôn cũng từng sáng tác một bài từ theo điệu Giải bội lệnh lấy nhan để Tự đề từ tập nhằm tự đề tựa tập từ của chính bản thân.

(8) Vương Dịch Thanh. Từ phổ. Đệ tứ sách. Cứ Thanh Khang Hy ngũ thập tứ niên (1715). Nội phủ khắc bản ảnh ấn. Trung quốc thư cục. Bắc kinh. 1979. tr. 1a-1b và 5a-5b, 6a-6b.

(9) Hoãn khê sa cũng có khi gọi là Cán khê sa.

TRẦN VĂN TÍCH

NAM GIAO
LỜI TÂM SỰ MUỘN MÀNG.

(Thân gởi bạn hiền Nhạc Sĩ Cao Mặc Niệm đã ra đi
và yên nghỉ vĩnh viễn nơi cõi vĩnh hằng vào ngày 18/6/2024
thành phố Anaheim/CA. Hưởng thọ 78 tuổi.)

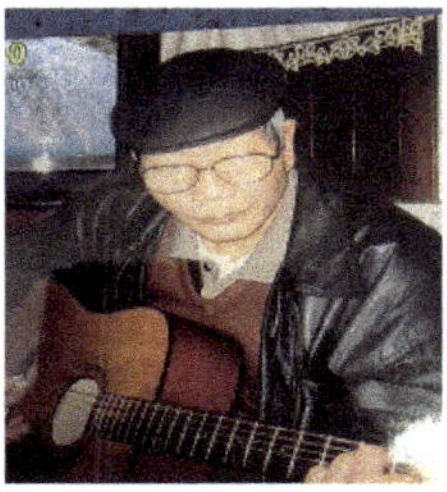

Nhạc Sĩ Cao Mặc Niệm

Những sợi nắng hồng Tháng Hạ
của thung lũng Arizona nóng rát thịt da tôi
khi những mảng trời kỷ niệm
vút về như cơn bão giông chưa bao giờ
ngừng nghỉ.

Tôi hứng những đau xót từ những thanh âm vụn vỡ
với những nốt nhạc trĩu nặng ưu buồn
từ bạn thân tôi - Nhạc sĩ Cao Mặc Niệm.

Bạn đã nằm xuống trong cơn bệnh hiểm nghèo
sau vài tháng chịu đựng đớn đau.- im lặng
Nước mắt tôi cũng vỡ oà theo từng thanh âm cảm xúc đó
mà bạn tôi đã có một thời cùng tôi -
đi chung quãng đường đời xuôi ngược -
từ tuổi thơ cho đến ngày này tóc đã bạc màu -
da nhăn - vẫn mỉm cười hiền hòa như
những tảng mây trắng trên vòm trời cao vút - xa kia

Nụ cười hiền hòa đã làm đẹp thêm cho cuộc sống
hôm qua - hôm nay và cho cả mai sau - khi cả hai chúng tôi
cùng song hành bên nhau -cùng gởi những nụ hoa tươi
cho người đời bằng chính những dòng nhạc êm đềm - sâu
lắng và từng lời thơ lãng mạn nhẹ nhàng - như con sóng
nhẹ nhàng vỗ vào những bến bờ xa lắc trong vũng màu
sẫm tối của hoàng hôn vừa tắt nắng.

Bạn thân ạ. Làm sao ta có thể quên đi?
Làm sao ta có thể không nhớ đến những ký ức này
đã nuôi ước vọng của chúng ta lớn lên
từ khoảng trời xa cách - từ thời gian không bao giờ
ngừng nghỉ đi qua dòng đời xuôi ngược -
Thuở nào chung nhau mài đũn quần áo học trò
nơi mái Trường Trung Học Tây Ninh
từ lớp Đệ Thất cho đến lớp Đệ Nhị - rồi xa nhau

Thời cuộc chiến chinh khói lửa, thân trai xem cái chết
nhẹ tựa lông hồng, bạn cùng tôi thành những chiến sĩ can
trường giữ gìn Tổ Quốc trong màu áo chiến QLVNCH.
Bạn - SQ/Chiến Tranh Chính Trị và tôi - SQ/Pháo Binh
Đời lính chiến xa nhau - những vẫn gần nhau trong lời
thăm hỏi. Cho đến khi tan đàn - rã nghé vào Tháng Tư
đen - cùng vào trại tù Cải Tạo hơn 6 năm không gặp lại.

Vậy mà trái đất vẫn tròn - không lệch méo - hai chúng ta
lại trùng phùng nơi đất khách - quê người.- cùng nhau
mừng mừng - tủi tủi. Một chặng thời gian kéo co dài đăng
đẳng từ Tháng Tư đen đến năm 1995.
Thật không ngờ cho lần tái ngộ này. Rượu bia nào
say khước - nước mắt nào chảy ra cho
tình Huynh Đệ Chi Binh trong lần gặp lại??
Tình bạn thân đẹp biết dường nào
Bây giờ - trái đất như vỡ ra khi đọc tin bạn
đã nằm yên nghỉ vĩnh viễn nơi cõi vĩnh hằng?

Trời cao có thấu? Đất rộng bao la có gói gắm được hình hài bạn thân của tôi?? Tình nghĩa nặng oằn trong hồn tôi -trong trái tim già nua của tôi khi gọi tên bạn ***Cao Mặc Niệm-*** *Người Nhạc Sĩ tài hoa đã từng phổ thơ tôi nhiều nhất - đã từng hát cùng tôi - đã từng cười sảng khoái bên tôi trong những thanh âm của dòng thơ - nhạc trữ tình.*

Ai đó có cùng tâm sự như tôi hôm nay và cảm thông được những ray rứt - dằn xé trong tôi, khi đang nhắc nhớ về một người bạn thân - rất thân thiết trong đời sống tạm dung này?

Những sợi nắng hồng của Tháng Hạ về đây /mang theo những mảng nắng nóng như thiêu đốt thịt da, nhưng không thể sánh bằng những cảm xúc trong trái tim tôi đang cháy bỏng.

Thôi nhé bạn hiền Cao Mặc Niệm. Bạn hãy ngủ yên nhé. Lời chân tình trong cảm xúc hôm nay của tôi là một nén hương lòng thân gởi đến bạn - để nhớ - để thương - và để không thể nào quên những tháng ngày xưa cũ của hai chúng mình.
Và sẽ chẳng bao giờ nhạt phai trong ký ức của nhau...

NAM GIAO.

LÊ NGUYỄN.
THUYỀN NHÂN.

Tiếng gào tan
theo sóng biển Đông

Đôi mắt kinh khiếp đến vô cùng
Của đứa con, người chồng, bà Mẹ
Cao thiêng có thấu nỗi đời không?

Sông xưa
núi cũ xa mờ
Thuyền nương sóng dữ
    tấp bờ tự do

Trái tim hoài vọng ngọn cờ
Hồn thiêng sông núi
    dật dờ biển Đông

Lặng sóng nước - dậy sóng lòng
Vẫy tay
    hẹn buổi tao phùng - quê ơi!

Mai tàu quay nẻo xa khơi
Biển ơi,
  di hận một thời thê lương
Trầm luân biển gợi tang thương
Sóng gào cứ ngỡ

    mười phương không lời
Tim lòng se thắt - đời ơi
Hồn em, bóng Mẹ
        ru hời biển khuya...

NHỮNG ĐÓA TÌNH BẤT TỬ!

Nhờ lông chim dẫn đường
Theo chân nhau cùng chết!
Tình vẹn tròn thủy chung?

Đường cùng bên sông Hát
Vẹn nghĩa Nước, tình Chồng!
Hương ngàn năm thơm ngát?

Đoạn đầu đài hiến thân
Đôi ta nhìn sông núi...
Không thành công - thành nhân?

Tử vi thành chiến bại
Bấm súng nổ mang tai!
Tình nhà xin gửi lại?

LÊ NGUYỄN.

NGUYỄN VĂN SÂM

Ngó xuống

(Cho hương hồn Tô Thùy Yên)

Hóa không bay vút miền miên viễn,
Xác trần tháo cởi, hạnh vô biên.
Đọa đày mạt kiếp giờ quên lửng,
Nhẹ tênh bụi rắc rũ oan khiên.

Mừng rơn thanh thoát cơ man đấy,
Bỗng chợt động tâm: khóe mắt đầy.
Giọt nước người xưa ươn ướt đọng,
Rừng xanh đất đỏ lấp khôn khuây.

Nửa vừng thế kỷ theo thơ thẩn,
Hổ thẹn cùng ai, tím mặt dầy.
Thoáng nhìn ngôi rẽ: thương vô tận,
Khó dứt lòng thăng, như tỉnh say.

Bao nhiêu oan trái nơi trần thế,
Xin tạ cùng người lỗi bận nầy.
Bạn bè thương tiếc tình xưa, kể,
Đoạn đứt dây trần ta bỏ, bay.

Ngàn năm trăm kiếp nan tương hội,
Gặp gỡ kỳ nay huyền diệu rồi.
Trần ảo lưỡng phân, đen với trắng,
Kẻ ở người đi đành vậy thôi.

Hồn theo hương khói bâng khâng lướt,
Dạo ngõ nhân gian mấy phút đời.
Triệu người nuốt nghẹn lời oan khuất,
Muôn kẻ xót xa nhà cửa trôi.

Dân dại nuốt chìm hờn tủi nhục,
Bọn hề hất mặt giữa vênh vang.
Đất nước máu xương lần teo tóp,
Văn hóa vô tâm lớp sóng tàn.

Đồng ruộng Cửu Long chìm ngập mặn,
Núi rừng Việt Bắc 'lạ' tràn lan.
Vô-thân, vô-hóa sao rơi lệ!
Còn chút vi-sinh của kiếp nầy,

Biến hình lén trở nơi trần thế,
Nối tiếp tình xưa luyến nước mây.
'Ta Về' thế-hóa thêm lần nữa,
Làm kiếp thi nhân, cũng chẳng thừa!

NGUYỄN VĂN SÂM
(Westminster, đêm khuya
05-31-19 tư gia một bạn)

NGUYỄN VĂN SÂM

Thoát đã phiêu bồng

Tưởng nhớ Nguyễn Mạnh Trinh (lìa đời đầu tháng 9 năm 2021)

Rồi người bạn ấy đã phiêu bồng,
Văn đàn xơ xác lại trống không,
Ngẩn ngơ bè bạn từng bù khú,
Mỗi sáng đầu tuần chắc nhớ mong.

Người thơ có lúc 'thơ như nước.'
Chữ nghĩa ''bài nào nghe cũng mượt.'
Chợt bỏ ý thơ qua điểm sách,
Văn Mỹ gốc Việt 'nếu thấy được.'

Tản Mạn Văn Học chục năm dư,
Tuần nào cũng có chuyện từ từ.
Vốn dĩ tim anh trái tim mạnh.
Trinh nguyên văn nghệ chẳng riêng tư.

Thôi nhé an nhiên về nẻo lạ,
Bụi mù gió cuốn dặm đường xa
Bạn đi vẫn nhớ thời hạnh ngộ
Duyên ở trần gian bỗng phôi pha.

NGUYỄN VĂN SÂM
Sept 10 2021

'Thơ như nước': Một lần nào đó nhà văn Mai Thảo nói với NVS.
'Bài nào nghe cũng mượt': NVS trả lời Mai Thảo.
'Nếu thấy được': *Chữ Nguyễn Mạnh Trinh một lần tâm sự.*

May ra đứng gần

Em đành đóng xập
cửa lòng,
Đày ta giữa chốn mênh mông
biển người.
Em đành rủ áo
nghỉ chơi,
Bỏ ta thiên kỷ lòng rươi rượi
buồn.
Trời quang
hồn ngỡ mưa tuôn,
Cười vui thiên hạ
tưởng tuồng tang ma.
Thời thôi chấp nhận
ta bà,
Mấy trăm kiếp nữa
may ra
đứng gần.

NGUYỄN VĂN SÂM (Đạt Giã)
Saigon, 3 Nov. 1978

QUYÊN DI

NGƯỜI NỮ DIỆU KỲ

Truyền thuyết Ấn có câu chuyện kể
Trời tạo thành người nữ diệu kỳ
Cuộc sáng tạo thật không phải dễ
Khi kho trời trống chẳng còn chi.
Trời bèn chọn một phương cách khác
Gom những gì Ngài đã tạo ra
Lấy tinh hoa làm thành người nữ
Rồi mặc cho gấm vóc lụa là.
Trời lấy một làn mây xanh biếc
Biến ra thành mái tóc mỹ nhân.
Hai vì sao lung linh sáng nhất
Biến thành đôi mắt đẹp tuyệt trần.
Trời biến hai cánh hồng mịn thắm
Thành đôi môi mọng đỏ cao sang.

Trời lấy vẻ thẳng băng đôi cánh
phượng hoàng bay thành sống mũi nàng.
Trời lấy dáng thon mềm uốn lượn
của rắn hoang thành vóc dáng xinh.
(Kể từ đó nàng luôn quyến rũ
Nhưng khôn ngoan, nàng cũng đầy mình!)
Trời biến sự bao la huyền bí
vũ trụ này thành một trái tim
Đặt vào trong ngực người phụ nữ
Khiến đàn ông muôn thuở kiếm tìm.
Và người nữ vô cùng hoàn hảo
Là hiện thân tất cả tinh hoa
Nhưng nàng cũng vô cùng huyền ảo
Đàn ông tìm hiểu mãi không ra.

QUYÊN DI

HUỲNH VIẾT TƯ

Cún Cưng

Từ thuở hồng hoang...

Khi Ngọc hoàng nhìn danh sách "Ngũ linh" của Hội đồng cơ mật nhà trời dâng lên. Đứng đầu danh sách là "CC", rồi mới đến long, lân, quy, phượng. Ngài vặn hỏi quần thần: Nhờ "Tứ khoái" trần gian đang sống thanh bình, vui tươi và hạnh phúc như rứa, mà các ngươi liệt "CC" vào danh sách nầy, chỉ để chiêm bái và thờ cúng thì có mà loạn, ai giải quyết cho nổi?". Sau một hồi tranh luận kịch liệt và đi đến thống nhất. Ngọc Hoàng gạch cái rẹt "CC" ra khỏi danh sách, chỉ còn lại "Tứ linh" như ngày hôm nay. Kể từ đó, "CC" được coi là vật quý "bất ly thân" của đàn ông. Đàn bà phấn đấu cả đời, để được chạm vào "linh vật" mới được coi là làm tròn thiên chức, thỏa ước nguyện làm người.

Nhưng cũng từ đó, các bà, thay vì coi đó là vật sở hữu chung, khi chiếm nó được rồi, lại biến nó thành của riêng! He he... Thế là chiến tranh xảy ra, từ nữ hoàng đến người bình dân. Khi nổi cơn tam bành thì các bà "Coi trời bằng vung". Tan cửa nát nhà là chuyện nhỏ, bởi khi quá điên tiết, có bà còn sẵn sàng cầm dao tùng xẻo con vật mà mình đã từng yêu quý hết mình, với lời biện hộ " thương cho roi, cho vọt...", có khi còn thiêu sống cả người chăn nuôi nó cho hạ cơn bốc hỏa. Đúng là: "Việc gì cũng nhỏ, chỉ có "CC"... là chuyện lớn"!

Than ôi! Thương thay cho đám đàn ông, cứ vênh váo, kênh kiệu cho mình là phái mạnh, chèn ép phụ nữ. Kỳ thực, quý bà đã khéo léo tra tấn một cách mềm mại như nhung. Các ông ra sức còng lưng phục dịch mà chẳng hay. Lại còn ngu xuẩn đến mức tôn vinh và tạ ơn ầm ầm... Ít có bà nào học được cái văn hóa ứng xử của thi sĩ Hồ Xuân Hương: " Quân tử có thương thì đóng cọc..." hay thành thực như thi sĩ Xuân Quỳnh Phụ - người phụ nữ đã từng chia ngọt xẻ bùi, đồng hành cùng Lưu Quang Vũ qua bao năm tháng khốn khó; dịu dàng và kiên nghị, thanh cao và thuần khiết như đóa quỳnh ngát hương, cũng từng thốt lên: "Thú thực là chúng tôi cũng không sống được/ Nếu không có các anh, thế giới chỉ đàn bà." (Tuyển thơ Xuân Quỳnh - 1986).

Ngay cả đại thi hào Nguyễn Du, người danh chính ngôn thuận đã sống đời sống vợ chồng với năm người đàn bà mà vẫn lầm! Qua Truyện Kiều, một kiệt tác của nền văn học cổ Việt Nam, nhiều câu thơ Kiều đọng lại trong tâm hồn nhân gian bao ám ảnh: "Đau đớn thay phận đàn bà,/ Lời rằng bạc mệnh cũng là lời chung..."

Sự thật, Nàng Kiều hay Kim Trọng ai hạnh phúc hay đau khổ, ai sung sướng hơn ai... trong cái nhìn thời hiện đại? Khi các đại gia, cả đời lầm lủi kiếm tiền, bỏ bao của cải, sức lực, mua biệt thự, sắm ô tô xịn, tiền bạc, kim cương, hột xoàn đầy,… mà "CC" không cứng thì cũng "bỏ của chạy lấy người!", không thì cũng bị cắm sừng, các bà tìm "CC" khỏe mạnh để thỏa chí bình sinh... Nhiều chị em đã thì thầm với nhau:Trên đời này, phụ nữ đều "thủ kem"!

Nói đi rồi cũng phải nghĩ lại, chúng ta phải dành những tình cảm yêu thương và cám ơn những người phụ nữ, bởi văn hào M. Gorki đã nói về phụ nữ: *"Bạn là người vợ, người mẹ tương lai. Thiên nhiên và xã hội trao cho bạn đức tính lớn lao: là sự kết hợp giữa tình yêu và nghiêm khắc, dịu dàng và kiên nghị"*.

HUỲNH VIẾT TƯ

VIÊN DUNG
DẤU HÔN ĐẦU

Yêu níu kéo, tình khua nỗi niềm
trốn tay mẹ chở, lớn tình riêng
yêu vừa nếm, niệm day dưa sầu
đâu biết ngày cặm mối tình sâu

với anh, đội ánh trăng qua cầu
xuất thần, yêu anh quá đi thôi
dưng lòng: yêu là cho, bất hối
bóng gió thì thầm: tình cáp đôi

bóng tình vừa cúi ghé môi hôn
chút mật đọng lên ngôi giữa hồn
ràng buộc đâu đây vừa chạy trốn
nhịp tim bối rối níu thần hồn

bẽn lẽn em bừng đỏ, ngơ khôn
tay sờ môi mọng luống dại khờ
luyến ái thăng hoa từ muôn thuở
vía chưa kịp về, tưởng như mơ

anh còn đứng đó vướng cơn mơ
dáo dác nhìn quanh, em ngờ ngợ
chừng ai thấy nụ hôn đầu chớ ?
mẹ có biết không...em ngẩn ngơ

gập ghềnh thế sự đổ mộng hờ
chim thành phố tan đàn, vỡ tổ
trôi giạt cuộc tình, vạn sóng xô
nụ hôn khắc khoải chốn xô bồ

phải chi đừng ác mộng cơ đồ
tim yêu đừng ngục tù bóng cũ
xa nhau đừng bóng đổ tương tư
nụ hôn đầu đâu khắc yêu từ

VIÊN DUNG
27022024

NGUYỄN ĐÌNH TỪ LAM

Đêm Trăng Thạch Bích

Đêm nay trăng Thạch Bích đẹp vô thường
Trăng dạo đồi trăng, trăng tắm suối trăng
Trăng nhỏ giọt trên lối mòn xóm vắng
Đâu đây tiếng nguyệt cầm réo rắt

Vàng vàng rơi chao đảo mấy tầng mây
Ta cùng em nhỏ bước chốn vàng trăng
Kìa thuyền trăng, ai đậu bên kia sông, bờ vắng
Nhìn đi em! Trên trời ngân hà một dải

Ráng pha, mây lát, nắng thiên đường rung
Này em ơi! Ta mau lên vội lên
Chàng thiên sứ cùng nàng trăng đã xuống
Họ cắm sào neo thuyền đứng đợi

Gió hư hao đưa sóng nhẹ vỗ bờ
Bước xuống đi em,
con thuyền nghiêng nghiêng đón
Mau lên em! Tiên nữ một đoàn

Xiêm áo lồng lộng, vàng son sóng sánh
Vội lên em! Mau ngoảnh mặt, cao tay
Chào giã biệt một thuở đi về - Bụi trần lấm áo

Hương Trăng

Một cõi tình trăng nhuộm không gian
Hồn trăng đầy ắp suối mơ vàng
Ai đi qua nẻo đường vắng lặng
Rơi tiếng nguyệt cầm mộng vỡ tan

Sương xuống ngàn hoa, sương hàng hàng
Thuyền trăng khoan nhặt, bến sang ngang
Em ơi! Chờ đấy đêm mộng ảo
Anh đến kịp đây! Vuốt tóc nàng

Thuyền còn nằm đợi, gió mênh mang
Xiêm áo em bay bóng trăng vàng
Bên kia hoa sớm bừng hương đấy!
Chờ đợi ta vào bước thênh thang.

NGUYỄN ĐÌNH TỪ LAM

NGƯỜI SÔNG HẬU
XIN ĐỂ CHO NGÀY ẤY LỤI TÀN

Hãy để ngày ấy lụi tàn*
Khi màu da chủng tộc không làm nên thứ bậc
Khi sự ruồng bỏ miệt khinh
Luôn ăn sâu vào máu thịt
Số phận mỗi con người đứng trước giá treo cổ

Tương lai chỉ còn là bức tường xám
Tôi tin từ trong đống tro tàn
Phượng hoàng lửa cất cánh bay lên
Mặt trời hiện lên từ dãy núi xa kia
Tỏa ánh bình minh rực rỡ.

Hãy để ngày ấy lụi tàn
Chiến tranh phải đâu trò hề bẩn thỉu
Dành cho những kẻ tiếm quyền tạo hóa
Kẻ thắng cuộc hả hê nhìn ngắm

Những thân thể không lành lặn vì đạn bom
Hãy đặt lòng nhân ái lên trên thù hận
Hỡi những tên tội đồ chiến tranh
Chết trong sự thống khổ của tâm hồn mình.

Hãy để ngày ấy lụi tàn
Bất công của sự giàu nghèo luôn báo trước
Bao dục vọng cũng bắt đầu từ đó
Bạn có tin không

Lời nói từ những câu nhân nghĩa dối trá
Cơ hội không dành cho người kém may mắn
Nhưng không làm họ đánh mất niềm tin
Hy vọng luôn ở phía trước
Trên con đường ta sẽ đi qua.

Hãy để ngày ấy lụi tàn
Tình yêu không thể bắt đầu
Bằng những toan tính thiệt thua từ hai phía
Hạnh phúc như mầm xanh được vun trồng

Từ luống cày màu mỡ bao dung
Nếu tước bỏ tình yêu
Trái đất chúng ta đang sống
Chỉ còn là hoang mạc.

NGƯỜI SÔNG HẬU

**Hãy để ngày ấy lụi tàn: tựa quyển tiểu thuyết của nhà văn Nam Phi Gerald Gordon/Viết về nạn phân biệt chủng tộc.*

LÊ HỮU MINH TOÁN
TÌNH THƠ

Đọc thơ tìm người
Người đẹp như mơ
Nên ta yêu người
Như đã yêu thơ
Người vừa cho ta
Một trời Thu Tím
Tình gầy thiết tha
Hồn đau mấy bận

Khuya nghe tiếng buồn
Rơi trong im vắng
Chợt nghe tiếng chuông
Lao xao đồng vọng
Bên kia đầu dây
Ngọt ngào tím Huế
Người từ chân mây
Trắng ngần lụa mỏng

Ta bơi giữa dòng
Houston- Dallas
Trăn trở qua phone
Mỏi mòn cánh vạc
Tim ta mệt nhoài
Tình thơ Mây Trắng
Vệt nắng mau phai
Tình ơi! Hụt hẫng ….

@ LÊ HỮU MINH TOÁN

(Một ngày Đại hội PHƯỢNG VỸ Houston xưa)
17:29/-strong/-heart:>:o:-((:-h

MỘC NHÂN
TRONG NGÔI NHÀ

Tôi thức dậy lúc tinh mơ
buổi sáng tháng Tám yên tĩnh
mắt tôi bơi dưới mí còn khép hờ
ngoi lên tìm kiếm một vệt sáng qua khe cửa

Điều gì đang xảy ra trong im lặng
tấm rèm treo trên thanh gỗ đã oằn
gió khẽ, cánh cửa phát ra tiếng động
vài chiếc lá trôi vào hiên lăn tròn như đùa

Tôi ra khỏi gian phòng - đi quanh nhà
như vị khách rảo chân trong bảo tàng:
mọi thứ vẫn như hôm qua, tháng trước, năm ngoái
gian phòng này lưu giữ người vợ ngủ nướng
gian khác bày biện đứa con dậy muộn
bên tường là kệ sách, vài nhạc cụ
những lọ hoa, bàn ghế, cuốn sổ…

Tôi không chắc mình sẽ làm gì hôm nay
trong khuôn viên bảo tàng gia đình
mọi thứ dẫu không mới nhưng không quá cũ
không xê dịch, không đông cứng
không phô diễn, không bí ẩn
không ổn định, không biến động
mỗi thực thể có vẻ như báu vật - cùng hiện hữu

Trên bầu trời, những cụm mây lăn lóc
chúng như những chiếc gối rách
bông gòn tả tơi khắp bầu trời
hay như những tấm chăn chưa xếp lại
tạm nhét vào xó núi

Có ai ngắm những đám mây này cùng tôi không
liệu chúng có đè lên mặt đất
như chiếc gối chèn lên mặt người
và buổi sớm lại trở nên nghẹt thở

Dẫu sao tôi đang có tâm trạng tốt
rót cho mình một cốc nước ấm
rồi ngắm cánh chuồn chuồn chập chờn
như kẻ chạy trốn một vuông ảnh
như kẻ ly hương khát khao một cố xứ
cuối chân trời là một đường mờ

Tôi nheo mắt
những cái gai hoa hồng đâm vào khoảng không
trong buổi sáng tháng Tám
ngôi nhà bảo tàng của tôi lại lưu giữ thêm
những ký ức mới.

MỘC NHÂN

LÊ VĂN HIẾU
BÊN VUÔNG TRỜI NHỎ

Tôi con cá bơi lòng vòng trong hồ nước đọng
Tôi buông gì ư
Tôi bỏ gì ư
Tôi tìm hơi thở sống

Tôi lòng vòng như thể cuộc đời này đã lòng vòng
Tròn hay vuông làm sao tôi biết
Con cá biển khơi có như tôi không
Con cá ngược sông có như tôi không

Tôi con cá lòng hồ
Bên vuông trời nhỏ
Có đôi mắt tròn vừa đủ nghía sao trời
Có đôi môi vừa đủ hớp vài ngụm thở

Lắm lúc ướm mình – búng đuôi
Những tưởng đã vượt vũ môn hóa rồng –
Trong khi tôi mãi bơi lòng vòng vẽ nên những con số
không thật ảo …

LÊ VĂN HIẾU

LÊ VĂN HIẾU
VỆT RÊU CHIỀU

Vác cần ra sông câu cá
Khi nghe tin bạn tôi vừa tắt thở
Tôi câu sợi tơ của một linh hồn
Bạn tôi đã ra đồng ra bãi

Con cá trở về nguồn
Tôi ngồi câu một ngày
Tôi ngồi câu một tháng
Tôi câu bóng bạn bóng tôi

Tôi câu tiếng nước chảy buồn
Chỗ bạn tôi nằm đã trỗ hoa đã xanh cỏ
Chỗ tôi ngồi đã vẹt mòn đã bạc lá
Đàn cá đi qua vừa quen vừa lạ

Thời gian đi qua vừa non vừa cỗi
Tôi ngồi câu cái vệt rêu
Cái dấu lặn đã chiều

LÊ VĂN HIẾU

HỨA HIẾU
Có Không

Có buổi sáng
tưởng bài thơ là điếu thuốc
tôi đã châm lửa
đốt nó phỏng cả đời
sống

Có hừng đông
ngỡ là hoàng hôn
tôi vội treo trăng lên
nguyệt cầm đã chết
theo nước xanh *

Tại sao
ráng chiều cứ treo lửng
ở thềm hoang
Nắng cứ bắt bóng
chân trời xa tít
Với tay bắt bóng đời
rất gần một xa xôi

Mưa mênh mang
Ý nghĩ nhỏ từng giọt
Ngụm cà phê mơ hồ ngã tư đất nước
tôi mơ hồ một quán tính
rất khói sương

Có lúc nào
chuyện trò cùng đầu gối
mới biết rằng đã mỏi vó chùng chân
Đường đi ngày càng xa
chắc vẫn còn mưa nắng
lẫn bão giông

Có ngụm ký ức
cứ tưởng đã lên men
hớp từng khuya đêm thao thức
Rượu đời thật lạ
chẳng chút nào hơi hám thân quen.

Hứa Hiếu
* lời nhạc Cung Tiến

HỨA HIẾU
Tôi Mỗi Ngày

Tôi mỗi sáng
ngồi theo hướng mặt trời mọc
và mỗi khuya
nằm dưới chỗ trăng lên

Mỗi ngày tôi
đi mất biệt từng sợi tóc
và hít thở từng hơi sương
của nhớ, quên

Ngo ngoe sống
bằng dăm cọng râu ý thức

Miệt mài bò
bởi lắm bàn chân lưu vong
trong kiếp nạn
không chính tay mình tạo, dựng

Tôi sinh tồn
bằng một loại ký ức
co, quanh
*
Tôi mỗi ngày
quanh quẩn ngõ hành hương
và mỗi đêm mớ mị
câu trả lời

Mỗi kiếp tôi
co quanh ở ngõ cụt
và, mỗi đời câu hỏi
cứ quanh co

Co quanh
Quanh co.

HỨA HIẾU

VŨ UYÊN GIANG
TÀ ÁO KIÊU SA

Gió khẽ mơn man trên khóm hoa
Làm tung tà áo mỏng kiêu sa
Lộ ra một mảng eo thon trắng
Chết giấc bao chàng mới thấy qua

Từng bước chân em rộn rã vui
Cỏ hoa cùng hớn hở đua cười
Một trời thơ mộng như bừng nở
Mặt đã hồng lên nét rất tươi

Phố quận chiều nay em bước qua
Có dăm hạt bụi vướng chân ngà
Tóc bay phơ phất theo làn gió
Vạt áo mùa xuân vui thướt tha

Gió khẽ mơ hồ theo gót chân
Lả lơi hoa bướm lạc gian trần
Xin làm hạt bụi theo em mãi
Một kiếp phù sinh đến thật gần

Tà áo kiêu sa theo gió bay
Ta không hề uống vẫn như say
Men tình chất ngất từ ôm ấy
Rộn rã lòng như có rượu cay

VŨ UYÊN GIANG
San Francisco ...

VẠN LỘC
QUÊ HƯƠNG VÀ DÒNG SÔNG

Ơi những con chim chở chiều
Chở mưa nắng, chở thương yêu về nguồn
Hồn tôi móng nước trên sông
Cơn gió quẩn trốt giữa đồng ban trưa
Chiều chạng vạng vang chuông chùa
U minh vọng tiếng xửa xưa vọng về
Rớt lòng ai câu hò quê
Dài theo con nước lê thê nẫu buồn
Mẹ cha giờ đã mênh mông
Đã mây, đã nước, đã không không rồi
Tôi về thăm gió lưng đồi
Mới hay gió cũng mồ côi như mình
Chiều quê con nước lặng thinh
Mà lòng tôi sóng lênh loang vỗ hoài
Nghìn trùng nhắc với ban mai
Hồn quê cố thổ trăng cài ngàn năm

VẠN LỘC

QUẢNG XUÂN
ĐÊM GIAO THỪA (Đêm trừ tịch)

Đêm giao thừa mở cửa đón xuân vào
Đèn tỏa sáng nàng lung linh đẹp lạ
Miệng em cười nở… nở đóa hoa xinh
Trầm hương tỏa câu kinh vang tiếng nhạc
Điệu ru hồn mơn trớn của nàng xuân (thơ)
Sống yêu thương vào mộng của giấc mơ
Mơ nhân thế…mong đời đừng đau khổ
Ôm tình yêu… rộng mở …vút lên cao
Khắp không gian bỗng say đắm ngọt ngào…
Mớm môi ấm …cho nàng xuân…chắp cánh….

QUẢNG XUÂN

NGUYỄN AN BÌNH
THÁNG TÁM MÙA TRÔI THEO TÓC NHỚ

Mấy ngón tay em đan mùa vào tóc
Tôi ngập ngừng khẽ hỏi có vui không
Ngày quá bình yên. Sao – chim không hót
Lại thả nhánh sầu – theo sóng long đong.

Miền tóc nhớ một thời reo nhịp guốc
Tôi giữ riêng mình suốt chặng đường mưa
Đàn sẻ nhỏ nép mình che gió tạt
Tháng tám về ngang tàn phượng rất xưa.

Ai nhớ thương ai khúc sông bồi lở
Người khắc vào tim phiến đá bạc màu
Người khắc vào tim một đời sống khác
Ngả rẽ nào nơi hai đứa chia nhau?

Đường trần gian gập ghềnh đầy bất trắc
Ngực trầm hương xưa tôi tựa gối nằm
Bài hát cũ vắt ngang miền ký ức
Mùa trôi mùa tóc úa lạnh trăm năm.

NGUYỄN AN BÌNH

HÀ HUY HOÀNG
DƯỚI ÁNH SAO TRỜI

Có một lần anh và em lỡ say rồi ôm nhau nằm ngủ
dưới ánh sao trời
Thảm cỏ xanh êm như chiếc nôi ngày xưa mẹ ru ta ngủ
Anh lấy cánh tay nâng đầu để em làm gối
Và, cánh tay còn lại ve vuốt vỗ về cho em giấc ngủ đằm sâu
Giọng anh ơi à xót xa mà ngọt lịm
Quá nửa khuya sương đêm nghe chừng lành lạnh
Màn sương như chiếc mùng bọc lấy hai kẻ đang yêu
Từng giọt trăng tí tách rơi trong đêm tịch mịch
Anh lấy câu thơ hôi hổi làm chăn ủ ấm cho bé bỏng của
anh
Chúng mình đã yêu trong đắm say và nước mắt
Hai đứa cùng sinh vào mùa thu nên giàu có nỗi buồn
Biết bao lần ta khát khao nên chồng nên vợ
Nhưng đâu có dễ dàng gì cho hai đứa, phải không em?
Khuya nay anh lại mơ được ôm em và ngủ
Dưới ánh sao trời, lênh láng trăng thu
Màn sương như chiếc mùng trắng thơm thơm mùi sữa
Anh lại lấy câu thơ làm chăn đắp cho yêu thương, bé bỏng
Giọng anh ơi à xót xa và ngọt lịm
Cánh tay anh vẫn làm gối và vỗ về cho em giấc ngủ đằm
sâu ,,,
Bầu trời xanh mắt em nâu
Câu thơ thức đến bạc đầu, em ơi!

HÀ HUY HOÀNG

HỒ XOA

NHỮNG KIỂU TỪ BI

Đôi khi chúng ta thương xót cho những người còn sống
Một kiểu từ bi chưa định nghĩa
Những nỗi đau truyền nhiễm tự bao giờ

Thế giới vốn thờ lạy những linh hồn
Nghe những phát ngôn từ một cơ thể khác
Những căn phòng đầy khói nhang...

Nhiều chúng ta mẫn cảm thần thông
Thấy những trần truồng bên trong quần áo
Biết nói dối như dùng thần chú

Thi sĩ lần chữ nghĩa như lần tràng hạt
Mặc cả ưu phiền với cõi vô ưu
Đi về những cách xa hàng triệu năm ánh sáng

Thế giới đầy rẫy những cửa hàng mua bán
Vũ khí và các kiểu từ bi
Cuộc sống soạn bày giáo trình cái chết

Cõi tâm thức mọc đầy gai góc
Và những dấu chân cô đơn
Như những Adam không có xương sườn

Trên sân khấu hàng tỉ người gào, hát
Những vũ điệu triền miên chưa từng kết thúc
Từ bi nào cho bài thơ nhớ nhau

HỒ XOA

TÔN NỮ MỸ HẠNH
CHẬP CHỜN LAU TRẮNG...

Tôi đi qua mùa lau trắng
Trắng bạt ngàn triền đồi đầy gió heo may
Ngày ngủ đông chưa bật mầm hạt cỏ
Sương chùng chình giấu sợi thương sợi nhớ
Ký ức tinh khôi trôi dạt tự phương nào
Thả rong giữa miền đại hoang đầy nắng bụi
Giữa miền bão giông của tháng tận năm cùng
Phất phơ ngọn một ngày đông lạnh giá.

Lặng lẽ bên triền sông
Vạt lau trắng dịu dàng trổ mùa hoa năm cũ
Đợi người về làm cuộc viễn du
Chuyến hành trình xa ngái
Xóa dấu lạc đà lạc trong cơn bão cát
Ký ức hoài niệm một ốc đảo xanh
Khát khao mùa tình trong đêm ly biệt.

Cũng chỉ là bóng mây tan
Người đâu thấy mùa lau trắng qua đời nhau như thế
Tiếng hát chìm sâu giữa trùng trùng dâu bể
Nơi ghềnh cao đá dựng
Làm sao trở về tìm giấc mơ cổ tích
Rong chơi trên vùng đồi ngày xưa
Cùng tôi chơi trò cút bắt
Chỉ còn lại một mình
Vu vơ một mùa lau trắng trong tay

TÔN NỮ MỸ HẠNH

ĐIỆP NGUYỄN
Ghi ở ĐÀ LẠT

Có nỗi nhớ theo em về Đà Lạt
Như mùa thu ai gởi đó quanh năm
Tình yêu rất gần
Và rất xa xăm...
Như bia mộ trên đồi thông
Buồn muôn thuở ...

Đêm và ngày gặp nhau trên màn sương
Hồ Xuân Hương lạnh lùng tê tái
Như ai treo mùa đông trên cổng trời Greenhill
Vì đâu thông reo ngàn trùng...
Và em tan vào khói sương lãng đãng...

Có nỗi theo em về trên tóc
Từng mùa lá rơi bên kia cuộc đời
không còn con đò nào nữa
Đi hay về
Cũng một bóng lênh đênh ...

ĐIỆP NGUYỄN

HUỲNH MINH TÂM
ẤM TRÀ, LY NƯỚC VÀ NHỮNG BẬC HIỀN TRIẾT

một ngày mệt mỏi bởi những bậc hiền triết
ngồi tán gẫu lắm chuyện tầm phào
những cái ly nhảy múa
nước sóng sánh

những bậc hiền triết nghĩ về thế giới
với bao lỗi lầm, mánh khóe, trơ trẽn
lâu lâu nhấp một tí nước trà
đôi khi đắng cuống họng

ấm trà trong tĩnh lặng
ngẫm về đời người ngắn ngủi
những tiếng nói bật ra từ chiếc lưỡi
như dài hơn sự thật

những bậc hiền triết mơ về thế giới tốt đẹp
tán gẫu, bàn luận về những trò nhố nhăng trên sàn diễn
lâu lâu nhấp một tí nước trà
nghe bảo thời mạt pháp chẳng biết đến bao giờ

những cái ly nhảy múa
nước sóng sánh
rồi người dọn bàn đã làm công việc của họ
sạch sẽ
hư không

HUỲNH MINH TÂM

HUỲNH MINH TÂM
BÀI THƠ CUỐI MÙA THU

có thể con sông ấy vẫn chảy
nhưng anh không còn nghe thấy nữa
mùa thu này hoa cúc vàng hơn

những đám mây tĩnh lặng
trên vầng trán bầu trời
có thể con sông ấy vẫn chảy
những bờ nước dặt dìu người phơi áo

những búp chuối lớn dần như khoảnh khoắc
vết thương ai cứa đã lành rồi
ánh trăng nhuộm màu lá mới
gió thổi chừng có hương

đêm đêm anh ra sau vườn
múc vài giọt sương trong trẻo
đợi những ngôi sao vào giấc

ôi anh nhớ thạch thảo
dường đã tím phương nào

HUỲNH MINH TÂM

Nguyễn Phan Quang & Ngã Phương Huyền

MỖI KỲ VỚI CA KHÚC MỚI SÁNG TÁC

Thư Tòa soạn

Quí thân hữu và độc giả thân mến...

Đã bao lần có sự đề nghị về việc mở ra một tiết mục quan trọng có liên quan đến lãnh vực văn hóa, nghệ thuật nói chung … đó là: "*Mỗi Kỳ Với Ca Khúc Mới Sáng Tác*" … Nhưng BBT/VHM nhận thấy rằng việc đó mang tính "nhạy cảm", là dễ gây ra những ngộ nhận, không khéo sẽ đưa đến những "mất lòng" nhau một cách khó biện giải trong nội hay ngoại giới!!. Vì thế, chúng tôi đã khép lại những đề nghị như đã nêu trên…

Nhưng lại một lần nữa được mở ra với những đề nghị cũ… do từ một cơ duyên rất "may mắn" là từ những dây mơ rễ má của tình thâm thân hữu, dẫn đến một niềm vui và hạnh phúc khôn tả, đó là được: Nhạc sĩ Từ Công Phụng phổ bài thơ: "Người Muôn Thuở" của tôi thành nhạc, với tên mới "*Gửi Người Muôn Thuở*" (Bài thơ này của tôi nằm ở trang 156-157 trong tập thơ "*Anh Biết, Em Yêu Dấu*" được Nhà sách Tự Lực xuất bản & phát hành năm 2001…

Từ những yếu tố *"kích hoạt"* như kể trên, chúng tôi quyết định thực hiện ngay "*Mỗi Kỳ Với Ca Khúc Mới Sáng Tác*" " bao gồm đăng một, hai sheet nhạc và những bài viết về âm nhạc mang tính nghiên cứu, thảo luận, kể cả những tản mạn đóng góp vào loại hình nghệ thuật dùng âm thanh để diễn đạt, mang nặng tính quần chúng đám đông hơn cả này !! Tiểu mục do **Ngã Phương Huyền phụ trách** ...

Thưa quí thân hữu ...

Thật lòng mà nói rằng, mọi thứ trên đời đều không vượt thuyết tương đối … Việc tương tác thuần tính công tâm, bình đẳng cũng chỉ vững vàng được trong chủ quan đầy niềm tự tin, mới mong mạnh bước với những diễn tiến tốt đẹp, mang niềm vui và hạnh phúc đến với mọi người…

** Bắt đầu kỳ này Ngã Phương Huyền có kèm theo "song lyrics" tức là lời của mỗi bài nhạc, để quí bạn đọc tìm hiểu ca từ dễ dàng hơn ..***Trân trọng.**

* Kỳ thứ **MƯỜI** khởi đăng 2 sheet nhac ĐỂ TƯỞNG NHỚ Nhạc sĩ Cao Mặc

1/ Hồn Đá_Thơ Nam Giao _Nhạc Cao Mặc Niệm

2/ Sài Gòn Và Nỗi Nhớ_Thơ Nam Giao_Nhạc Cao mặc Niệm

HỒN ĐÁ

thơ NAM GIAO
nhạc CAO MẶC NIỆM

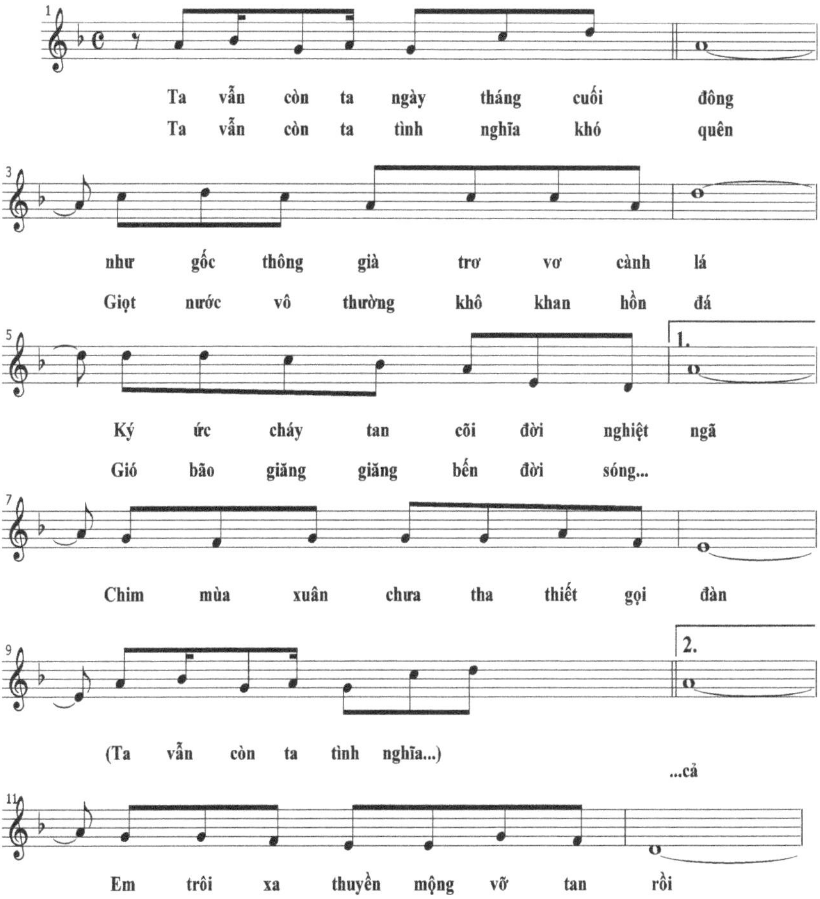

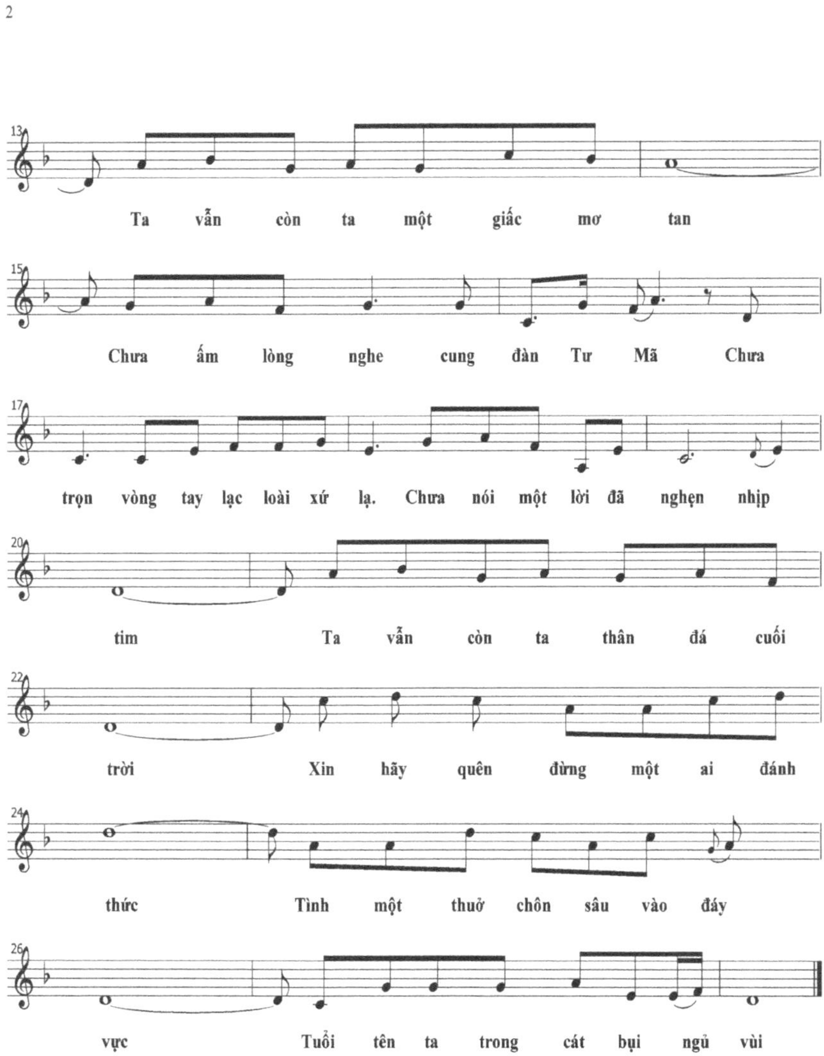
2
Ta vẫn còn ta một giấc mơ tan
Chưa ấm lòng nghe cung đàn Tư Mã Chưa
trọn vòng tay lạc loài xứ lạ. Chưa nói một lời đã nghẹn nhịp
tim Ta vẫn còn ta thân đá cuối
trời Xin hãy quên đừng một ai đánh
thức Tình một thuở chôn sâu vào đáy
vực Tuổi tên ta trong cát bụi ngủ vùi

Sài Gòn Và Nỗi Nhớ

Thơ Nam Giao
Nhạc Cao Mặc Niệm

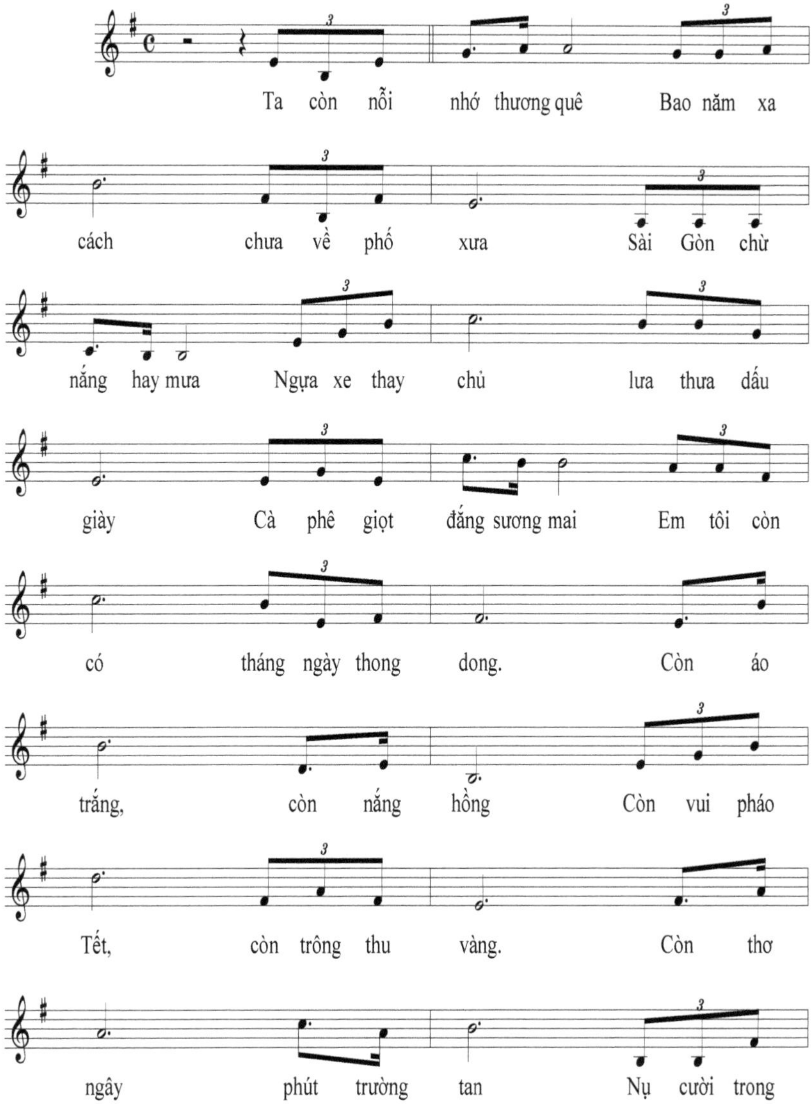

Sài Gòn Và Nỗi Nhớ trang 2

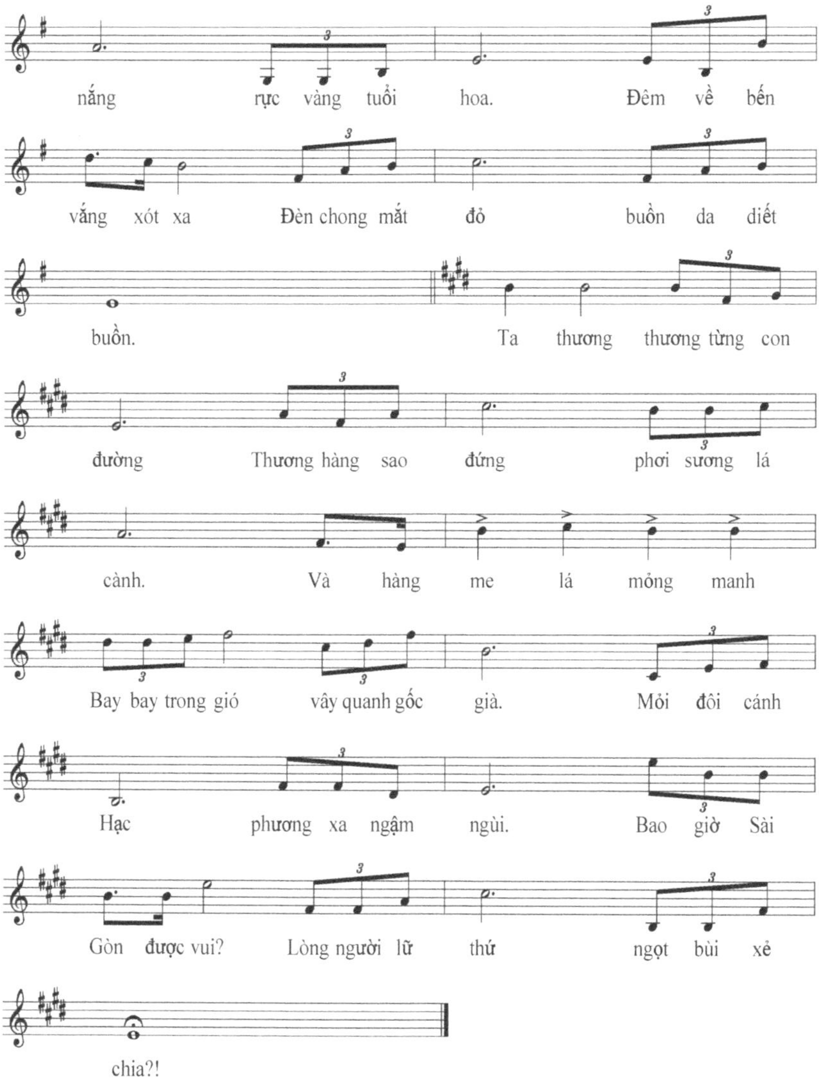

Feb. 05-2000

NHẬT KÝ VĂN HỌC

tạp chí văn học mới

Thông Báo Từ Tạp Chí Văn Học Mới

Kính gửi quý tác giả, độc giả trong và ngoài nước,

Chúng tôi rất hân hạnh thông báo rằng từ số này, **Ngã Phương Huyền** sẽ chính thức phụ trách **Trang Nhật Ký Văn Học.** Đây là một bước tiến quan trọng nhằm ghi nhận và lưu giữ những sinh hoạt văn học phong phú của Việt Nam và thế giới, mang đến cho độc giả một cái nhìn toàn diện về các hoạt động, sự kiện và tác phẩm văn học nổi bật.

Giới Thiệu Sự Phát Triển Hay Bước Tiến Mạnh Hơn Của Tạp Chí Văn Học Mới

Trong nỗ lực không ngừng để phát triển và thăng hoa hơn nữa, ***Tạp chí Văn Học Mới xin trân trọng thông báo về một thay đổi quan trọng trong lịch phát hành.*** **Từ hôm nay, tạp chí sẽ được phát hành hàng tháng, tức là 12 số mỗi năm.** Đây là ***một bước ngoặt so với trước đây***, khi tạp chí chỉ ra mắt hai tháng một số.

Trân trọng kính mời Cộng Tác

Để bảo đảm nội dung tạp chí luôn phong phú và đa dạng, chúng tôi *rất mong nhận được sự cộng tác tích cực và hăng hái hơn nữa từ quý tác giả.* Sự tham gia của quý vị là yếu tố quan trọng giúp chúng tôi có thể phát hành kịp thời và đáp ứng nhu cầu của độc giả.

Quý tác giả có thể gửi bài viết, tác phẩm văn học, bài phê bình, và các sáng tác khác về tòa soạn theo địa chỉ Email:

vanhocmoi4@gmail.com
ntlthu@1016@gmail.com
hanguyendu@gmail.com
tạp chivanhocmoi.tho@gmail.com

Kỳ Vọng và Gieo Niềm Tin

Chúng tôi kỳ vọng trong tính chất đúng đắn gieo niềm tin sẽ tiếp tục nỗ lực *mang đến những nội dung chất lượng, những tác phẩm xuất sắc và những bài viết phân tích sâu sắc về các xu hướng văn học*. Sự đóng góp của quý tác giả sẽ là động lực to lớn giúp chúng tôi hoàn thành sứ mệnh này.

Xin chân thành cảm ơn và mong nhận được sự hỗ trợ, cộng tác của tất cả quý vị.

Trân trọng,
Tạp Chí Văn Học Mới

Ngã Phương Huyền

Thông Tin Liên Hệ:
Email: hanguyendu@gmail.com
tạpchivanhocmoi.tho@gmail.com

Để tránh thư không thất lạc, nên dùng 2 hộp thư này:

vanhocmoi4@gmail.com
ntlthu@1016@gmail.com

Địa chỉ tòa soạn:
10291 Arundel, Ave
Westminster, CA 92683 - USA

Lưu ý:

Hạn chót gửi bài cho số tiếp theo là ngày **1 tháng 10 đến 15 tháng 10**. ***(Mỗi số chỉ nhận bài từ tuần lễ đầu đến tuần lễ thứ 2***... Sau đó nếu ai gửi trễ sẽ tính cho số sau. Xin quý vị vui lòng gửi bài viết đúng thời hạn để chúng tôi kịp thời xử lý và biên tập.

Chúng tôi rất mong nhận được sự ủng hộ và cộng tác từ quý tác giả và độc giả.

Trân trọng,
BBT Tạp Chí Văn Học Mới

NHẬT KÝ VĂN HỌC
tạp chí văn học mới

NGÃ PHƯƠNG HUYỀN

Nhà văn Nhật Bản Haruki Murakami và giải Nobel

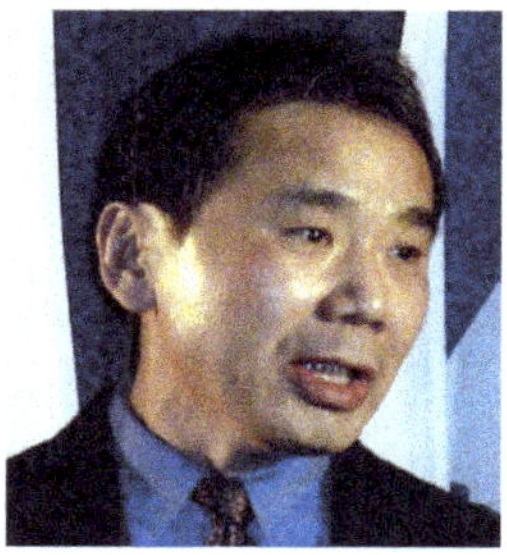

Nhà văn Nhật Bản Haruki Murakami ***đã được trao Giải Nobel Văn học năm 2024***...

Giải thưởng này công nhận những tác phẩm văn chương sáng tạo và phong phú của ông, bao gồm các tiểu thuyết, truyện ngắn và tiểu luận đã gây ảnh hưởng sâu rộng trên toàn cầu. Murakami nổi tiếng với lối viết đặc biệt kết hợp giữa hiện thực và huyền ảo, cùng với khả năng khám phá những khía cạnh sâu thẳm của tâm lý con người và xã hội hiện đại.

Những tác phẩm nổi tiếng của Haruki Murakami như "Kafka bên bờ biển", "Rừng Na Uy", và "1Q84" đã tạo nên dấu ấn mạnh mẽ trong lòng độc giả và giới phê bình văn học. Các tác phẩm của ông thường đề cập đến những chủ đề như sự cô đơn, sự tìm kiếm bản thân, và những mối quan hệ phức tạp giữa con người.

Giải Nobel Văn học năm 2024 được trao cho Murakami nhằm tôn vinh sự đóng góp to lớn của ông vào nền văn chương thế giới, qua đó khuyến khích sự phát triển và sự sáng tạo không ngừng trong lĩnh vực này (NobelPrize.org) (NobelPrize.org).

Để biết thêm chi tiết về các tác phẩm và sự nghiệp của Haruki Murakami, bạn có thể tham khảo trang chính thức của Giải Nobel tại đây (NobelPrize.org).

Haruki Murakami là một trong những nhà văn nổi tiếng nhất của Nhật Bản, được biết đến với phong cách viết độc đáo và sáng tạo. Sinh ngày 12 tháng 1 năm 1949 tại Kyoto, Nhật Bản, Murakami đã tạo dựng một sự nghiệp văn chương rực rỡ với những tác phẩm gây tiếng vang trên toàn thế giới.

Phong Cách Viết

Murakami nổi bật với *phong cách kết hợp giữa hiện thực và huyền* ảo, thường được gọi là "hiện thực huyền ảo" (magical realism). Các tác phẩm của ông thường khám phá những chủ đề sâu sắc như cô đơn, sự tìm kiếm bản thân, và những mối quan hệ phức tạp giữa con người. Ông cũng thường sử dụng các yếu tố âm nhạc, đặc biệt là nhạc jazz và rock, như một phần của cốt truyện và xây dựng nhân vật.

Tác Phẩm Nổi Bật

"Rừng Na Uy" (Norwegian Wood): Tiểu thuyết này đã mang lại danh tiếng quốc tế cho Murakami. Câu chuyện tập trung vào tình yêu và mất mát trong cuộc sống của một sinh viên đại học ở Tokyo.

"Kafka bên bờ biển" (Kafka on the Shore): Đây là một tác phẩm điển hình của Murakami với sự kết hợp giữa hiện thực và siêu thực, kể về cuộc hành trình tìm kiếm bản thân của một cậu bé tên Kafka.

"1Q84": Một bộ ba tiểu thuyết kết hợp giữa tình yêu, bí ẩn và khoa học viễn tưởng, được đánh giá cao bởi sự phức tạp và sáng tạo.

Sự Nghiệp và Ảnh Hưởng

Murakami bắt đầu viết văn vào cuối những năm 1970.

Trước đó, ông từng quản lý một quán bar nhạc jazz tại Tokyo. Tác phẩm đầu tay của ông, "Hear the Wind Sing", đã giành được giải thưởng Gunzo và khởi đầu cho sự nghiệp viết lách của ông. Murakami đã giành được nhiều giải thưởng văn học quan trọng, bao gồm cả Giải Franz Kafka và Giải Jerusalem.

Ảnh Hưởng Văn Hóa

Tác phẩm của Murakami không chỉ nổi tiếng ở Nhật Bản mà còn được dịch ra nhiều ngôn ngữ và được độc giả trên toàn thế giới đón nhận nồng nhiệt. Ông được coi là một trong những nhà văn có ảnh hưởng lớn nhất trong văn học đương đại. Sự kết hợp giữa văn hóa phương Tây và truyền thống Nhật Bản trong các tác phẩm của ông đã tạo nên một phong cách độc đáo, thu hút sự quan tâm của nhiều độc giả.

Murakami không chỉ là một nhà văn mà còn là một dịch giả, đã dịch nhiều tác phẩm văn học phương Tây sang tiếng Nhật, góp phần làm phong phú thêm nền văn học nước nhà.

Giải Nobel Văn học 2024

Việc Haruki Murakami được trao Giải Nobel Văn học năm 2024 *là sự công nhận xứng đáng cho những đóng góp to lớn của ông vào nền văn học thế giới. Giải thưởng này cũng là minh chứng cho sức ảnh hưởng mạnh mẽ và sự sáng tạo không ngừng nghỉ của ông trong suốt sự nghiệp văn chương.*

Để biết thêm thông tin chi tiết về Haruki Murakami và các tác phẩm của ông, bạn có thể tham khảo trang web chính thức của Giải Nobel và các nguồn khác như Wikipedia.

N G Ã P H Ư Ơ N G H U Y Ề N

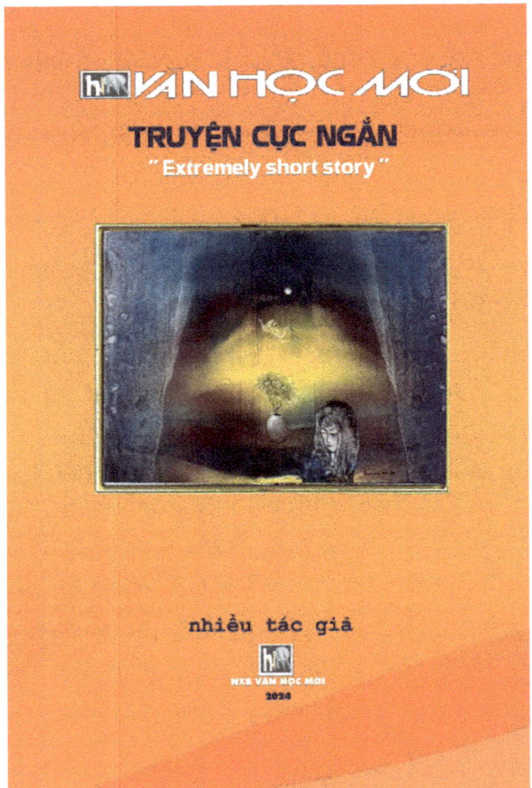

Trân trọng giới thiệu

TUYỂN TẬP

TRUYỆN CỰC NGẮN

VĂN HỌC MỚI

TRUYỆN CỰC NGẮN

" Extremely short story "

nhiều tác giả

Do NXB Văn Học Mới trình bày.

Sẽ in ấn và phát hành sắp tới đây...

Kính mời quý tác giả và thân hữu tham dự...

Tạp chí Văn Học Mới

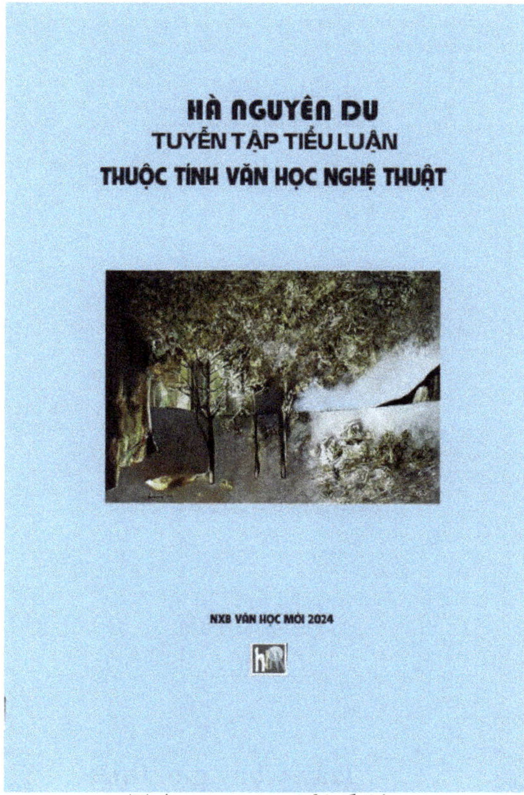

Trân trọng giới thiệu
TUYỂN TẬP TIỂU LUẬN

HÀ NGUYÊN DU
TUYỂN TẬP TIỂU LUẬN
THUỘC TÍNH VĂN HỌC NGHỆ THUẬT

Do NXB Văn Học Mới trình bày.
Sẽ in ấn và phát hành sắp tới đây...
Kính mời quý tác giả, thân hữu đón đọc ...
(Sẽ được trích đăng mỗi kỳ trên Văn Học Mới}
Tạp chí Văn Học Mới

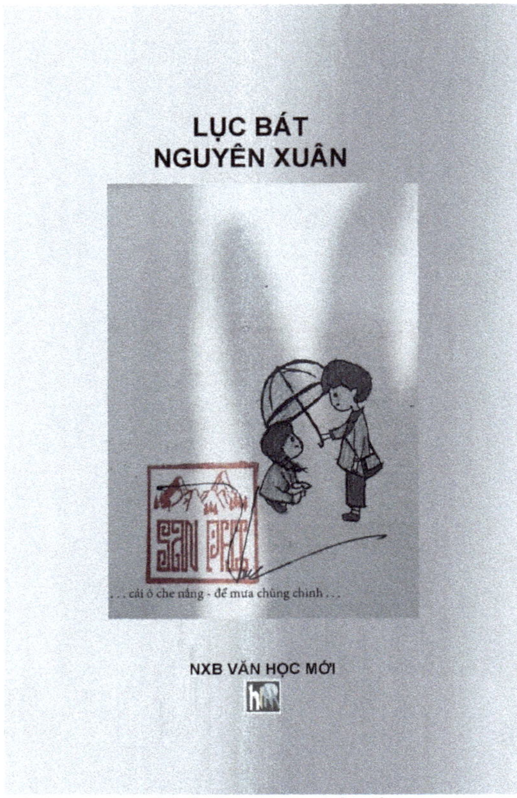

Trân trọng giới thiệu

LỤC BÁT NGUYÊN XUÂN

Do NXB Văn Học Mới trình bày và ân hành

Sách được phổ biến trên trang mạng toàn cầu Amazon

https://www.amazon.com/dp/B0DCXN98DN/
ref=sr_1_1?crid=36KBIBWC1A44G&dib=eyJ2IjoiMSJ9.zDqQL7FGm91vbN9RIQCYXA.
NAxQ40Stv1jQbiMGPL0TOO0wQZTHazRT_-cdZRWydJA&ditag=se&keywords=luc+bat+ng
uyen+xuan&qid=1723739037&sprefix=%2Caps%2C210&sr=8-1

Quý tác giả và thân hữu muốn có tác phẩm trên, có thể mua trên đó hoặc, xin liên lạc với NXB /VHM qua 3 Email:

hanguyendu@gmail.com

ntlthu1016@gmail.com

vanhocmoi4@gmail.com

Tạp chí Văn Học Mới

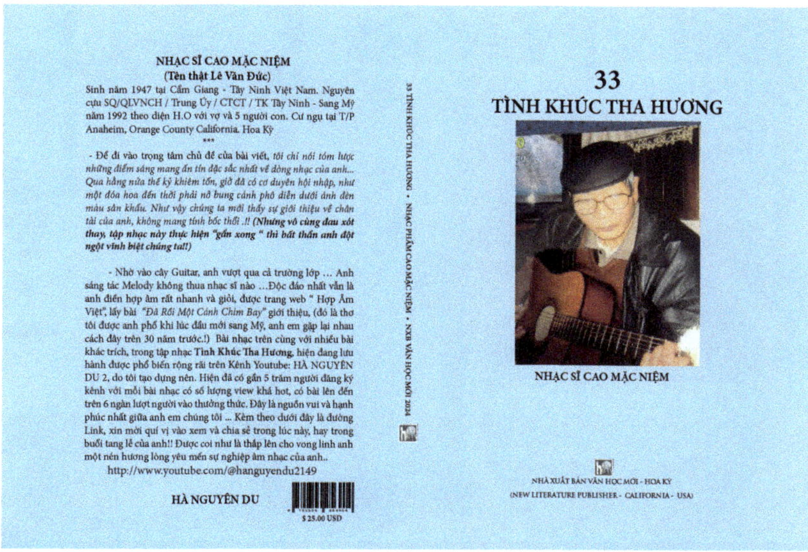

Trân trọng giới thiệu
33 TÌNH KHÚC THA HƯƠNG
của cố Nhạc sĩ
CAO MẶC NIỆM

Do NXB Văn Học Mới trình bày và ấn hành...

Nhạc sĩ ra đi quá bất ngờ trong niềm tiếc thương vô hạn của gia đình và bằng hữu, vì tập nhạc và những dự đình ra mắt công chúng dòng nhạc của ông chưa hoàn thành. Ông nằm xuống, bằng hữu cố gắng chỉ trong 4 ngày sau là tập nhạc hoàn thành. Nhưng chương trình dự kiến ra mắt chưa thực hiện thì ông đột ngột bỏ lại tất cả để xuôi tay mà về an nghỉ nơi cõi khác.!!

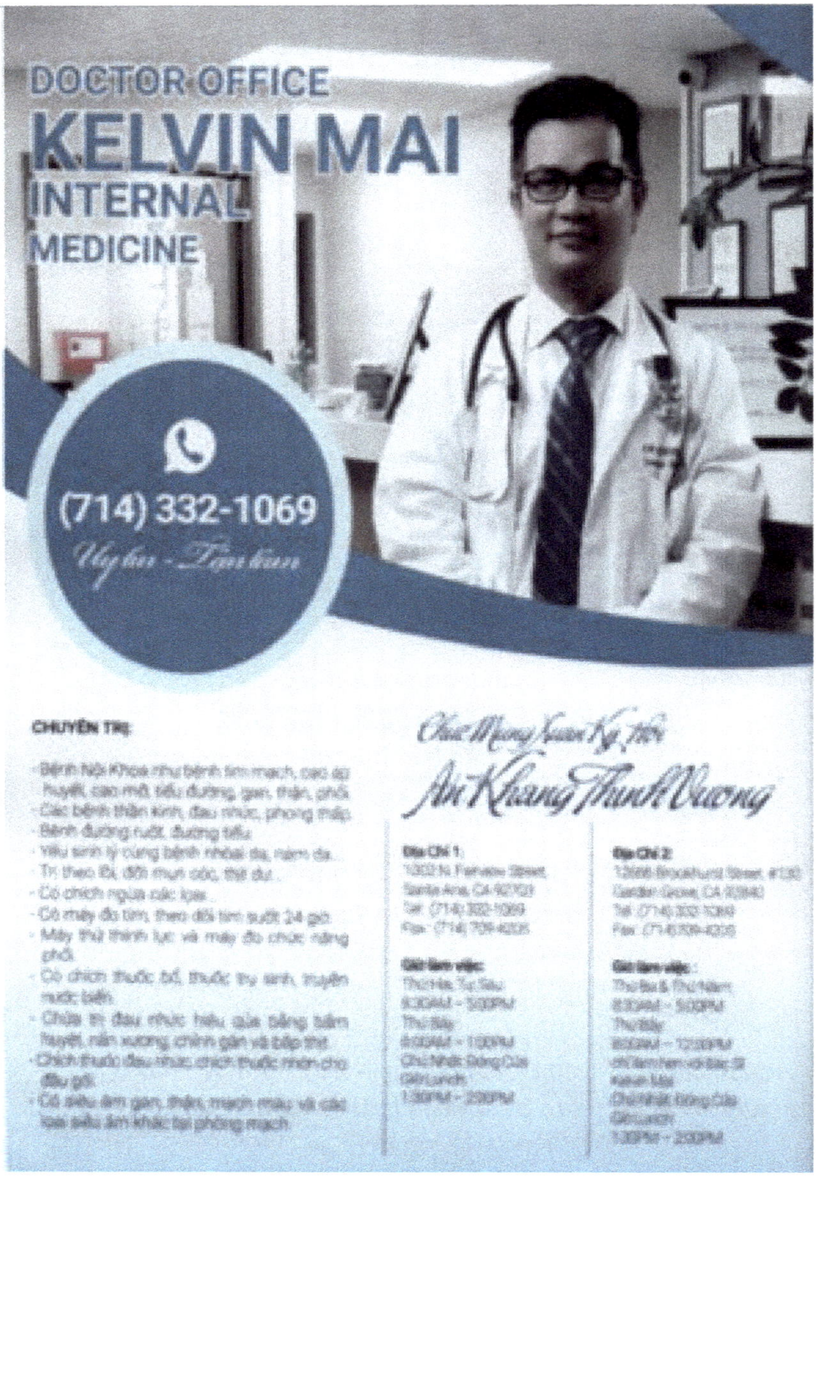
DOCTOR OFFICE
KELVIN MAI
INTERNAL
MEDICINE
(714) 332-1069
CHUYÊN TRỊ:

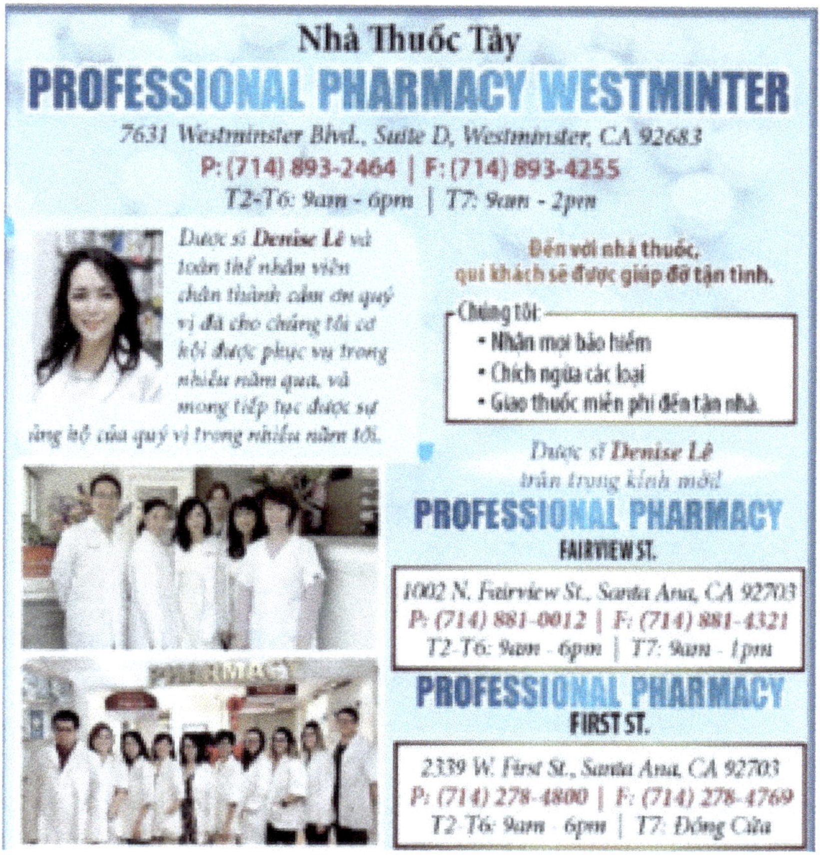

Nhà Thuốc Tây
PROFESSIONAL PHARMACY WESTMINTER
7631 Westminster Blvd., Suite D, Westminster, CA 92683
P: (714) 893-2464 | F: (714) 893-4255
T2-T6: 9am - 6pm | T7: 9am - 2pm
Dược sĩ Denise Lê và toàn thể nhân viên chân thành cảm ơn quý vị đã cho chúng tôi cơ hội được phục vụ trong nhiều năm qua, và mong tiếp tục được sự ủng hộ của quý vị trong nhiều năm tới.
Đến với nhà thuốc, quí khách sẽ được giúp đỡ tận tình.
Chúng tôi:
• Nhận mọi bảo hiểm
• Chích ngừa các loại
• Giao thuốc miễn phí đến tận nhà.
Dược sĩ Denise Lê trân trọng kính mời
PROFESSIONAL PHARMACY
FAIRVIEW ST.
1002 N. Fairview St., Santa Ana, CA 92703
P: (714) 881-0012 | F: (714) 881-4321
T2-T6: 9am - 6pm | T7: 9am - 1pm
PROFESSIONAL PHARMACY
FIRST ST.
2339 W. First St., Santa Ana, CA 92703
P: (714) 278-4800 | F: (714) 278-4769
T2-T6: 9am - 6pm | T7: Đóng Cửa

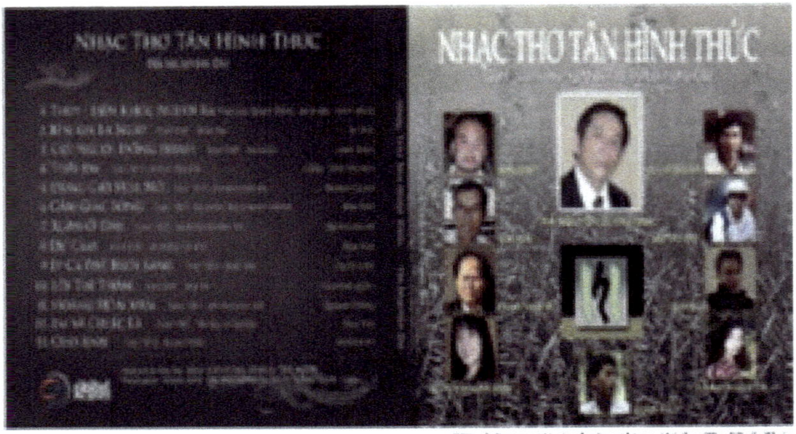

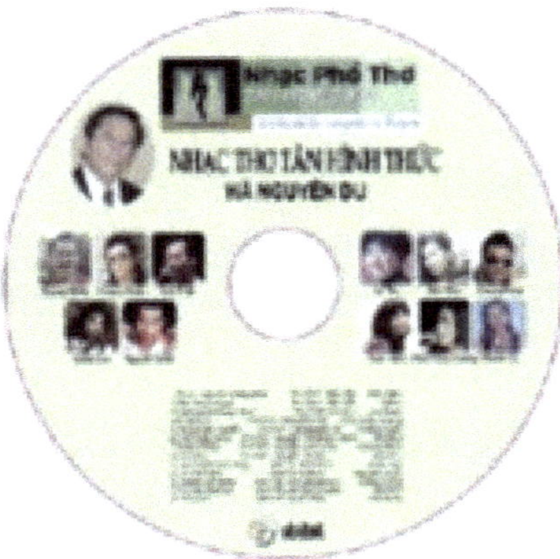

Với những người yêu chuộng thi ca, thì thơ Tân Hình Thức, hầu như ai cũng biết, cũng nghe qua, đọc qua. Nhưng "nhạc Tân Hình Thức" thì đây là lần đầu tiên tôi mới được Nhà thơ Hà Nguyên Du cho nghe.

Hà Nguyên Du là một trong những người tham gia sớm và cùng đẩy mạnh phong trào thơ Tân Hình Thức, sau khi Nhà thơ Khế Iêm là người khởi xướng. Nhưng phổ nhạc từ thể thơ này thì được biết, hầu anh là người tiên phong. Thơ Tân Hình Thức vốn không dễ làm, nên nhạc Tân Hình Thức cũng không dễ phổ thành ca khúc.

Vì thơ Tân Hình Thức như là một loại văn xuôi được cấu trúc dưới hình thức vắt dòng, phá cách, không vần điệu, theo ngữ nghĩa, thiết ngắn hay lặp lại ... mà thành. Cho nên khởi xướng thành nhạc từ thể loại này rất dễ bị ảnh hưởng văn cung cách của văn xuôi.

Tuy nhiên, thơ Tân Hình Thức cũng có nhạc tính nên khi phổ nhạc Hà Nguyên Du đã cố gắng thoát ra khuôn sáo trường quy mà tạo được một hình thức tương đối mới lạ trong làn nhạc và lời ca. Đặc biệt, khi phổ nhạc, Hà Nguyên Du chấp nhận để ý nguyên gốc, đã không sửa đổi hay thêm thắt chút nào ý nào từ bài thơ của các nhà thơ Tân Hình Thức.

Âm nhạc khơi lên từ thơ hình thức, ngôn ngữ và hình ảnh nghệ thuật của văn xuôi, nên lời ca được Hà Nguyên Du khéo léo thăng cảnh nâng lên, bay bổng bằng nhạc thuật đủ giản dị nhưng đi thẳng vào tâm tưởng người nghe ... **Nhạc sĩ Phan Ni Tấn**

Hà Nguyên Du là một trong những người làm thơ nổi tiếng ngay từ trước 1975 và khi ra hải ngoại, với nhiều thi tập đã được xuất bản và được giới yêu thơ dành cho nhiều bảo cảm đặc biệt...

[illegible]

Nguyễn Hà- Nhạc sĩ / Ký giả (TB Sống & Saigon Mới Magazine

Viết về CD "Nhạc Thơ Tân Hình Thức" của **Hà Nguyên Du**

[illegible]

Nguyên Giác Phan Tấn Hải

Toàn BBT và quý cộng tác viên tạp chí VĂN HỌC MỚI :

Vô cùng tiếc thương: NHẠC SĨ CAO MẶC NIỆM

(Lê Văn Đức - Sinh 1947 - 2024)

Đã ra đi lúc 6:50 chiều ngày 18 tháng 6 năm 2024, tại T/p Anaheim Hạt Orange Couty , Nam California - USA

Hưởng thọ 78 tuổi

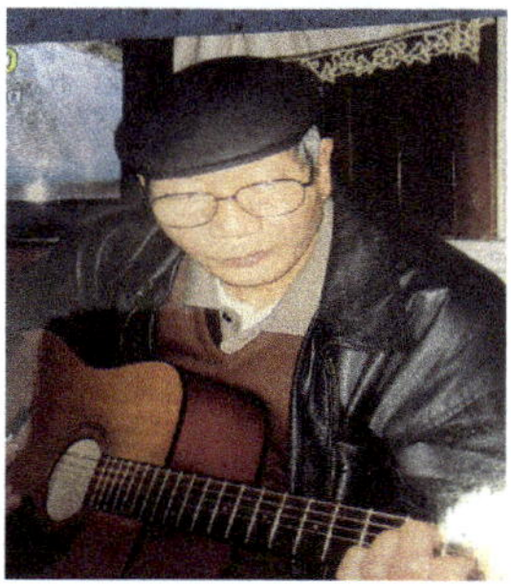

BBT Tạp chí Văn Học Mới & quý cộng tác viên, cùng quý Nhạc sĩ - Thành kính chia buồn với gia đình các con cháu và tang quyến. Cùng với bổn Đạo Cao Đài... Cầu hương linh người Nhạc sĩ quá thân thương - Sớm siêu thoát an lạc cõi vĩnh hằng.!!

Hoàng Ân, Nguyễn Lương Ba, Nguyễn Thị Thanh Bình, Phạm Quốc Bảo, Nguyễn An Bình, Hoàng Chính, Lâm Chương, Khaly Chàm, Ngọc Chuyển, Quyên Di, Đông Duy, Phan Hạ Du, Viên Dung, Triều Hoa Đại, Phạm Xuân Đài, Đào Trung Đạo, Nguyễn Tiến Đức, Trần Duy Đức, Trần Vạn Giã, Vũ Uyên Giang, Truong Vu Giang, Hạ Quốc Huy, Thái Tú Hạp, Ngã Phương Huyền, Nguyễn Trung Hối (Phương D Faria),Mộng Yên Hà, Phan Tấn Hải, Trần Việt Hải, Nguyễn Thị Hồng Hải, Lê Hữu, Trần Yên Hòa, Kimchi Hoàng, Lê Văn Hiếu, Lê Minh Hiền, Nguyên Hà, Khế Iêm, Đỗ Kh, Nguyễn Vy Khanh, Doãn Khánh, Sa Chi Lệ, Mã Lam, Khánh Lan, Nguyễn Thị Ngọc Lan, Nguyễn Đình Từ Lam, Ca sĩ Thanh Lan , Nguyên Lê, Nguyễn Vĩnh Long, Trần Dạ Lữ, Trang Luân, Lê Tuyết Lan, Vạn Lộc, Miêng, Phan Thành Minh, Chu Vương Miện, Tràm Cà Mau, Nguyên Minh, Phan Thành Minh, Ngô Nguyên Nghiễm, Chu Thụy Nguyên, Cổ Ngư, Mai Ninh, Nguyễn Thị Ngọc Nhung, Huỳnh Liễu Ngạn, Minh Nguyễn, Quang Nguyễn, Quỳnh Nga, Trần Thoại Nguyên, Nguyễn Quang Nhạc, (Trần Văn Nam - Thu Nguyen), Nhật Nguyễn, Nguyễn Minh Nữu, Cao Mặc Niệm, Lê Khánh Nhâm, Phan Tưởng Niệm, Đức Phổ, NP Phan, Nguyễn Nguyên Phượng, Mai Văn Phấn, Tiểu Lục Thần Phong, Hoài Phong, Chu Giang Phong, Tùy Phong, Từ Công Phụng, Hạ Đỏ Bích Phượng, San Phi, Bạch Xuân Phẻ, Lâm Bằng Phương, Đỗ Quyên, Phan Công Quan, Lữ Quỳnh, Nguyễn Văn Sâm, Hoàng Xuân Sơn, Tân Sinh, Hoàng Ngọc-Tuấn, Nguyễn Minh Triết, Phan Ni Tấn, Trần Văn Tích, Đinh Phụng Tiến, Nguyễn Đức Tùng, Khánh Trường, Ngự Thuyết, Thành Tôn, Thu Thuyền, Phan Thị Trọng Tuyến, Quỳnh Thi,, Lê Hưng Tiến, Lê Hữu Minh Toán, Xuân Thủy, Bích Thủy, Nguyễn Trí, Nguyễn Kiến Thiết, Huỳnh Viết Tư, Phạm Hồng Thái, Nguyễn Thanh Tuấn, Tuệ Tâm, Tuệ Trung, Trần Quý Trung, Trần Danh Thùy, Vọng Thanh, Nguyễn Đình Phượng Uyển, Trần Hoàng Vy, Trần Hạ Vi, Lưu Diệu Vân, Nguyễn Khôi Việt, Hoài Vũ, Ngô Tinh Yên, Đặng Xuân Xuyến, Hồ Xoa....

Toàn BBT và quý cộng tác viên tạp chí VĂN HỌC MỚI :

Vô cùng tiếc thương: NHÀ THƠ

TRẦN THOẠI NGUYÊN

(Trần Hồng Dương - Sinh ngày 12.5.1950)

Đã ra đi lúc 01h17' ngày 12 tháng 8 năm 2024, tại VN

Hưởng thọ 75 tuổi

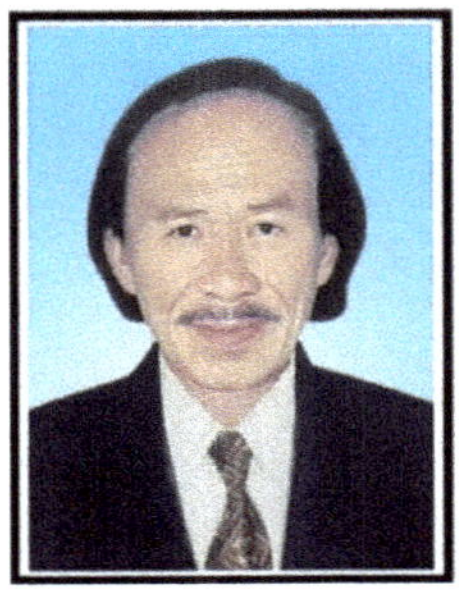

BBT Tạp chí Văn Học Mới & quý cộng tác viên ...Thành kính chia buồn với gia đình Nhà thơ và tang quyến. Cầu hương hồn người quá cố sớm siêu thoát, an lạc cõi vĩnh hằng.!!

**

Hoàng Ân, Nguyễn Lương Ba, Nguyễn Thị Thanh Bình, Phạm Quốc Bảo, Nguyễn An Bình, Hoàng Chính, Lâm Chương, Khaly Chàm, Ngọc Chuyển, Quyên Di, Đông Duy, Phan Hạ Du, Viên Dung, Triều Hoa Đại, Phạm Xuân Đài, Đào Trung Đạo, Nguyễn Tiến Đức, Trần Duy Đức, Trần Vạn Giã, Vũ Uyên Giang, Truong Vu Giang, Hạ Quốc Huy, Thái Tú Hạp, Ngã Phương Huyền, Nguyễn Trung Hối (Phương D Faria),Mộng Yến Hà, Phan Tấn Hải, Trần Việt Hải, Nguyễn Thị Hồng Hải, Lê Hữu, Trần Yên Hòa, Kimchi Hoàng, Hà Huy Hoàng, Lê Văn Hiếu, Hứa Hiếu, Nguyên Hà, Khế Iêm, Đỗ Kh, Nguyễn Vy Khanh, Doãn Khánh, Sa Chi Lệ, Mã Lam, Khánh Lan, Nguyễn Thị Ngọc Lan, Nguyễn Đình Từ Lam, Ca sĩ Thanh Lan , Nguyên Lê, Nguyễn Vĩnh Long, Trần Dạ Lữ, Trang Luân, Lê Tuyết Lan, Vạn Lộc, Miêng, Phan Thành Minh, Chu Vương Miện, Tràm Cà Mau, Nguyên Minh, Phan Thành Minh, Ngô Nguyên Nghiễm, Chu Thụy Nguyên, Cổ Ngư, Mai Ninh, Nguyễn Thị Ngọc Nhung, Huỳnh Liễu Ngạn, Minh Nguyễn, Quang Nguyễn, Quỳnh Nga, Nguyễn Quang Nhạc, (Trần Văn Nam - Thu Nguyen), Nhật Nguyễn, Nguyễn Minh Nữu, Cao Mặc Niệm, Lê Khánh Nhâm, Phan Tưởng Niệm, Mộc Nhân, Đức Phổ, NP Phan, Nguyễn Nguyên Phượng, Mai Văn Phấn, Tiểu Lục Thần Phong, Hoài Phong, Chu Giang Phong, Tùy Phong, Từ Công Phụng, Hạ Đỏ Bích Phượng, San Phi, Bạch Xuân Phẻ, Lâm Bằng Phương, Đỗ Quyên, Phan Công Quan, Lữ Quỳnh, Nguyễn Văn Sâm, Hoàng Xuân Sơn, Tân Sinh, Hoàng Ngọc-Tuấn, Nguyễn Minh Triết, Phan Ni Tấn, Trần Văn Tích, Đinh Phụng Tiến, Nguyễn Đức Tùng, Khánh Trường, Ngự Thuyết, Thành Tôn, Thu Thuyền, Phan Thị Trọng Tuyến, Quỳnh Thi,, Lê Hưng Tiến, Lê Hữu Minh Toán, Xuân Thủy, Bích Thủy, Nguyễn Trí, Nguyễn Kiến Thiết, Huỳnh Viết Tư, Phạm Hồng Thái, Nguyễn Thanh Tuấn, Tuệ Tâm, Tuệ Trung, Trần Quý Trung, Trần Danh Thùy, Vọng Thanh, Huỳnh Minh Tâm, Nguyễn Đình Phượng Uyển, Trần Hoàng Vy, Trần Hạ Vi, Lưu Diệu Vân, Nguyễn Khôi Việt, Hoài Vũ, Ngô Tinh Yên, Đặng Xuân Xuyến, Hồ Xoa....

NXB VĂN HỌC MỚI
TRÂN TRỌNG
GIỚI THIỆU SÁCH ĐÃ ẤN HÀNH VÀ
GIÁ SÁCH BÁN TRÊN CỬA HÀNG AMAZON

oOo

1. Lối Khác - Thơ Hà Nguyên Du
Giá $ 18.00
2. Anh Biết Em Yêu Dấu - Thơ Hà guyên Du
Giá $ 20.00
3. Gene Đại Dương - Thơ Hà Nguyên Du
Giá $12.00
4. Vầng Thơ Trên Đóa Quỳ Vàng - Thơ Hà Nguyên Du
Giá $20.00
5.,Văn Học Mới số 1
Giá $ 15.00
6. Văn Học Mới số 2
Giá $ 18.00
7. Văn Học Mới số 3
Bìa mềm giá $ 18.00 - Bìa cứng giá $ 35.00
8. Văn Học Mới số 4
Giá $ 18.00
9. Văn Học Mới số
Giá $ 20.00
10. Văn Học Mới số 6
Giá $ 20.00
11. Văn Học Mới số 7
Giá $ 20.00
12. Văn Học Mới số 8
Giá $ 20.00
13. Truyện thơ Thạch Sanh Lý Thông
- Nguyễn Văn Sâm
Giá $ 15.00
14. Thơ Quỳnh- Hoàng Xuân Sơn
Giá $ 18.00
15. Văn Chương Nobel - Scott Nguyen
Giá $ 18.00

16. Con Đường Tâm Linh - Tập 1
Dịch giả Nguyễn Trung Giang
Giá $ 23.00
17. Con Đường Tâm Linh - Tập 2
Dịch giả Nguyễn Trung Giang
Giá $ 23.00
18. Bóng Tre
Dịch giả Nguyễn Trung Giang
Giá $ 23.00
19. Chính Thân Này Là Phật
Dịch giả Nguyễn Trung Giang
Giá $ 17.00
20. Linh Hồn Cho Vũ Điệu
Dịch giả Nguyễn Trung Giang
Giá $ 28.00
21. Nhịp Đập Trong Nhau -Thơ Phan Hạ Du
Bìa mềm giá $ 12.00_Bìa cứng $20. 32
22. Thổn Thức Nhau Từ Ấy -Thơ Phan Hạ Du
Bìa mềm giá $ 12.00_Bìa cứng $22.00
23. Thương Nhớ Người Dưng-Thơ Phan Hạ Du
Giá $ 12.00
24. Dấu Mốc - Nguyễn Lương Ba
Bìa mềm giá $ 12. 00- Bìa cứng $ 25.00

25. Có Một Thời Ở Quê Hương Tôi - Phan Ni Tấn
Giá $ 18.00
26. Ngòi Viết Lang Thang- Phan Ni Tấn
Giá $ 30.00
27. Người Tôi Yêu- Phan Ni Tấn
Giá $ 20.00
28. Tuyển Tập Thơ Đức Phổ
Bìa mềm giá $ 20.00 - bìa cứng $ 40.00

29 . CD Nhạc Thơ Tân Hình Thức Giá $10.00
30. KInh Hoa Vàng tập 2 - bìa mềm - giá $ 23.00
31. Khóc Với Mùa Thu - thơ toàn tập - bìa mềm giá $25.00
32. Thơ Toàn Tập 1 Hà Nguyên Du - bìa mềm $ 40.00 - cứng $65.00

TRẢ LỜI THƯ TÍN

1/ Tòa soạn Văn Học Mới, xin chân thành cảm ơn quí thân hữu là Nhà thơ, Nhà văn, Nhà Phê Bình, Biên khảo đã hết lòng ủng hộ..

Rất cảm ơn quí vị đã vì yêu mến VHNT nên không chút lo ngại khi nhiệt tình mua báo dài hạn.

Một niềm hạnh phúc nồng nàn đầy chất khích lệ là gia hạn sự ủng hộ cũng như tiếp tục đóng góp bài vở thường xuyên ... của quí tác giả, quí mạnh thường quân...

Tòa soạn VHM cũng không quên cảm ơn quí vị mua tạp chí của chúng tôi trên Amazon, kể cả mua trong những nhà sách ...

1/Con đường "Lập Đức" của tạp chí VHM vẫn luôn là việc ưu tiên hàng đầu. Vì thế "tiếng thơm đồn xa". Vẫn có lai rai thành viên mới cộng tác, cũng do từ anh em thành viên cũ có quá trình "làm ăn khấm khá với VHM nên giới thiệu cho bạn bè của họ!! Từ đó trong VHM số 20 kỳ đã bắt đầu gia tăng tác giả mua báo dài hạn

2/ VHM một mực thể hiện tình yêu thương quí trọng đến những tác giả đã một đời sống chết với Văn Học Việt Nam, đã để lại nhiều tác phẩm đóng góp.!! (Không phải riêng vì đã cộng tác với VHM mà chúng tôi mới làm số đặc biệt tưởng niệm ...) Mà là thể hiện sống theo đạo lý của dân tộc Việt mình là "Ăn trái nhớ kẻ trồng cây hay uống nước nhớ nguồn..

Có thể kể từ khi VHM ra đời, đã làm số đặc biệt tưởng niếm đến: (Số 2) tưởng niệm nhà thơ/ nhà biên khảo văn học Trần Văn Nam. (Số 6) tri ân nhà thơ/nhà văn/nhạc sĩ Nguyễn Đình Toàn. (Số 8) là số đặcbiệt coi như vinh danh Giai Phẩm Chủ Đề do nhà văn Nguyễn Trung Hối điều hành. (Số 10) tưởng niệm hai nhạc sĩ Nguyễn Hiền và Trầm Tử Thiêng. (Số 13) tưởng niệm Thi sĩ Giáo sư Trần Hồng Châu. Số 16) tưởng niệm nhà thơ Kim Tuấn... Và đến số 20, tưởng niệm nhà thơ/nhà văn Hoài Ziang Duy, một tác giả cộng tác đắc lực với tạp chí Văn Học Mới...Đến số 21 là số không chủ đề gì ...

3/ Trong trang Trả Lời Thư Tín thường kỳ, bổn báo xin giữ nguyền 2 phần trả lời 1& 2. Mục đích để có sự liên tục khi nói đến gồm có bao nhiêu số mà VHM đặc biệt tưởng niệm đến những VNS mà chúng tôi đã làm trong mấy năm qua. Chúng tôi sẽ thông báo trước ít nhất 2 số, về dự trù cho những số tiếp theo sẽ là số tưởng niệm và bài viết chuyên đề về Ký giả / Nhà văn / Thi sĩ Hoài Trinh (trong thời kháng chiến chống Pháp, có in trong cuốn "Thi Nhân Việt Nam Hiện Đại Quyển 1 - Do Phạm Thanh biên soạn - NXB Sống Mới 1959). Nhưng sau khi thảo luận với các nhà biên khảo thì bị trở ngại, bởi 1 lý do thiết yếu và duy nhất là Thi sĩ Hoài Trinh, dù nổi tiếng trong những thập niên trước của thời ông sinh hoạt, nhưng chí có nhiều bản thảo về truyện và thơ mà chưa bung ra đời bằng sách xuất bản. Từ đó kêu gọi người viết thì thiếu hẳn tài liệu. Chính vì thế chúng tôi sẽ tiếp tục tưởng niệm hay vinh danh những tên tuổi dưới đây:

Số 28 Vinh danh Nhà Văn Nguyễn Văn Sâm
Số 31 Tưởng niệm Nhà văn Nguyễn Xuân Hoàng
Số 32 Tưởng niệm Nhạc sĩ Đỗ Lễ
Số 33 Vinh Danh Nhà Thơ Hoàng Xuân Sơn
Số 34 Bắt đầu phát hành mỗi tháng ra 1 số báo ...

4/ VHM số 24 tưởng niệm Nhà văn Nguyễn Trung Hối

5/ Trong 2 tháng vừa qua, VHM làm hai số dồn một, tức là số "22 &23" thuộc số tháng 2 năm 2023 Xuân Quí Mão. Chính bổn báo cũng không ngờ rằng với chỉ mục đích là "Kỷ Niệm 5 Năm Phát Hành Văn Học Mới" thôi!! (Theo dự trù là nhắm giới thiệu sự nghiệp sáng tác của mỗi tác giả) nên dành nhiều trang để họ có dịp tỏ bày... Ngờ đâu rằng "phóng lao thì phóng theo lao" ... Số trang tăng vọt lên chưa từng có trong lịch sử của mọi thời, mọi tờ báo Văn Học. (tăng gần 8 trăm trang). Khiên tờ báo nặng ký như cuốn tự điển.... Phát hành xong, mỗi tác giả đều có trong tay, hẳn nhiên sự trố mắt nhìn và tóm tắt khen ngợi không tiếc lời!!

6/ Trong Văn Học Mối số 22 & 23 Xuân Quí Mão vừa qua, có số lượng tác giả gia hạn mua báo dài hạn cũng tăng đều đặn.... Bổn báo chân thành cảm ơn quí tác giả tích cực cộng tác với VHM và nhiệt tình ủng hộ báo dài hạn. Một hành động nhân quả tốt đẹp là một niềm khích lệ vô cùng lớn lao cho tờ báo thêm mạnh bước chân cứng đá mềm!!

7/ VHM số 27 & 28 đã công bố trước ngày bắt đầu của "Giải Thơ Văn Học Mới 2024" . Thật sự ngày tháng bắt đâu nhận bài là giữa tháng hai và kết thúc đến giữa tháng 5 > Tháng 6 mới công bố kết quả giải, nhưng từ khi bắt đầu công bố sớm trên VHM số 27, đã có hàng loạt người ở khắp nơi đã gửi bài dự thi trước rồi, Đó là một biểu hiện tích cực đầy lạc quan cho Giải Thơ mang tính đột phá và thăng hoa cho "dòng chảy VHNT" ở Hải Ngoại của chúng ta....Mãi cho đến VHM số 29 Xuân Giáp Thìn cận kề đến, số lượng người tham dự càng tiếp tục gia tăng hơn. Chúng tôi đang chuẩn bị đánh "số mật mã cho mỗi tác giả" để giữ công bằng và gửi đến mỗi giám khảo trong hội đồng chấm giải...

8/ Chân thành cáo lỗi đến Nhà văn Quyên Di, v/v trong VHM số 32 vừa qua chúng tôi đã đăng sai một bài thơ . (khiến cả BBT và tác giả cũng không tìm ra nguyên nhân. (Tác giả yêu cầu xóa)và BBT chúng tôi đã làm đúng theo yêu cầu tác giả...Trân trọng cảm ơn tác giả Quyên Di

THỂ LỆ GỞI BÀI VỀ

VĂN HỌC MỚI
TẠP CHÍ

Gởi sáng tác, xin kèm theo địa chỉ, tên thật (có thể), số phone và Email. Gởi đến Văn Học Mới xin vui lòng đừng gởi báo khác. ***Nay Văn Học Mới phát hành theo định kỳ mỗi tháng ra 1 số. Như vậy trong vòng 1 tháng sau đó mà không thấy đăng, thì quí vị có quyền đăng báo khác. Điều quan trọng Văn Học Mới muốn nhắn nhủ đến quí tác giả là: Chúng tôi không đăng bài đã: 1/Đăng trên Facebook. 2/ Hoặc bất cứ đâu. 3/ Không nhận bài vở viết tay...***

Văn Học Mới xin quí vị lưu ý: là tạp chí **không có qui định trả tiền nhuận bút cho bất cứ tác giả nào cộng tác.** *(Vì vậy, mỗi tác giả trong nước khi gởi bài đăng , dưới tác phẩm thơ / văn, ngoài bút danh với tên thật hay điện thoại là tốt... Nhưng xin đừng ghi như bên VN là CMND và tài khoản ..v..v..*

Bài vở đánh máy trên một mặt giấy. Xin dùng Microsoft Word với công cụ đánh chữ **Uni Code hay Unikey** là tốt nhất. Nên dùng Font chữ thông dụng nhất là **Time New Roman.** *Bài vở không đăng chúng tôi không gởi trả lại. Theo nguyên tắc chờ một số mà không thấy đăng, số kế tiếp nếu có đăng thì chúng tôi sẽ thông báo, để quí vị không đăng báo khác...*

TẠP CHÍ VĂN HỌC MỚI
PHÁT HÀNH 12 SỐ /NĂM

NHẬN BÀI TỪ NGÀY 1 ĐẾN NGÀY 15
NẾU AI GỬI TRỄ - SẼ DỜI LẠI SỐ SAU

Gửi bài vở cho tạp chí Văn Học Mới theo 3 hộp thư:
vanhocmoi4@gmail.com
ntlthu1016@gmail.com
hanguyendu@gmail.com

Ngân phiếu/ chí phiếu mua báo dài hạn, xin đề:
HA NGUYEN
10291 Arundel, Ave
Westminster, CA 92683 - USA
Liên lạc mua báo trong nước : ntlthu1016@gmail.com

GIÁ BIỂU BÁO DÀI HẠN 12 SỐ / NĂM

HOA KỲ / MỘT NĂM / $ 240.00 . HAI NĂM $ 460.00

MUA______/ NĂM

CANADA / AUSTRALIA / PHÁP / ĐỨC
MỘT NĂM $ 280.00 . HAI NĂM / $540.00

MUA______/ NĂM

GIÁ BÁN TẠI CÁC NHÀ SÁCH US $20.00

GIÁ BIỂU BÁO DÀI HẠN 12 SỐ / NĂM

HOA KỲ / MỘT NĂM / $ 240.00 . HAI NĂM $ 460.00

MUA______/ NĂM

CANADA / AUSTRALIA / PHÁP / ĐỨC
MỘT NĂM $ 280.00 . HAI NĂM / $540.00

MUA______/ NĂM

GIÁ BÁN TẠI CÁC NHÀ SÁCH US $20.00

Chúng tôi NHẬN in ấn tác phẩm thuộc VHNT

NHÀ XUẤT BẢN VĂN HỌC MỚI

Phát hành toàn cầu qua hệ thống Amazon.
Sẽ giao đến tận nhà quí vị. Trên
tinh thần ủng hộ quí Văn Nghệ Sĩ
và thân hữu trong giới sáng tác
Liên lạc Hà Nguyên Du

vanhocmoi4@gmail.com
ntlthu@1016@gmail.com

Ảnh bìa: Nhà thơ Hoàng Xuân Sơn
Trình bày Bìa và Nội dung: HÀ NGUYÊN DU

www.ingramcontent.com/pod-product-compliance
Ingram Content Group UK Ltd.
Pitfield, Milton Keynes, MK11 3LW, UK
UKHW022206051026
15624UKWH00001B/24